ዘመን አቆጣጠር፣
የቀናትና የወራት ስያሜ

ዘመን አቆጣጠር፣
የቀናትና የወራት ስያሜ

(2ኛ እትም)

ግርማ አውግቸው ደመቀ

THE RED SEA PRESS
TRENTON | LONDON | NEW DELHI | CAPE TOWN | NAIROBI | ADDIS ABABA | ASMARA | IBADAN

THE RED SEA PRESS
541 West Ingham Avenue | Suite B
Trenton, New Jersey 08638

1st Edition 2016
2nd Edition 2025

Cover art: Eclipse, Courtesy of Zerihun Yetimgeta
Book and cover design: Lemlem Taddese

Cataloging-in-Publication Data may be obtained from the Library of Congress.

ISBN: 978-1-56902-432-4 (PB)
978-1-56902-431-7 (HB)

ክብርነቱ

ለእህቴ ለወይዘሮ በላይነሽ አውግቸው ደመቀ

ማውጫ

የሠንጠረዥ ማውጫ

መቅድም

ሁሉም ባይሆኑም ትንሽ የማይባሉት መጣጥፎቼ እና የተወሰኑት መፅሐፎቼ ለህብረተሰቡ አንድ አስተዋፅኦ ለማበርከት ታስበው ወይም በውዴታ-ግዴታ የተሰሩ አይደሉም። ይልቁንም ለራስ የሚከነክን ነገር ከስር ከመሰረቱ ለማወቅ የተደረጉ ምርምሮች ናቸው። ይህ መፅሀፍም በከፊል በዚህ ምክንያት የተከናወነ ጥናት ነው።

ነገሩ እንዴት እንደተነሳ አሁን ባላስታውሰውም፣ በአንድ ወቅት የስራ ባልደረባዬ የነበሩት ፕሮፌሰር ኤፍሬም ይስሐቅ ስለግዕዝ የቀናት ስሞች አመጣጥና መነሻ የተወሰነ ነገር አጫወቱኝ። ከዚያን ቀን ጀምሮ የሁሉንም ቀን አመጣጥ በጥልቀት የማወቅ ጉጉት አደረብኝ። እንደዚሁም ስለኢትዮጵያ ዘመን አቆጣጠር ምንነት የማወቅ ፍላጎት ከረጅም ግዜ ጀምሮ ነበረኝ። በጥያቄ መልክ ከሰዎች ያገኘኋዋቸው መልሶችም ሆነ በተወሰነ ንባብ ከተለያዩ መፅሐፎች እና መጣጥፎች የሰበሰብኳቸው መረጃዎች አጥጋቢ ሆነው ላገኛቸው አልቻልኩምና፣ ነገሩን በጥልቀት መመልከት እንዳለብኝ ተረዳሁ። ይሁን እንጂ፣ በዚህ ጉዳይ ላይ ከንባብ በዘለለ ብዙም ሳልገፉ፣ በመሀል ከዳንኤል አበራ ጋር በጋራ የምርምር ስራ ለማከናወን ሀሳብ ስንለዋወጥ የቀናት ስያሜ አንድ አርዕስት ሆኖ ተነሳ።

ከዳንኤል ጋር የተጀመረው በዚህ መፅሀፍ ምዕራፍ ሁለት ሆኖ ለቀረበው መሰረት ነው። ከረጅም ግዜ ወዳጄ አህመድ ዘካሪያ ጋር ያደረግነው ትብብር

ደግሞ የወራት ስያሜውን የሚቃኘውን ምዕራፍ ሶስትን አፈራ። ምንም እንኳ ዳንኤል እና አህመድ በእነዚህ ሁለት ምዕራፎች—ምዕራፍ ሁለትና ምዕራፍ ሶስት—ቢሳተፉም ስህተቶች ቢገኙ አንዳቸውም ተጠያቂ አይደሉም። በዚህ ስራ በማናቸውም ምዕራፍ ለሚገኝ ስህተት ተጠያቂው እኔው ብቻ ነኝ። በጋራ በሰራናቸው ላይ በየምዕራፎቹ ያለውን ሀላፊነት ግልፅ ለማድረግ የደራሲዎቹን ስም ጠቅሼያለሁ።

በአለማችን ባሉ የዘመን አቆጣጠሮች፣ የወራትና የቀናት ስሞች መሀከል በርካታ መወራረስ ይታያል። ለምሳሌ፣ በአሁኑ ወቅት የአረብኛ ተናጋሪ የሆኑት ሶርያዎች ለአፈሳል በሚጠቀሙበት የዘመን አቆጣጠር ካሉት የወራት ስሞቹ ውስጥ ብዙዎቹ ከአረማይክ የተወሰዱ ናቸው። አረማይክ በራሱ ከባቢሎንያን/አካዲያን የወረሳቸው ናቸው። የእብራይስጡ የወራት ስሞችም ሙሉ በሙሉ ማለት ይቻላል ከባቢሎንያን የተወሰዱ ናቸው።

የአለማችን ህዝብ የሚጠቀምበት የግሪጎሪያን አቆጣጠር መሰረቱ የጁሊያን አቆጣጠር ነው። የጁሊያን አቆጣጠር መነሻው የሮማን አቆጣጠር ቢሆንም፣ ከፀሀይ/ትሮፒካል አቆጣጠር እንዲሰምር፣ የዓመቱን ግዜ ማስተካከያ ጁሊየስ ቄሳር እንዲደረግበት የወሰነው የግብፅን አቆጣጠር ከተመለከተ በኋላ ነው።

ወርን ሰባት ቀናት በያዙ ሳምንታት መከፋል የጥንት የባቢሎንያን ፈሊጥ ሲሆን፣ ቀናትን እሁድን አንድ ብሎ በመቁጠር በቁጥር መሰየም የእስራኤሎች/የመፅሀፍ ቅዱስ የእምነት ውጤት ነው። ወርን ሰባት ቀን በያዘ በሳምንት መከፋል በአለማችን ላይ እንዲስፋፋ ያደረገው ይኸው የመፅሀፍ/የአብረሀም ሀይማኖት ውጤት ነው።[1] ዓመትን በ12 ወራት መከፈል እና እንደኢትዮጵያው አቆጣጠር ከዚህ የተረፈውን ተጨማሪ ቀን እንደወር ሳይቆጥሩ ለብቻ ማስቀመጥ ወይም በግሪጎሪያኑ አቆጣጠር እንደሚታየው በየወሩ መበተን እንዲሁ በግዜ ሂደት በስሌት የተገኙ ናቸው። በርግጥ ለዚህ ቀመር ግብፆችና ባቢሎናውያን ከፍተኛውን ቦታ ይወስዳሉ።

በኢትዮጵያ ቀደምት በፅሁፍ ሰፍሮ የተገኘው ሀገርኛ ቋንቋ ግዕዝ ነው። በፅሁፍ ሰፍረው የምናገኛቸው የግዕዝ ቀናት እሑድ፣ ሰኑይ፣ ሠሉስ፣ ረቡዕ፣ ኀሙስ፣ ዓርብ፣ እና ሰንበት ናቸው። *እሑድ* ‘አሐድ’ ከሚለው የመጣ ነው። *አሐድ* ‘አንድ’ ማለት ነው። *ሰኑይ*፣ እንደ ሌስላው (1961:64) ከሆነ፣ ‘ሁለት’ ማለት ነው። ጥንታዊ ሴማዊ ስሩ √ሰነየ /√sny/ ነው—ለምሳሌ፣ ይህ ቀን

1 ከዚህ የወጡት ሶስቱም ሀይማኖቶች፣ (ማ. ክርስትና፣ እስልምና፣ እና ጁዳይዝም)፣ ሳምንትን በሰባት ቀናት የሚከፍለውን የዘፍጥረት እሳቤ የተቀበሉ ናቸው።

በአረብኛ (*ያውም*) *አልኢስኒን* /(yawm) al-iṯnayn/፣ በእብራይስጥ *ዮም ሼኒ* /yōm šenī/ *'ሁለተኛ ቀን'* ይባላል። በአማርኛም *ሰኞ* በግዕዝ *ሰነየ* ማለት "ኾለተ፣ ኹለት አደረገ" ነው (ደስታ 1970:1188)። በአማርኛ *ሰኞ* በግዕዝ *ሰኑይ* 'ሁለተኛ (ቀን)' ማለት ይሆናል።

የእብራይስጡ *ዮም* ከላይ በገለፅነው በ*ዮም ሼኒ* ውስጥ ያለው እና የአረብኛው *ያውም* በ*ያውም አልኢስኒን* ውስጥ 'ቀን' ማለት ነው። የዚህ ዝርያቃል በግዕዝ እና በደቡብ ኢትዮ-ሴማዊ ቋንቋዎች ውስጥም አለ። ለምሳሌ፣ በግዕዝ *ዮማዊ* ማለት 'የቀንሰራተኛ' ማለት ነው፤ *ዮም* 'ቀን'፣ 'ዛሬ'፣ 'አሁን' ማለት ነው። በቸሀ *አረም ባረም* ማለት በዚያው ቀን ማለት ነው (ሌስላው 1979:19)። *አረም* እና *ዮም* ዝርያቃል ናቸው። በሰሜን አርጎብኛ እና በወለኔም 'ቀን' ማለት *ኢያም* ነው። ሁሉም ዝርያቃል ናቸው። የሚከተሉትን ምሳሌዎች ይመልከቱ፤

1. አውጄ ምን ኢያም-ን (ወለኔ)
   ዛሬ ምን ቀን-ነው
   'ዛሬ ቀኑ ምንድነው?' (ማየር 2006:162)
2. ሀ. ኢያም ደረሰ (ሰሜን አርጎብኛ)
   'ቀኑ ደረሰ'
   ለ. ኢያም በኢያም
   'ቀን በቀን' (ግርማ 2013:188)

የግዕዙ *ሠሉስ* 'ሶስት' ማለት ነው። በአማርኛም ድምፁ ሳይለወጥ ሠለስ፣ ሠልስት፣ ወዘተ. ይባላል። *ረቡዕ* ከራብዕ የመጣ ነው። አራት ማለት ነው። *ኀሙስ* 'አምስት' (*ኀምስ*) ከሚለው እንደመጣ መገመት አስቸጋሪ አይመስለንም። *ዓርብ* ማለት 'ምሽት'፣ 'ማታ'፣ '(የፀሀይ) መግቢያ' ማለት ነው—የሚቀጥለው ቀን በዓል/ሰንበት ስለሆነ ዋዜማ መሆኑን ለማመልከት ነው። በእብራይስጡ *ኤሬቭ ሻባት* ይባላል። የሰንበት ዋዜማ ማለት ነው። የሴማዊ ልዕለ-ስሩ √ዐረበ /√ʕrb/ ነው። ምዕራብ ከዚሁ ስር የተገኘ ነው። የፀሀይ መግቢያ እንደማለት ነው።

አንዳንዴ *ዓርብ* በግዕዝ *ሰዱስም* ይባላል—እግዚአብሔር አለምን መፍጠር የጀመረበት ስድስተኛው ቀን ነው ተብሎ ስለሚታሰብ። ይህ ልክ

እንደእብራይስጡ ነው። በእብራይስጥ ከኤሬቭ ሻባት 'የሰንበት ዋዜማ' በተጨማሪ ዮም ሺሺ 'ስድስተኛ ቀን' ይባላል። (በግዕዝ) ሳድስ፣ በእብራይስጥ ሺሺ በአማርኛ ስድስት ማለት ናቸው። ሁሉም ዝርያቃል ናቸው።[2]

በኦሪት ዘፍጥረት ረገድ እግዚአብሔር አለምን ሰርቶ ሲያበቃ ያረፈው በሰባተኛው ቀን ነው። ቀኑም በእብራይስጥ ሻባት[3] ወይም ሳባት[4] ይባላል፤ ይከበራልም። በግዕዝ ከሰንበት በተጨማሪ ቀዳሚት ሰንበት፣ አንዳንዴም ሰንበተ አይሁድ ይባላል። 'የመጀመሪያው ሰንበት' ወይም 'የጥንቱ ሰንበት' እና 'የአይሁድ ሰንበት' እንደቅደምተከተላቸው ማለት ናቸው። በኦሮምኛም ሰንበተ ዱራ 'ቀዳሚ ሰንበት' ይባላል።

በአለማችን የዘመን አቆጣጠር ባብዛኛው አንድም ፀሀይን፣ አልያም ጨረቃን መሰረት ያደረገ ነው። ሁለቱን በማጣመር የሚጠቀሙም አሉ። ለዚህ እስራኤልና ቻይናን መጥቀስ ይቻላል። የሲዳማ እና የ(ቦረና) ኦሮሞ (ባህላዊ) ዘመን አቆጣጠር በጨረቃ ላይ የተመሰረተ ሲሆን፣ በኦሮሞ በወር ሀያሰባት ቀናት፣ በሲዳማ ደግሞ ሀያስምንት ቀናት ልክ እንደባቢሎን ዘመን አቆጣጠር የራሳቸው ስያሜ አላቸው። በተጨማሪም በሲዳማ ከገበያ ጋር የተያያዙ ዲኮ፣ ቃዋላንካ፣ ቃዋደ፣ እና ዴላ የሚባሉ አራት ቀናት በሳምንት አሉ።

የኢትዮጵያ ዘመን አቆጣጠርን በተለያዩ ስራዎች የጁሊያን ዘመን አቆጣጠር የሚል ማግኘቱ በጣም የተለመደ ነው። የዚህ አስተሳሰብ ምንጩ ምን እንደሆን የሁሉንም ማወቅ ባንችልም፣ የኢትዮጵያ ዘመን አቆጣጠርን ከጁሊያን አቆጣጠር ጋር የሚያገናኘው ነገር እንደሌለ ከጥንት ጀምሮ በአበው ሊቃውንት ዘንድ የታወቀ ነው። የኢትዮጵያ ዘመን አቆጣጠር ሙሉ በሙሉ ማለት ይቻላል የሚመሳሰለው ከቅብጥ ወይም እስከንድርያ አቆጣጠር[5] ከሚባለው የግብፅ አቆጣጠር ነው። የኢትዮጵያ አቆጣጠር ከጁሊያን

---

2 በእንግሊዝኛ 'cognate' የሚለውን ይወክላል። ፍቺው በታሪካዊ ስነልሳን ያለውን ይመለከታል።

3 Shabbath.

4 Sabbath.

5 በእንግሊዝኛ 'ኮፕቲክ ካላንደር' (Coptic Calendar) እና 'አሌክሳንደሪያን ካላንደር' (Alexanderian Calendar) እንደቅደምተከተላቸው የሚሉትን ይመለከታል። በዚህ ስራ 'ኮፕት' (copt) የሚለውን ቅብጥ እያልን እንጠቀማለን። ቅብጥ ባሁኑ ግዜ የግብፅ ኦርቶዶክሶችን እና እነሱ ለቤተክርስትያን አንዳንድ አገልግሎት የሚጠቀሙበትን ቋንቋንም የተመለከተ ነው። ቋንቋው ከጥንታዊ ግብፅ የመጣ ነው።

አቆጣጠር የሚያመሳስለው ምንም ልዩነት ሳያደርግ በየአራት ዓመቱ አንድ ቀን በመጨመሩ ነው። ማለትም በሁለቱም አቆጣጠሮች ዓመት በአማካይ 365.25 ቀናት ይይዛል።

የኢትዮጵያ አቆጣጠርን የጁሊያን እያሉ መጥቀሱ፣ ነገሩን በውል ካለማወቅ ምናልባት ከስራ ስራ እየተቀባበለው ከመምጣት ሊሆን ቢችልም፣ አንዳንዱ ግን የዘር ፖለቲካ ያለበት ይመስላል። ለምሳሌ፣ የጁሊያን አቆጣጠር በሚል መጣጥፍ ላይ የጁሊያን አቆጣጠር ለኢትዮጵያ አቆጣጠር መሰረት ነው የሚል እናገኛለን። ይህን ሲል በስህተት ነው እንዳንል ከእስክንድርያው አቆጣጠር ተታኮ የገባ እንደሆነም ይገልፃል።[6] ጁሊየስ ቄሳር በመሰረቱ በሮማን አቆጣጠር ላይ ማስተካከያ ያደረገው ግብፅን ነብኝቶ ከኪሊዮፓትራ ፍቅር ከጀመረ በኋላ ነው። በወቅቱ ተግባራዊ ባያደርጉትም በግብፆች በ365-ቀን የሲቪል አቆጣጠር ላይ በአራት ዓመት አንድ ቀን እንዲጨመር የወሰኑት ጁሊየስ ቄሳር መጨበጫ የሌለውን ዝብርቅርቅ የሮማን አቆጣጠር ከማስተካከሉ ከሁለት ምዕት ዓመት በፊት ነው። የዚህ አይነቱ መጣጥፍ ለተራው ህዝብ የሚፃፍ በመሆኑ በቀላሉ ብዙም የማያውቀውን በተገኘው አጋጣሚ ሁሉ አንገት ለማስደፋት የቀረበ ከ19ኛው ክፍለዘመን ጀምሮ ስር የሰደደ የነጭ ዘረኝነት መርዝ አካል ይመስላል።

በቅብጥ/እስክንድርያ አቆጣጠር እና በኢትዮጵያ አቆጣጠር መሀከል መመሳሰል የመጣው ኢትዮጵያ አቆጣጠሩን ከግብፅ በመውሰዷ ነው። ግብፅና ኢትዮጵያ ከጥንት ጀምሮ ግንኙነት ነበራቸውና የኢትዮጵያ ዘመን አቆጣጠር ከግብፅ መምጣቱ ብዙም የሚያስገርም አይደለም። ያም ቢሆን ኢትዮጵያ የግብፅ ዘመን አቆጣጠርን ከመውሰዷ በፊት የራሷ አቆጣጠር አልነበራትም ማለት አይደለም። ህብረተሰቡ ይጠቀምበት በነበረው ላይ በግብፁ መልክ አቆጣጠሩ ማስተካከያ የተደረገለት ይመስላል። ለዚህ አባባል ከማጠናከሪያው አንደኛው በሁለቱ አቆጣጠሮች መሀከል የወራት ስሞች መለያየት ነው። ከሶስት ወራት በስተቀር በቅብጥና በግዕዙ የወራት ስሞች መሀከል ዝምድና ማግኘት ይከብዳል። በሶስቱ ወራት ያለው መመሳሰልም ቢሆን ከአንድ ወር በስተቀር ያጋጣሚ እንጂ በውርስ የተገኘ አይደለም።

---

6 የእንግሊዝኛው ሀረግ የሚከተለው ነው፤ "In the form of the Alexandrian calendar, it [i.e. Julian calendar] is the basis for the Ethiopian calendar, which is the civil calendar of Ethiopia" (http://en.wikipedia.org/wiki/Julian_calendar Accessed 8-12-2015).

ምናልባት ለማናችንም እንግዳ ነገር ያልሆነው የኢትዮጵያ አቆጣጠር ከግሪጎሪያን አቆጣጠር በሰባት/ስምንት ዓመት መለየቱ ነው። የኢትዮጵያ አቆጣጠር በዘመን ስሌት ከቅብጥ አቆጣጠርም ይለያል። የቅብጥ አቆጣጠር ዘመን 'ኢራ'[7] የሚጀምረው ክርስትያኖችን ከጨፈጨፈው ዲዮክሌትያን የተባለው የሮማን ኢምፐረር ከሆነበት 284 ጋአ ነው። ዘመኑም በዚህ ንጉሥ ስም ዘመነ ዲዮክሌትያን፣ ከሰባተኛው መቶ ክፍለዘመን ወዲህ ደግሞ ባብዛኛው ዓመተ ሰማዕታት በመባል ይታወቃል።

የግዕዙ የወራት ስሞች በብዙው ያገራችን ቋንቋዎች ተሰራጭተው ይገኛሉ። ይሁን እንጂ ከነዚህ የወራት ስሞች ውስጥ የአብዛኞቹን መነሻ ስርወቃል ከመላምት በዘለለ በእርግጠኝነት አፍ ሞልቶ መናገር አይቻልም።

በደጋማው ምስራቅ ኩሽቲክ ቋንቋዎች መሀከል በርካታ የወራት ስም መመሳሰል አለ። ከዚህ ንዑስ የቋንቋ ቤተሰብ ስር ከሚመደቡት በዚህ ስራ በጥልቀት የተመለከትናቸው የጌዲኦኛና የሲዳምኛ የወራት ስያሜዎችን ነው። ከ12 የወራት ስሞች ውስጥ አስሩ በጌዲኦኛና በሲዳምኛ ተመሳሳይ ናቸው። የነዚህ የወራት ስሞች መመሳሰል በቆላማው ምስራቅ ኩሽቲክ ውስጥ ከሚመደቡት ከተወሰኑት በተለይ ከኦሮምኛ ጋርም ነው። የሲዳምኛና ጌዲኦኛ የወራት ስሞች ከኦሮምኛው ጋር ትንሽ የማይባል መመሳሰል ያሳያሉ። ለምሳሌ፣ የጌዲኦኛ ወራት ከመደበኛው የኦሮምኛ ዘዬ ውስጥ ካሉት ስምንቱ፣ ከቦረና ኦሮምኛ ጋር ደግሞ ሰባቱ ተመሳሳይ ናቸው። ይህ መመሳሰል ከቋንቋዎቹ ሰዋስው አንፃር፣ መጠነኛ የስነድምፅ ለውጥ በተወሰኑት ውስጥ መኖሩ እንደተጠበቀ ሆኖ ማለት ነው።

ከሁሉም የኩሽቲክ ቋንቋ ተናጋሪ ህብረተሰብ በተለይ በሲዳማ የዘመን አቆጣጠር ከህብረተሰቡ ህይወት ጋር እጅግ የተቆራኘ ነው። የዘመን መለወጫ በከፍተኛ ድምቀት በሲዳማ ይከበራል። የሲዳምኛውና ኦሮምኛው በወራት ላይ የተመሰረተው የቀናት ስያሜ የቀረበ መመሳሰልም የሚያሳያን ምናልባት የሲዳምኛውና የኦሮምኛው (የተመሳሰሉት) ከጥንት ይዘውት በማምጣት ሳይሆን አንዱ ከአንዱ በመውረስ መሆኑን ነው። ወደ ዝርዝሩ እዚህ አንገባም።

በዚህ ስራ ሀሳብ በመለዋወጥ፣ መረጃ በመስጠት፣ ተያያዥና ጠቃሚ የምርምር መጣጥፎችን በመስጠትና በመጠቆም እንዲሁም ረቂቁን አንብበው

---

7 Era. ዘመን የሚለውን ቃል በዚህ በእንግሊዝኛው ፍቺው ስንጠቀምበት አንባቢን እንዳያደናግር እዚህ እንዳደረግነው በብዙ ቦታ የእንግሊዝኛውን ቃል 'ኢራ'፣ አብረን ሰጥተናል።

አስተያየት የሰጡንን ሁሉ ከልብ እናመሰግናለን። የተወሰኑትን በስም ከዚህ በታች እንጠቅሳቸዋለን።

በምዕራፍ ሶስት የተጠቀምንባቸውን መረጃዎች ባብዛኛው የወሰድነው ከግሮቨር ሀድሰን (2006)፣ አስመሮም ለገሰ (1973)፣ ዎልፍ ሌስላው (1979 & 1987/1991)፣ ኪዳነወልድ ክፍሌ (1948)፣ ደስታ ተክለወልድ (1960)፣ ሮኒ ማየር (2006)፣ በተለያዩ የአለማችን ቋንቋዎች የቀናትና የወራት ስያሜን ዝርዝር ከያዘው ድረ ገፅ፤ http://geonames.de/months.html#ara እና በቦታው ከጠቀስናቸው ሌሎች በርካታ ስራዎች ነው። በምዕራፍ ሁለት የተጠቀምንባቸውን መረጃዎች ደግሞ በዋናነት የሰበሰብነው ከግሮቨር ሀድሰን (1989)፣ ወልፍ ሌስላው (1961)፣ ሮኒ ማየር (2005 & 2006)፣ ምህረቱ አድነው (2015)፣ ሽመልስ እና ግርማ (2002)፣ አስመሮም ለገሰ (1973)፣ ዴቪድ አፕልያርድ (2006)፣ እንዲሁም የበርካታ ቋንቋዎችን የቀንና የወራት ስሞች ከያዘው ከላይ ከጠቀስነው ድረገፅ ስር ካለው በተለይ ከሚከተለው ገፅ ነው፤ http://www.geonames.de/days.html። ሁሉንም በአግባቡ በቦታው ብንጠቅስም፣ እዚህም በድጋሜ በህይወት ላሉት ምስጋና ስናቀርብ፣ በህይወት ለሌሉት ደግሞ ስማችሁ ከፍ ይበል እንላለን—ትልቅ ባለውለታዎቻችን ናቸውና።

መረጃዎችን በማጣራት እና አዳዲስ በማቅረብ ወለኔ እና ዛይ ላይ ዶር. ሮኒ ማየር፣ ኦሮምኛ ላይ ዶር. ሙሀመድ ጀማል፣ ኻምጣንጋ ላይ ዶር. ተሾመ በላይ፣ አውንጊ ላይ ዶር. ያረጋል አለነ፣ ሀዲይኛ፣ ከምባትኛ፣ እና ጌዲኦኛ ላይ ዶር. ልዑልሰገድ አሰፋ፣ በተጨማሪ ሀዲይኛ ላይ ፕሮፌሰር ሀብታሙ ወንድሙ፣ ሲዳምኛና እብራይስጥ ላይ ደግሞ ዶር. አንበሳ ተፈራ ተባብረውናል። ለሁሉም ምስጋናችን ይድረሳቸው። በተለይ ሙሀመድ ጀማል በኦሮምኛ ላይ ስለሰጠን ተጨማሪ ማብራሪያ፣ አንበሳ ተፈራ በእብራይስጥና በሲዳምኛ ላይ፣ ልዑልሰገድ አሰፋ በሀዲይኛ፣ ከምባትኛ፣ እና ጌዲኦኛ ላይ፣ እና ደበላ ጎሹ በኦሮምኛ ላይ ስለሰጡን ጠቃሚ አስተያየት ሁላቸውንም ከልብ እናመሰግናለን። ለልዑልሰገድ አሰፋ መረጃዎቹን በመስጠትና በመሰብሰብ የተባበሩትንም ሁሉ እናመሰግናለን።

ይህ ስራ መስከ ብዙ ነው። ከብዙ በጥቂቱ ታሪካዊ ስነልሳንን፣ ስነሰብን/ስነማህበረሰብን፣ ስነፈለክን ‘አስትሮኖሚን’[8]፣ ስነመለኮትን፣ ታሪክን፣ እና ስነእርሻን በቀጥታም ሆነ በተዘዋዋሪ ይነካል። ከሙያ አንፃር

---

8 Astronomy.

የየመስኩ ባለሞያዎች ስለመፅሀፉ ይዘት የተወሰነ ቃላቸውን ቢያሰፍሩ ለአንባቢ ትልቅ ውለታ እንደሚሆን በመገመት በየመስካቸው በስራቸው ስማቸውን ያቆሙ/ያስጠሩ ሊቃውንት ቀዳሚ ቃል እንዲፅፉ ጠይቀን በዚህ ስራ አካተናል። እነዚህም በአዲስ አበባ ዩኒቨርሲቲ የስነልሳን መምህር የሆኑት ዶር. ደበላ ጎሹ፣ የስነማህበረሰብ ተመራማሪ የሆኑት ፕሮፌሰር አበበ ዘገየ፣ የኢትዮጵያ የስነእርሻ እና የፖለቲካ ታሪክን በሚመለከት በቅርቡ ድንቅ መፅሀፍ የፃፉት በአሜሪካ የሲቲ ዩኒቨርሲቲ ኦፍ ኒዎርክ መምህር ፕሮፌሰር የእቢዮ ወልደማርያም፣ እና የስነመለኮት እና ጥንታዊ ታሪክ ተመራማሪ የሆኑት በቅርቡ የኢትዮጵያ ኦርቶዶክስ ተዋህዶ ቤተክርስትያን ታሪክ መፅሀፍ ያሳተሙት ፕሮፌሰር ኤፍሬም ይስሐቅ ናቸው። እነዚህ ወዳጆቻችን ቀዳሚ ቃሉን በመፃፋቸው፣ ከኛም በላይ ለአንባቢ ባለውለታ ናቸውና ምስጋናችን ከልብ ነው። ይህን የቀዳሚ ቃሉን ክፍል ያደራጀነው ከፀሀፊዎቹ በደረሰን የግዜ ቅደምተከተል ነው። በመጀመሪያ የደረሰንን መጀመሪያ ላይ፣ ቀጥሎ የደረሰንን በመቀጠል፣ መጨረሻ ላይ የደረሰንን መጨረሻ ላይ አድርገናል። ብዙ ብናወጣ ብናወርድም ከዚህ አደረጃጀት የተሻለ ለግዜው ሊታየን አልቻለም።

የሽፋን ስዕሉ የፀሐይ ግርዶሽ የተሰኘው የታዋቂው ሰዓሊ የዘሪሁን የትምጌታ ነው። እኚህ ድንቅ ሰዓሊ ስዕላቸውን እንድንጠቀም ፍቃዳቸውን ስለሰጡን ምስጋናችን ከፍ ያለ ነው። የስራ ባልደረባችን እና ወዳጃችን የአፍሪካ ወርልድ ፕረስ እና የሬድ ሲ ፕረስ ሀላፊ ካሳሁን ቸኮለን እንዲሁም ኪዳነ እቁባጋብርን፣ ሰናይት ካሳሁንን፣ እና ዶረቲ ስኬልተን ለሁሉም ነገር ልናመሰግናቸው እንወዳለን።

ግርማ አውግቸው ደመቀ፣
ትሪንተን፣ ኒው ጀርሲ፣ ኦክቶበር 2015

ቀዳሚ ቃል

ፕሮፌሰር አበበ ዘገየ
ወልድያ ዩኒቨርሲቲ

የግዜ እሳቤ ከሰው ልጅ ማህበራዊ ህይወት እድገት ጋር እጅጉን የተቆራኘ ነው። ታሪክን በቀላሉ ለመገንዘብም ሆነ ለመዘገብ የሚያስችል ዓመትን በቁጥር ከአንድ የጋራ ነጥብ በመነሳት መጠቀም የተለመደው ከቅርብ ግዜ ወዲህ ነው። ለምሳሌ፣ የምዕራቡን ዓለም ብንመለከት ከክርስቶስ በፊትና በኋላ እያለ ዘመንን በቁጥር ማደራጀት የጀመረው ከስድስተኛው መቶ ጋራ አቆጣጠር (ጋአ) ወዲህ ነው።[1] የአብርሀም እምነት መስራቾቹ እስራኤሎች በዓመተ ዓለም ዘመናቸውን ማስላት በወጥነት የጀመሩት ከክርስትያኑ አቆጣጠር በጣም ዘግይተው በ14ኛው መቶ ጋአ ነው።

በከብት እርባታ ላይ የሚተዳደረው ጥንታዊ ህብረተሰብ ማስተዋል የሚያስፈልገው ምናልባት የክረምትንና የበጋን መፈራረቅ ብቻ ሊሆን

1 ጋራ አቆጣጠር በእንግሊዝኛ common/current era በክርስትያኖች ዘንድ ደግሞ ዓመተ እግዚእ በላቲን anno domini የሚለውን ይመለከታል። በዚሁ መሰረት ቅድመ ጋራ አቆጣጠር (ቅጋአ) በእንግሊዝኛ before common/current era፣ በክርስትያን ፅሁፎች ደግሞ ቅድመክርስቶስ 'Before Christ (BC)' የሚለውን ይወክላል። በዚህ መፅሀፍ ምዕራፍ አራትን ይመልከቱ።

ይችላል። በእርሻ ላይ የሚተዳደር ህብረተሰብ ግን ወቅትን በትክክል ማስላት ይጠበቅበታል። የፀሀይ አቆጣጠር የምንለው ከሞላ ጎደል የሰው ልጅ በግብርና ተግባር መተዳደር ሲጀምር አብሮ የመጣ እንደሆነ መገመት ይቻላል። በዘመናችን ደግሞ ወራትንና ቀንን መለየት ብቻ ሳይሆን ሰዓት፣ ደቂቃ፣ ከዚያም አልፎ ሰከንድ ትልቅ ቦታ አላቸው። ወደአንዳንዱ ሙያ አልፈን ከገባን ደግሞ ከዚያም በታች ግዜን በማይክሮሰከንዶች መከፈል ግድ ይላል። በአሁኑ ዘመን ግዜን በሽርፍራፊዎች ድረስ መለካት የሰው ማህበራዊ ህይወት አካል እንደሆነ ለማስረዳት ዋቢ መጥቀስ የሚያስፈልግ አይመስለኝም።

መሰረታዊ የግዜ መለኪያዎች—እነ ቀን፣ ወር፣ እና ዓመት—ከተፈጥሮ ክስተቶች ጋር ከመነሻው የተሳሰሩ ናቸው። ቀን መሬት በራሷ ዛቢያ ከምታደርገው መሽከርከር፣ ወር (ወይም የዚህ ፅንሰሀሳብ መነሻ) በጨረቃ ዑደት፣ እና ዓመት ከወቅቶች መፈራረቅ ጋር በአብዛኛው የዓለማችን አቆጣጠር ይያያዛሉ።

ቀን መሽቶ መንጋቱን እንኳን ሰው እንሰሳውም የሚገነዘበው ነውና ይህን እንደግዜ መለኪያ የሰው ልጅ መውሰዱ የሚጠበቅ ነው። ጭለማው ሲነግስ በመሀል ብቅ እያለ ብርሀን የሚሰጠው ጨረቃም ያሁን ህዝብን አይደለም ጥንታዊ ሰውን ቀልብ የሚስብ ነው። ጥንታዊ ሰው የጨረቃን አመጣጥና አካሄድ ለማስላት የጨለማና የብርሀን መፈራረቅን በቀን እየቆጠረ የምርምሩ መጀመሪያ ቢያደርገው የሚያስገርም አይደለም። የወር እሳቤ ከጨረቃ መወለድና መጥለቅ ጋር የመያያዙ ምስጢር በጥንታዊ ሰው ብቻ ተወስኖ አልቀረም። ሀይማኖቱ አይሎ አሁንም ይህን የሚጠቀሙ ህብረተሰቦች አሉ። በዚህ መፅሐፍ ምዕራፍ አራት ላይ እንደተገለፀው፣ ለዚህ አብነት የእብራውያን እና የእስልምና አቆጣጠሮችን መጥቀስ ይቻላል።

የጨረቃን ወር ቆጥሮ ዓመትን ማስላት ጥንታዊ ሰው በቀላሉ ሊደርስበት አልቻለም ነበር። 12 የጨረቃ ወራት ለ(ፀሀይ) ዓመት የቀረቡ ቢሆንም፣ እኩል ግን አይደሉም። 13ቱ ደግሞ በጣም የሚበዙ ናቸው። ይህን ጉዳይ ዋና ነጥብ አድርገው ከጥንት ጀምሮ ሊቃውንት ሲመራመሩ ኖረዋል። በዚህ ረገድ ትልቅ ግኝት ተደርጎ የሚቆጠረው በ8ኛው መቶ ቅጋአ አካባቢ በባቢሎንያን የስነፈለክ ሊቃውንት የተደረሰበት በ19 ዓመት ሰባት ወራት መጨመር ነው። በእስራኤሎች አቆጣጠር አሁንም ያለው ይኸው ስሌት ነው። ፋሲካን በሀገራችን ጨምሮ ለማስላት ይህ ቀመር አሁንም ያገለግላል። በግዕዝ ይህ ዑደት አውደ አበቅቴ ይባላል። በዚህ መፅሀፍ ምዕራፍ አራትን ይመልከቱ።

የወራት ስሌት ከጨረቃ መወለድና መግባት ጋር መያያዙ በሂደት በአብዛኛው ህብረተሰብ እየቀረ ቢመጣም ዓመትን ከወቅት መፈራረቅ ጋር መቶ በመቶ ያገናዘበ፣ አሁንም ቢሆን በየትኛውም የሲቪል አቆጣጠር አይታይም። ለዚህ ከምክንያቶቹ አንዱ የስነፈለክ ዑደት በራሱ ውስብስብ መሆኑ ነው። ብልሁ የሚል ቅፅል ወጥቶለት የነበረው ሊቁ የካስቴላው ንጉስ አልፎንሶ አስረኛ (ኖቬምበር 23፣ 1221 – አፕሪል 4፣ 1284) የሁለተኛው መቶ ጋአ የእስክንድርያውን ታዋቂ የስነፈለክ ሊቅ የፐቶለሚን ቀመር እንዲያስረዱት ጠይቆ የሒሳቡ ውስብስብነት ቢገርመው፣ "እግዚአብሔር ዓለምን ሲፈጥር አማክሮኝ ቢሆን ኖሮ ቀላል መንገድ አሳየው ነበር" እንዳለ ይነገራል።[2] ስለስነፈልክ ውስብስብነት ከብዙ በጥቂቱ በዚህ መፅሀፍ የተጠቀሱ ስራዎች የሚያሳዩ ይመስለኛል።

ዓለማችን እየተቀራረበች የባህል ልውውጡ መከሰት ለብዙዎቻችን የአሁን ሊመስለን ቢችልም በሚያስገርም ሁኔታ ረጅም እድሜ ያስቆጠረ ነው። ለምሳሌ፣ ይህ ውርርስ ከውጭው ምንም ግንኙነት የለውም ብለን በምናስበው ህብረተሰብና የራሴ ብሎ በያዘው በርካታ መንፈሳዊ/ሀሳባዊ ባህሎች ተንፀባርቆ ይገኛል። በዚህ መፅሀፍ በተለያዩ የሀገራችን ቋንቋዎች በአለም ካለው እውነታና ከታሪክ አንፃር የተደረገው የቀናት ስያሜዎቹ ቅኝት የሚያሳየው ይህንኑ ነው።

ኢትዮጵያ የራሷ የዘመን አቆጣጠር ያላት አገር ናት ቢባልም ልክ እንደዚያው አቆጣጠሩ ከጁሊያን ዘመን አቆጣጠር የመጣ ነው የሚል ተዘውትሮ ይሰማል። በምዕራፍ አራት የኢትዮጵያ የዘመን አቆጣጠር አመጣጥ ታሪክ ከእስክንድሪያ/ከቅብጥ አቆጣጠር ጋር እንጂ ከጁሊያን አቆጣጠር ጋር እንዳልሆነ ያስረዳል። የኢትዮጵያ አቆጣጠር የጁሊያን አቆጣጠር እንዳልሆነ በቀላሉ ሊታወቅ እየቻለ፣ እንዲሁም በሀገራችን አበውና በመስኩ ምሁራን ዘንድ ከጥንት ጀምሮ እየታወቀ ተደጋግሞ አሁንም በተለየም ስለዘመን አቆጣጠር በሚያወሱ ስራዎች ከጁሊያን አቆጣጠር ነው የመጣው በማለት የሚነገረው ከምን ምክንያት የተነሳ ነው ለሚለው ይህ ስራ ለየት ያለ ማብራሪያ ይዞ ቀርቧል፡፡ በዚህ ምዕራፍ በተጨማሪም በግሪጎሪያኑ የዘመን አቆጣጠር እና በኢትዮጵያው አቆጣጠር መካከል የተፈጠረው ልዩነትስ

---

2 ትርጉሙ ቃል በቃል አይደለም። በብዙው ስራ በእንግሊዝኛ የሚገኘው የሚከተለው ነው፤ "If the Lord Almighty had consulted me before embarking on creation thus, I should have recommended something simpler" (Alfonso X)።

መነሻው ምንድነው የሚለው ፅንሰ ሀሳብ ተዳስሷል። የዘመን አቆጣጠርን ከሀይማኖት እና ከሌላው ባህል ተፅዕኖ ለመለየት በአለማችን በአንዳንድ አገሮች ለምሳሌ በፈረንሳይ የ1789 ታላቁ የፈረንሳይ ቡርዧ አብዮት፣ በሩስያ የ1917 የቦልሼቪክ ሶሻሊስት አብዮት፣ በቱርክ የ1927 ለውጥ፣ በሊቢያ የ1984 በኮሎኔል ጋዳፊ የተደረገው ለውጥ በዚህ መፅሀፍ ተጠቅሰዋል።

በምዕራፍ አራት፣ የኢትዮጵያ አቆጣጠርን ለመገንዘብ በቀጥታም ሆነ በተዘዋዋሪ ግንኙነት አላቸው ተብለው የሚታሰቡትን አቆጣጠሮች ከማቅረብ በተጨማሪ በአብርሀም ሀይማኖት ተከታዮች ዘንድ የዓመተ ዓለም ልዩነት ምክንያትም ተዳሷል። ለሁለቱም መነሻው ብሉይ ኪዳን ቢሆንም፣ የእብራውያን ስሌትና የክርስትናው ስሌት የተለያየ ነው። የዚህ የማስላት ልዩነት በክርስትናው ውስጥም አለ። በርግጥ ለግሪጎሪያኑ እና ለኢትዮጵያው ዘመን መጀመሪያ 'ኢራ' ልዩነቱ ይኸው ነው። በምዕራፍ አራት እንደተጠቀሰው የሚይዙት ነጥብና የሚጠቀሙበት ቅጂ መለያየት አሁንም በአብርሀም ሀይማኖት ስሌት ዓለም ተፈጠረችበት የሚባለው ቀን ላይ ስምምነት የለም። የግሪጎሪያኑ፣ መሰረት ያደረገው 5493 ቅጋአ፣ የኢትዮጵያው 5500 ቅጋአ፣ እና የእብራውያኑ ደግሞ 3761 ቅጋአ ነው። በምዕራፍ አራት በዝርዝር እንደቀረበው፣ በቅርቡ እነዚህ ሀይማኖቶች ዘመኑን የቀመሩበትን ብሉይ ኪዳን በመያዝ ጆን ማከኦውን (2005) ፍጥረተ ዓለምን ከአስራ ሶስት ሺህ ዓመት በላይ ያደርገዋል—11,013 ቅጋአ።[3] ክራውፎርድ (1887) ከአዳም እስከ አብርሀም ያለውን ብቻ አስር ሺህ አምስት መቶ ያደርገዋል።[4] ይህ ሰው ከሱ በፊት በሌሎች የተሰጡ የተለያዩ ቀመሮችን በዘረዘረበት ሠንጠረዥ ፍጥረተ አለምን በንሰን ሀያ ሺህ ቅጋአ እንደሚያደርሰው ገልጿል (ክራውፎርድ 1887፡164)። በኢትዮጵያ ከመፅሐፍ ቅዱስ ዘፍጥረት ጀምሮ ስላለው የዘመን ቀመር ኦቶ ኒውጌባወር (1989)ን ይመልከቱ።[5]

በካቶሊክ እምነት መዳበር የራሱን አሻራ የተወው የአልጄሪያው ተወላጅ ፈላስፋና ሊቀስነፈለክ አቡነ አጉስቲነ (ኖቬምበር 13፣ 354 ጋአ – ኦገስት 28፣

3 McOwen, John. 2005. Biblical Timeline of History. www.ebiblefellowship.com. Accessed 10/09/2015.

4 Crawford, Tarleton Perry. 1877. *The Patriarchal Dynasties from Adam to Abraham: Shown to Cover 10,500 Years, and the Highest Human Life Only 187*. Richmond: Josiah Ryland & Co.

5 Neugebauer, Otto. 1989. *Chronography in Ethiopic Sources*. Wien: Verlag der Osterreichischen Akademie der Wissenschaften.

430 ጋአ) "እግዚአብሄር ዓለምን ከመፍጠሩ በፊት ምን ይሰራ ነበር?" በሚል ለቀረበለት ጥያቄ፣ በመቀለድ "እንደዚህ አይነት አስቸጋሪ ጥያቄ ለሚጠይቁ ብልሆች የሚሆን ገሀነም እየሰራ ነበር" ብሎ እንደመለሰ ይነገራል። በርግጥ አጉስቲኒ ይህን ለማለቱ ማረጋገጫ የለም። ጥያቄው ግን ከእምነቱ ውጭ ያለም ሆነ በእምነቱ ውስጥ ያለ ነፍሱ ያደገች ተመራማሪ ሁሌም ሊያነሳው የሚችል ነው።

ሳይንሱን ወደጎን አድርገን፣ ከአብርሀም ሀይማኖቶች ወጣ ብለን በተለያዩ ህብረተሰቦች ያለውን እሳቤ ብንመለከት ልዩነቱ እንደእምነቱ የሰፋ ነው። በቱሪን ፓፒረስ የመንግሥታቱ ዝርዝር መሰረት ጥንታዊ ግብፆች የመንግሥታቸው መነሻን አርባ ሺህ ቅጋአ አካባቢ ያደርሱታል።[6] "የሱሜሪያን የንጉሶች ዝርዝር" በመባል የሚታወቀው ጥንታዊ የሱሜሪያን ጥራዝ መሰረት የመጀመሪያው የምድር ንጉስ ብቻ ለሀያ ስምንት ሺህ ስምንት መቶ ዓመት ገዝቷል። ከሱ ቀጥሎ የነበረው ለሰላሳ ስድስት ሺህ ዓመት ነግሷል (ጃኮብሰን 1939:71)።[7] በዚህ (በግርማ) መፅሐፍ በምዕራፍ አራት እንደተጠቀሰው፣ ጥንታዊ ባቢሎንያን መንግሥታቸው ከአራት መቶ ሰባ ሺህ ዓመት በፊት የተመሰረተ እንደሆነ ይገምቱ ነበር። ከሳይንስ ጋር በጣም ይቀራረባል የሚባለው የሂንዱይዝም እሳቤ ነው። በርግጥ የሂንዱይዝም የእምነቱ መሰረት ነው ማለት ባንችልም፣ ቴሬሲ (2002:7-8) እንደዘገበው በአምስተኛው መቶ ጋአ የነበረ ህንዳዊ የመሬትን እድሜ 4.3 ቢሊዮን ዓመት አድርጎታል።[8] የዘመናችን ሳይንስ ግምት 4.6 ቢሊዮን ዓመት ነው። ፍጥረተ ዩኒቨርስም በሂንዱይዝም ልክ እንደሳይንሱ ዑደታዊ ነው (ሳጋን 1985:258)።[9] በሂንዱ እምነት ዩኒቨርስን አንድ ላይ አስሮ የያዘው ስበት ነው (ቴሬሲ 2002:7)። ቴሬሲ (ዝኒከማሁ) በማከል እንደገለፀው ጥንታዊ ግሪኮች መሬት ጠፍጣፋ ነች ብለው በሚያስቡበት ወቅት ሳንስክሪት ተናጋሪ ህንዶች እንቁላል ቅርፅ 'ስፔሪካል'[10] ነች ብለው ያስቡ ነበር። በስድስተኛው መቶ ጋአ የነበረ የሂንዱ ሊቀ-ስነፈለክ የፀሀይ መውጣትና መግባት ማለትም የብርሀንናና ጭለማ

---

6 በዚህ መፅሐፍ ምዕራፍ አራትን ይመልከቱ።

7 Jacobsen, Thorkild. 1939. *The Sumerian King List.* Chicago: The University of Chicago Press.

8 Teresi, Dick. *Lost Discoveries: The Ancient Roots of Modern Science—from the Babylonians to the Maya.* New York: Simon & Schuster.

9 Sagan, Carl. 1985. *Cosmos.* New York: Ballantine Books.

10 Spherical shape.

መፈራረቅ መሬት በራሷ ዛቢያ ላይ በምታደርገው መሽከርከር ምክንያት እንደሚከሰት ያስተምር እንደነበር ቴሬሲ ይገልፃል። በርግጥ ሱመሪያኖችም ከዛሬ አምስት ሺህ ዓመት በፊት መሬት ክብ ነች ብለው ያስቡ ነበር። ለዝርዝሩ ቴሬሲን (2002) እና በዚያ የተጠቀሱ ስራዎችን ይመልከቱ።

የዘመን አቆጣጠር ላይ በተለያዩ ህብረተሰቦች ያለ የዓለማችን ግንዛቤ ሰፊ ነው። የግርማ መፅሀፍ አቆጣጠርን እንዳለ ማቅረብ ብቻ ሳይሆን በየነጥቡ በጥልቀት መሄድ ለሚፈልግ ጠቃሚ መረጃዎችንም በዝርዝር ይጠቁማል። ይህ መጽሐፍ የኢትዮጵያን ሲቪል የዘመን አቆጣጠርን ብቻ ሳይሆን ዘርፈ ብዙ መረጃዎችን የያዘ ሰፊ ጥናት ነው።

ቀዳሚ ቃል

ፕሮፌሰር ኤፍሬም ይስሐቅ
ኢንስቲቱዩት ኦፍ ሴሜቲክ ስተዲስ፣ ዳይሬክተር

በዚህ መፅሐፍ ዶር. ግርማ የበርካታ የሀገራችን ቋንቋዎችን የቀናትና የወራት ስያሜዎች ከታሪካዊ ስነልሳን አንፃር ቃኝተዋል። ቅኝታቸው ባህልን፣ ስነመለኮትን፣ እና ታሪክንም ያገናዘበ ነው። ከቀናትና ወራት ስያሜዎች ባሻገር፣ የኢትዮጵያ ዘመን አቆጣጠር የትመጣንም ዳሰዋል። ይህን በዳሰሱበት ክፍል በአለማችን በስፋት የሚያገለግሉትንና ያገለግሉ የነበሩትን አቆጣጠሮች እንዲሁም በታሪክ ትልቅ ቦታ ያላቸውን የጥንታዊ ስልጣኔ አቆጣጠሮች በተለይ የባቢሎንያንንና ጥንታዊ ግብፅን ተመልክተዋል። ኢትዮጵያ በእምነት፣ በደም፣ እንዲሁም በአመለካከት ትልቅ ትስስር ከእብራውያን/እስራኤል ህዝብ ጋር አላት። የእዚህ ህዝብ አቆጣጠርም በዚህ ስራ ራሱን በቻለ ክፍል ቀርቧል። ይህ መፅሐፉን በኢትዮጵያ አቆጣጠር ላይ ስላለው ግንዛቤ የተሟላ እንዲሆን አድርጎታል።

የአፍሮኤስያዊ ህዝብ በታሪክ ቀደምት ስልጣኔን ከመመስረት ባሻገር፣ ለአለም ስልጣኔ በተለይ በስነፈለክ፣ ስነህንፃ፣ እና ሒሳብ ያደረገው አስተዋፅኦ ቀላል አይደለም። በአሁኑ ወቅት የምዕራቡ አለም መሰረታዊ ተደርጎ የሚወሰደው ጁዶ-ክርስትያን ባህል የዚሁ ህብረተሰብ ውጤት ነው።

እስልምናም ከዚሁ ህብረተሰብ የተገኘ ነው። የኢትዮጵያ ህዝብ ምናልባትም ከ90 በመቶው በላይ የዚህ አፍሮኤሲያዊ ህብረተሰብ አካል ነው። የተቀሩት ኒሎ ሰሀራ በመባል የሚታወቁት ናቸው። እነዚህ ህዝቦች ወይም የእነዚህ ህዝብ ወገኖችም የጥንታዊ የከርማ/ኩሽ ስልጣኔን መስራችና ተቋዳሽ ናቸው። ሁለቱም ህዝቦች ለረጅም ግዜ አብሮ በመኖር በደም መዋሀዳቸም ብቻ ሳይሆን በየራሳቸው ቀዳሚ ስልጣኔን በመመስረት በታሪክ ትልቅ ቦታ አላቸው።

ኢትዮጵያ በደም ከምትገናኛቸው ጥንታዊ ስልጣኔ ካበቡባቸው ሜሶፖታሚያ እና ግብፅ በርካታ ባህሎችን ትጋራለች። ይህ መጋራቷ፣ አንድም ከጥንት ከአንድ ወላጅ ይዛ በቆየቻቸው ቋንቋዎቿና አንዳንድ ባህሎቿ፣ ሁለትም በስተኋላ በውርስ ባመጣቻቸው ነው። ለመጀመሪያው ከጥንታዊ እምነት ቅሪቶቿ በዓል፣ መዓት፣ ሞት፣ አቴቴ/አስታርቴ የተባሉት ጥንታዊ አማልክት (ምንም እንኳ አሁን ብዙዎቹ ትርጉማቸውን የለወጡ ቢሆንም) ለምሳሌ መጥቀስ ይቻላል። እንደሌሎች ሀገሮች ደግሞ በስተኋላ ላይ ከእነዚህ ጥንታዊ ስልጣኔዎች የወረሰቻቸው ባሁን ባህላችን ውስጥ የሚንፀባረቁ በርካታ ናቸው። ከነዚህ ውስጥ በዚህ መፅሐፍ ላይ የተዳሰሱት ከግዜ ጋር የሚገናኙት ፅንሰሀሳቦች ይገኙበታል።

የኢትዮጵያ ዘመን አቆጣጠርን የጁሊያን ዘመን አቆጣጠር በሚል መጥቀሱ የተለመደ ቢሆንም ሁለቱን አቆጣጠሮች የሚያገናኛቸው በየአራት ዓመቱ አንድ ቀን መጨመራቸው ብቻ ነው። የኢትዮጵያ ዘመን አቆጣጠር ሙሉ በሙሉ ማለት ይቻላል የሚመሳሰለው ከቅብጥ ወይም እስከንድርያ አቆጣጠር ከሚባለው የግብፅ አቆጣጠር ነው። ይህን ለማሳየት ዶር. ግርማ የጁሊያን አቆጣጠርን እንዲሁም የግብፅ አቆጣጠርን በንፅፅር ብቻ ሳይሆን፣ ራሳቸውን በቻሉ ክፍሎች ከጥንት አፈጣጠራቸው ጭምር ታሪካቸውን ተንትነዋል። እንደዚህ መቅረቡ፣ የኢትዮጵያ አቆጣጠርን ብቻ ሳይሆን ስለሌሎቹ አቆጣጠሮችም መሰረታዊ ግንዛቤ ያስጨብጣል።

ክርስትና፣ እስልምና እና ጁዳይዝም የአብርሀም ሀይማኖቶች መባለቸው ሁሉም መሰረታቸው አንድ ስለሆነ ነው። በእነዚህ ሀይማኖቶች እሳቤ ፍጥረተ አለም በስድስት ቀን ከእነእረፍቱ በሰባት ቀን ተከናወነ።[1] በዚህም

---

1 ለምሳሌ ኦሪት ዘፍጥረት ምዕራፍ 2:2 እንዲህ ይላል፤ "እግዚአብሔር የሠራውን ሥራ በሰባተኛው ቀን ፈፀመ፤ በሰባተኛውም ቀን ከሠራው ሥራ ሁሉ ዐረፈ።" ኦሪት ዘፍጥረት ምዕራፍ 1:1 – 31ንም ለተጨማሪ ይመልከቱ።

መሰረት የመጀመሪያው የፍጥረት ቀን አንድ በማለት ሳምንት በቁጥር ተደራጀ። የክርስትና እምነት ሲስፋፋ፣ አለማችን ሳምንትን በሰባት ቀን ከማደራጀትም በተጨማሪ ስያሜዎቹን በቁጥር ማድረግ ጀመረ። አንዳንዶቹ ሁሉንም ወይም የተወሰኑት ስሞችን እንዳለም ከእብራይስጥ ወርሰዋል። በኋላ ላይ የእስልምና ሀይማኖት ሲነሳ ደግሞ ከአረብኛ ላይ የወሰዱ በርካታ ናቸው። ስያሜ ያልወረሱት ቢያንስ ሳምንትን በሰባት ቀን ማደራጀቱን ወስደዋል። ዛሬ በአለማችን በሰባት ቀን ላይ ያልተደራጀ ሳምንት በሲቪል አቆጣጠር እስከማውቀው ድረስ የለም። በዚህ ስራ በኢትዮጵያ ቋንቋዎች ውስጥ ያለው የሚያመለክተው ከዚህ በአጠቃላይ አለማችን ከሚታየው የተለየ ሁኔታ አይደለም። በቋንቋዎቻችን የሚታዩት የቀናት ስሞች ባብዛኛው የአብርሀም ሀይማኖቶችን መሰረት በማድረግ በቁጥር የተደራጁ ሲሆኑ፣ የተወሰኑት ደግሞ ከቅዱሳን ሰዎች እና ከገበያ ቦታዎች የተወሰዱ ናቸው። አንዳንዶቹ ደግሞ ጥንታዊ ስያሜዎችን በተወሰኑ ቀናት ላይ ቢሆንም ይዘው የሚገኙ ናቸው። በእነዚህ አሰያየሞች መሀከል ውስጥ ከፍተኛውን ቦታ ይይዛል። ለዚህ ለኋለኛው በዚህ መፅሀፍ የተጠቀሱትን የሶማልኛና የሀረር አረምኛን የቀን ስሞችን ማንሳት ይቻላል።

ምንም እንኳ የኢትዮጵያ አቆጣጠር ከግብፅ የመጣ ቢሆንም፣ የግዕዙም ሆነ የየትኛውም የሀገራችን ቋንቋዎች የወራት ስሞች ከግብፅ የወራት ስሞችም ሆነ (ምናልባት ካንድ ሁለት በስተቀር) ከባቢሎንያን እና ከእብራይስጥ የወራት ስሞች ጋር ግንኙነት የላቸውም። በዚህ ስራ ዶር. ግርማ እንደገለፁት ይህ ሁኔታ የሚያሳየው የግብፁ አቆጣጠር ከመምጣቱ በፊትም በ12 ወራት ላይ የተደራጀ ዓመት መቁጠር በሀገራችን እንደነበረ ነው።

በአሁኑ ግዜ አለማችን ወደ አንድ መንደር ከመቼውም ግዜ በላይ እየመጣች ነው። ለዚህ ትልቁን መቀራረብ እየፈጠረ ያለው ቴክኖሎጂው መሆኑ ብዙም አያጠያይቅም። የመቀራረቡ ጥንስስ ግን አሁን የተፈጠረ አይደለም። በጦርነት ላይ ተመስርቶ ከተደረገው የህብረተሰብ መዋሀድና መቀራረብ ውጭ ከጥንት ጀምሮ ሀይማኖቱ ያደረገው የባህል መተሳሰር ቀላል አይደለም። ይህ ከሚታይባቸው ውስጥ በእለት ተእለት ህይወታችን የሚያጋጥመን ቁሳዊ ባህላችን ብቻ ሳይሆን በቋንቋችን ውስጥ ዘልቀው በመግባት ስለግዜ ያለን እሳቤ ጭምር ላይ ነው። የዶር. ግርማ ይህ መፅሐፍ ከዚህ፣ ከግዜ ፅንሰሀሳብ ጋር የተያያዙትን በየቀን ውሎዎች የምንኖራቸውን የባህላችን አካልን በመዳሰስ ጥልቅ ትንታኔ በማድረጉ ጠቀሜታው ለስነፈለክ፣

ስነመለኮት፣ ስነልሳን፣ ታሪክ እና ስነሰብ ተመራማሪ/ተማሪ ብቻ ሳይሆን እውቀትን ለሚሻ ሁሉ ነው።

ዶር ግርማ ከመግቢያ፣ መደምደሚያ ውጭ ስራቸውን ያደራጁት በአራት ምዕራፍ ነው። በዝርዝር የተጠቀሙባቸውን መረጃዎች በአባሪ ማስቀመጣቸው ወደፊት የተለያየ ምርምር ለሚያደርጉ ሊቃውንት ትልቅ አስተዋፅኦ እንደሚያደርግ ጥያቄ የለውም። በዘመን አቆጣጠር ላይ እንደዚህ አይነት በጥልቀትና በብስለት በሀገራችን ሰው የተከናወነ ስራ በአማርኛም ሆነ በእንግሊዝኛ ከዚህ በፊት አላገጠመኝም።

ቀዳሚ ቃል

ዶር. ደበላ ጎሹ
የስነልሳን ትምህርት ክፍል
አዲስ አበባ ዩኒቨርሲቲ

የዶር. ግርማ መፅሀፍ የኢትዮጵያ የሲቪል አቆጣጠር በአለም አቆጣጠሮች ውስጥ ያለውን ቦታ ለማሳየት ይሞክራል። ይህ መፅሀፍ የአለም አቆጣጠሮች ታሪካዊ አመጣጥና የስነፈለክ መሰረት ላይ የተሻለ ግንዛቤ ሰጥቶኛል። መፅሀፉ የግዜ ፅንሰሀሳብ እንዴት እንደተደራጀ ከማሳየቱም በላይ፣ በቀናትና በወራት ስያሜዎች ላይ ከታሪክ አንፃር የቀረበው ትንታኔ፣ የተለያዩ ህብረተሰቦችን ማህበረ-ባህላዊ እውቀት ያገናዘበ ነው። ቀናትን በወራት፣ 12 ወራትን ደግሞ በዓመት ማደራጀቱ ስለከዋክብት፣ ጨረቃ እና መሬት ዑደት በመረዳት ከጥልቅ የስነፈለክ እውቀት የሚመነጭ ነው። ጥናቱ አባቶቻችን የነበራቸውን ውስብስብ እና ጥልቅ የስነፈለክ እውቀት ያሳያል።

በሀገራችን ቋንቋዎች የተወሰኑት የቀናትና የወራት ስያሜዎቹ ከግብርና/እርሻ እና ከንግድ ጋር የተያያዙ ሆነው ይገኛሉ። ግማሾቹ እርስበርስ በመወራረስ የተገኙ፣ የተወሰኑት ደግሞ ነባር ወይም ራስ-በቀል ናቸው።

በአሁኑ ግዜ በአለማችን ብቻ ሳይሆን በሀገራችን ቋንቋዎች በስፋት የሚታየውና የተለመደው በሰባት ቀን ላይ የተደራጀው ሳምንት ከተፈጥሯዊ

ክስተት አይያያዝም። ይህ የሰባት-ቀን ሳምንት የአብርሀም ሀይማኖት ተከታዮች ከሆኑት ጥንታዊ ስልጣኔዎች የተወሰደ እንደሆነ ከታሪካዊ አመጣጡና ስርጭቱ ጭምር የግርማ መፅሀፍ ያቀርባል። ይህን በማድረጉ፣ በሀገራት መሀከል የነበረንና ያለን ባህላዊ እና ታሪካዊ ግንኙነት ለማሳየት ችሏል። መፅሀፉ ጥንታዊ የባቢሎናውያን እና ግብፃውያን ስልጣኔዎች ለአለም ስልጣኔ ያበረከቱትንም አስተዋፅኦ በስፋት ይዳስሳል። ይህ መፅሀፍ የአለም የተለያዩ አቆጣጠሮችን እና እነዚህን አቆጣጠሮች የፈጠረው ማህበረ-ኢኮኖሚያዊ አውድ ላይ ስላለን እውቀት ብዙ ነገር ይጨምርልናል።

ቀዳሚ ቃል

ፕሮፌሰር የእቢዮ ወልደማርያም
ዘ ሲቲ ዩኒቨርሲቲ ኦፍ ኒው ዮርክ

የዘመን አቆጣጠርን አስመልክቶ በሚደርግ ውይይት ተራው ሰው የዓመትና የቀኖች የትመጣን በውሉ ማስረዳት ባይችል፣ ከሰማያዊ አካላት (celestial body) ወይም ከኑሮ ዘይቤ ጋር የተየያዘ መሆኑን መገመት አያዳግተውም። የአውደ ዓመትና የአውደ አዋርህ መቁጠርያ ስያሜ የህብረተሰቡ እምነት ታክሎበት ለዘመኖች አቆጣጠር መካናዊ (ውሱን ህብረተሰባዊ) መልክ ይሰጠዋል። ለምሳሌ፣ የቅብጡ ዘመን አቆጣጠር የክርስትያን ሃይማኖት መስራች ከሆነው ኢየሱስ ክርስቶስ ከተወለደበት ዓመት ወይም መልዓኩ ገብርኤል ለማርያም መጰነሰዋን ካበሰረበት ቀን ሳይሆን ክርስትያኖች በአረማውያን የሮሜ ነገስታት ከተጨፈጨፉበት ዘመን ይጀምራል። በእውነትም የሮሜ አገዛዝ በሻደነበት ግዜ በግብፅ አገር ካርተጅን ሳይጨምር በ325 ዓም ከ51 የማያንሱ ኤጲስቆጰሳት ነበሩ። ይች አገር የዘመንዋ አቆጣጠር 'ከዘመነ ሰማእታት' ቢጀምር ብዙም አያስገርምም።

እዚህ ትንሽ የሚያመራምር ጉዳይ ቢኖር በኢትዮጵያዊው/ግዕዝና በቅብጥ በወሮች ስያሜ መሀከል የባህል ንክኪ አለመታየቱ ነው። የኢትዮጵያ ዘመን አቆጣጠር የግብጽን መምሰሉ ወይም መሰረቱ ከግብጽ ዘመን አቆጣጠር

የመነጨ መሆኑ ቢታወቅም ከግብፁ የወር ስያሜ ጋር ተመሳሳይነት የለውም። የዚህን ምክንያት ይህ መጽሀፍ ለአንባቢ በሚገባ አስረድቷል። የዓመት መጀመርያውና መጨረሻው በሁለቱም አቆጣጠሮች ግን አንድ ነው። በኛ ዘመን አቆጣጠር መስከረም 1 ቅዱስ ዮሃንስ (ባለንበት ክፍለዘመን በጎርጎረሳውያን ሴፕቴምበር 11፣ በሊፕ ዓመት ደግሞ ሴፕቴምበር 12) አዲስ ዓመት ሲከበር ለቅብጦችም ያው አዲስ ዓመታቸው ነው።

ኢትዮጵያ አቆጣጠሩን ከወሰደችባቸው ግብፆች የተለየ የወር ስያሜ ብትጠቀምም፣ የሚያስገርመው መበቆላቸው (የቋንቋ አመሰራረታቸው) ልዩ የሆኑት የኢትዮጵያ ሴማዊና ኩሻዊ ቋንቋዎች የወርና የቀን ስያሜዎች በአብዛኛው ሲወራረሱና ሲበዳደሩ መታየቱ ነው።

ብዙ ሴማዊ ቋንቋ ተናጋሪዎች የሆኑ ህዝቦች የቀናትን ስያሜ ያደራጁት የአብርሀም ሀይማኖትን በመከተል በቁጥር ነው። ሆኖም የቀናት አጠራር በኦሮምኛ፣ በበርካታ የጉራግኛ ቋንቋዎችና በከምባትኛ፣ እንዲሁም በሀዲይኛ ልዩ ነው። ለምሳሌ ሰኞ/ሰኑይ/ሰኒ በጉራጌ ቋንቋዎች ውጠት/ ዉጠት ሲሆን፣ በኦሮምኛ ዊጣታ ነው። ይህ ቃል 'ዘር'ን ይመለከታል። በከምባትኛ ዊጣታ እንዲሁም በሀዲይኛ ዊጦ 'ዘር' ማለት ነው። እነዚህ ህዝቦች ሰኞን ቀን ተቀን ከአኗኗራቸው አዛምደዉ 'ውጠት/ዊጣታ' የዘር ቀን ብለው ሰይመውት ይሆናሉ ብየ እገምታለሁ። ምክንያቱም እሁድ ሰንበት ማለትም ዓቢይ የዕረፍት ቀን ወይም በባቢሎናውያን አባባል መጥፎ ቀን ስለሆነ፣ ሰው አርፎ ውሎ በማግስቱ ሥራው የሚጀምርበት ቀን ነውና።

ወደፊት ሰፊ ጥናት የሚፈልገው ጉዳይ የባህል ንክኪ እንዴት ከቀበሌ አልፎ ባህር በመሻገር ከሶስት ሺ ዓመት በፊት የሀገራችን ኩሽቲክ ህዝቦች ከባቢሎናውያን ጋር የተቀራረበ ወይም አንድ የሆነ የዘመን አቆጣጠር ሊኖራቸው ቻለ የሚለው ነው። የሲዳማ እና የ(ቦረና) ኦሮሞ (ባህላዊ) ዘመን አቆጣጠር በጨረቃ ላይ የተመሰረተ ሲሆን፣ በኦሮሞ በወር ሀያሰባት ቀናት፣ በሲዳማ ደግሞ ሀያስምንት ቀናት ልክ እንደባቢሎን ዘመን አቆጣጠር ስያሜ እንዳላቸው በዚህ ስራ ተገልጿል። ይህ የባህል መወራረስ በሚጠበቅባቸው በሴማዊ የኢትዮጵያ ቋንቋ ተናጋሪ ህዝቦች ቢከሰት እምብዛም አያስደንቅም። የሚገርመው ግን የሲዳማና የበረናው አቆጣጠር ዘሎ ከትንሽዋ እስያ ጋር ያለው ባህላዊ አቆጣጠር መግጠሙ ነው። በባህል ደረጃ ሌሎች የሚመሳሰሉ እሴቶች ለምሳሌ፣ እንደ አስታርቴ/አቴቴ ያሉ የጥንታዊ እምነት አማልክት አሉ። ይህንን በውል ለመረዳት ለጉዳዩ ትኩረት ሰጥቶ እራሱን በቻለ ስራ ምርምር ማድረግ የሚያስፈልግ ይመስለኛል።

ጽሁፉ በዘመን አቆጣጠርና፣ በወሮች/በቀኖች ስያሜ እና በመሀከላቸው ያለን የእርስበርስ የመወራረስ ሁኔታ ላይ ቢያተኩርም፣ እዚህ ላይ “ወርቁ” የሀገራችን ህዝቦች ለዘመናት ያህል በተለያየ መንገድና ግዜ አንዴ የመቀራረብ፣ አንዴ የመራራቅ ሁኔታ ይታይባቸው እንደነበር የሚጠቁም እውነታ ነው። ለዚሁ እንደተጨማሪ ምስክር ሊቀርብ የሚችለው ኩሽቲኩ ከሴማዊው ብቻ ሳይሆን በተገላቢጦሹ ሴማዊ ቋንቋም ከደቡባዊና ማእከላዊ ኩሽቲክ የወረሳቸው በርካታ ቁሳዊ እና መንፈሳዊ/ሀሳባዊ ባህልን የሚገልፁ ቃላት መኖራቸው ነው። ከእነዚህ ውስጥ ከእርሻ ጋር የተያያዙ የቁሳቁስ ስያሜዎች እና ሌሎች ቃላት ይገኙበታል።

ባጭሩ፣ ይህ ድንቅ ትምህርታዊ ሥራ፣ ባለን እውቀት ላይ ተጨማሪ የሚሆን፣ አስተሳሰባችንን የሚያሰፋ፣ እና ግንዛቤያችንን የሚያዳብር፣ እንዲሁም በበርካታ ነጥቦች ላይ ደግሞ ተመራማሪዎች ጥናት እንዲያደርጉ የሚጋብዝ ነው።

ምዕራፍ አንድ. መግቢያ

በዚህ መፅሀፍ የኢትዮጵያ ዘመን አቆጣጠርን እንዲሁም የቀናትና የወራት ስያሜዎችን ቃኝተናል።[1] በእነዚህ ነጥቦች ዙርያ፣ የተሻላ ግንዛቤና አጥጋቢ መልስ ለማግኘት ሀገሪቷ ለረጅም ግዜ ጀምሮ ግንኙነት ከነበራት ከቅርብ ምስራቅ ሀገራትና ከግብፅ የዘመን አቆጣጠሮችና የቀናትና የወራት ስያሜዎች ጋርም በንፅፅር ተመልክተናል። በዘመን አቆጣጠር ረገድ የማይታለፉትን የአውሮፓዎቹን የጁሊየስ አቆጣጠር እና የግሪጎሪያን አቆጣጠርንም ዳሰናል።

ሰከንድን፣ ደቂቃን፣ ሰዓትንና ሳምንትን ወደጎን አድርገን ከዚያ ከፍ ያለውን የግዜ አቆጣጠር ብንመለከት ሁሉም ከተፈጥሮ ጋር የተያያዙ ሆነው እናገኛቸዋለን። ቀናት መሬት በራሷ ዛቢያ በምታደርገው መሽከርከር ሲለካ፣ ወር (ወይም የወር መነሻው የሆነው ሀሳብ) ጨረቃ መሬትን ለመዞር ከምታደርገው ጉዞ ጋር ይያያዛል።

ወር የሚለው የአማርኛ ቃል በራሱ ጥንታዊ ምንጩ ጨረቃ ማለት ነው። ይህ ቃል በሁሉም ሴሚቲክ ቋንቋዎች ማለት ይቻላል በዚህ ፍቺው ይገኛል። ለምሳሌ፣ ከነዚህ ቋንቋዎች ቀደምቱ በፅሁፍ ሰፍሮ በሚገኘው በአካዲያን √ወረኅ ሲሆን በጥንታዊ ደቡብ አረቢያን ቋንቋዎች ደግሞ √ወረሐ ነው።

---

1 በዚህ ስራ ስያሜ እና ስም የሚሉትን ቃላት ባብዛኛው በተለዋዋጭነት ነው የተጠቀምንባቸው። ለቃላቱ የተለየ ትወራዊ ብያኔ አላበጀንላቸውም።

ጥንታዊ ልዕለ ስሩ *ወረሐ/ኀ ነው። ቃሉ አሁንም ከወርነት በተጨማሪ ጨረቃ የሚለውንም ይዞ የሚገኝባቸው ቋንቋዎች አሉ። ከኢትዮጵያ ቋንቋዎች ለምሳሌ፣ በትግርኛ *ወርሒ* እና በግዕዝ *ወርኅ* ጨረቃም ወርም ማለት ናቸው። በኦሮምኛም ጂኣ ማለት ወርም ጨረቃም ነው።[2] በበርካታ የአለማችን ቋንቋዎችም ያለው ተመሳሳይ ሁኔታ ነው። ለምሳሌ፣ በእንግሊዝኛ *መንዝ*[3] 'ወር' እና *ሙን*[4] 'ጨረቃ' ምንጫቸው አንድ ስርወቃል ነው።

በብዙ የአለማችን አቆጣጠሮች ለወር ፅንሰሀሳብ መነሻው ጨረቃ በመሬት የምታደርገው ዑደት ነው። ይህ ዑደት ሁሌ እኩል አይደለም። ጨረቃ ለመሬት እንደሚኖራት ቅርበትና ርቀት መሬትን ለመዞር የሚፈጅባት ግዜ ይለያያል። አጭሩ ወር 29.26 ቀናት ሲሆን፣ ረጅሙ ደግሞ 29.80 ቀናት ነው (ፓርከር 1950:4)። ዑደቱ በአማካይ 29.53059 ነው (ፓርከር 1950:2)። ይሁን እንጂ ወር በሁሉም አቆጣጠር ከጨረቃ መውጣትና መግባት ጋር ይያዛል ማለት አይደለም። ልክ እንደኢትዮጵያው አቆጣጠር ብዙዎቹ የሲቪል አቆጣጠሮች ከጨረቃ መግባትና መውጣት ጋር ወርን አያገናኙም።

ዓመት የተወሰነ ልዩነት ቢኖረውም፣ በተለያዩ አቆጣጠሮች መሬት ፀሀይን ለመዞር ከምትፈጀው ግዜ ማለትም ከኮከብ ዓመት ወይም ከወቅት መፈራረቅ ጋር ብዙውን ግዜ ይያያዛል። በዘመን አቆጣጠር ረገድ በስፋት የተዘወተሩ ሁለት አይነት አቆጣጠሮች ናቸው። አንደኛው የጨረቃ አቆጣጠር የምንለው ሲሆን፣ ሌላኛው የፀሀይ አቆጣጠር ነው። ጨረቃን መሰረት ያደረገው አቆጣጠር በእንግሊዝኛ ሉናር ካላንደር[5] 'የጨረቃ ዘመን አቆጣጠር' ይባላል። ፀሀይን መሰረት ያደረገው አቆጣጠር ደግሞ ሶላር ካላንደር[6] 'የፀሀይ ዘመን አቆጣጠር' ወይም ትሮፒካል ካላንደር[7] 'ትሮፒካል ዘመን አቆጣጠር' ይባላል።

ትሮፒካል ዓመት በተለምዶ የፀሀይ ዓመት መባሉ መሬት ፀሀይን ለመዞር ከሚፈጅባት ግዜ ጋር አንድ ሆኖ አይደለም። ትሮፒካል ወይም የፀሀይ ዓመት የሚገናኘው ከወቅቶች መፈራረቅ ጋር ነው። የዚህ አመታዊ ዑደት በቀላሉ

2 ይህን ያመላከተንን ዶርገመዳ ወርዶፋን እናመሰግናለን።
3 Month.
4 Moon.
5 Lunar calendar.
6 Solar calendar.
7 Tropical calendar.

የሚሰላው፣ በተለይ በታሪክ፣ ከፀደይ 'ቨርናል' ኢኩኖክስ[8] እስከ ፀደይ ኢኩኖክስ ያለውን ግዜ በመመልከት ነው።[9] ከሌሎቹም፣ ለምሳሌ ከበልግ 'አውቶመናል' ኢኩኖክስ[10] እስከ በልግ ኢኩኖክስ፣ ከክረምት 'ሰመር' ሶሊስተስ እስከ ክረምት ሶሊስተስ[11]፣ እንዲሁም በጋ 'ዊንተር' ሶሊስትስ[12] እስከ በጋ ሶሊስተስ ያለውን ግዜ በማስላት ማወቅ ይቻላል።[13] መሬት ፀሀይን ለመዞር የሚፈጅባት ግዜ ከዚህ ከትሮፒካል ዓመት ትንሽ ይጨምራል። ይህ ሊታወቅ የሚችለው እና የዚህ ስሌቱ ደግሞ ከአንድ ቦታ ላይ ሆኖ በዓመት ከዋክብት ከሚታዩበት በመነሳት ነው። በአጭሩ፣ መሬት በፀሀይ የምታደርገው ጉዞ ከኮከብ ዓመት እንጂ ከትሮፒካል ዓመት አንድ አይደለም ማለት ነው። በትሮፒካል/ፀሀይ ዓመት እና በኮከብ ዓመት፣ ልዩነት ሊኖር የቻለው መሬት በተፈጥሮዋ ሙሉ በሙሉ ክብ አለመሆኗ ነው።

በጨረቃ አቆጣጠር ባብዛኛው 12 የጨረቃ ወራትን አንድ ዓመት ብሎ መቁጠር የተለመደ ነው። ለዚህ ጥሩ ምሳሌ፣ የእስልምና አቆጣጠር ነው። በርግጥ በጨረቃ አቆጣጠርም ወራቱ ከወቅቱ በጣም እየሸሹ ሲመጡ

---

8 Vernal equinox.

9 ይህ ማለት ትሮፒካል ዓመትና ከቨርናል/ማርች ኢኩኖክስ እስከ ቨርናል/ማርች ኢኩኖክስ ያለው ዑደት አንድ ነው ማለት አይደለም። ትሮፒካል ዓመት ምንም እንኳ በበርካታ ስራዎች ቨርናል/ማርች ኢኩኖክስ እስከ ቨርናል/ማርች ኢኩኖክስ ያለውን ግዜ ይመለከታል የሚል ብያኔ ቢገኝም፣ እንዲሁም ይህ ተፈጥሯዊ ክስተት በታሪክ ለስሌት ያገለገለ ቢሆንም፣ ይህ ዑደት እና ትሮፒካል ዓመት የተወሰነ ልዩነት አለው። ሰፋ ላላ ግንዛቤ መኢኡስ እና ሳቮይ (1992) እንደዚሁም በዚያ የተጠቀሱ ስራዎችን ይመልከቱ።

10 Autumnal equinox.

11 Summer solstice.

12 Winter solstice.

13 ነገሩ ከዚህም በላይ ትንሽ ውስብስብ ነው። አንደኛ፣ በተለያዩ ስነፈለክ ምክንያቶች በነዚህ ተፈጥሯዊ ክስተቶች ዑደት መሀከል መጠነኛ ልዩነት አለ። ለምሳሌ፣ ከቨርናል/ማርች ኢኩኖክስ እስከ ቨርናል/ማርች ኢኩኖክስ ያለው ዑደት በ2000 ጋአ ላይ 365.242374 ሲሆን፣ ከአውቶመናል/ሴፕቴምበር ኢኩኖክስ እስከ አውቶመናል/ሴፕቴምበር ኢኩኖክስ ያለው ዑደት ደግሞ 365.242740 ነው (መኢኡስ እና ሳቮይ 1992፡42)። ሁለተኛ፣ እነዚህ "ዓመታዊ" ዑደቶች በግዜ ሂደት እየተለወጡ የሚሄዱ እንጂ ቋሚ አይደሉም። ለምሳሌ፣ ከቨርናል/ማርች ኢኩኖክስ እስከ ቨርናል/ማርች ኢኩኖክስ ያለው ዑደት በ2000 ጋአ ላይ 365.242374 ቢሆንም፣ በጋአ መነሻ ላይ፣ ማ. ከዛሬ 2000 ዓመት በፊት፣ 365.242137 ነበር (ዝኒከማሁ)። ጉዳዩ ሰፊ ከመሆኑም በላይ፣ ከተነሳንበት ዓላማ በጣም ያርቀናልና ከዚህ በላይ መግፋት አንፈልግም። ለተጨማሪ ግንዛቤ ከላይ የጠቀስነውን መኢኡስ እና ሳቮይ (1992) እንዲሁም በዚያ የተጠቀሱ ስራዎችን ይመልከቱ።

በአንዳንድ አቆጣጠሮች፣ ለምሳሌ ጥንታዊ ባቢሎንያንና የአሁኒቷ እስራኤል በመሀል ሳጋ ወር ማስገባት ነው። በፀሀይ አቆጣጠር ምንም እንኳ ወራቱ ከወቅቱ እንደጨረቃው አቆጣጠር በአጭር ዓመት ብዙም ባይሸሽም ከ365 ቀን የሚተርፈውን ሽርፍራፊ ግዜ ለማካካስ በየአራት ዓመቱ (ለምሳሌ በቅብጥ፣ በጁሊያን፣ እና በኢትዮጵያ አቆጣጠር) አንድ ቀን ሳጋ ይገባል። የግሪጎሪያን አቆጣጠር ከዚሁ ጋር ተመሳሳይ ቢሆንም፣ በቦታው በዝርዝር እንደምንመለከተው፣ የሚለይበትም አለ።

በዚህ ስራ የቀናትና የወራት ስሞችን በተመረጡ የኢትዮጵያ ኩሻዊ እና ሴማዊ ቋንቋዎች ተመልክተናል። የቀናትና የወራት ስሞች መሰረታዊ ቃላት ውስጥ የሚመደቡ አይደሉም። ባህላዊ ቃላት ናቸው። ህብረተሰብ ከህብረተሰብ በሚያደርገው ግንኙነት፣ በእምነት መቀያየር እና በመሳሰሉት ምክንያቶች ብዙውን ግዜ ነባር የወራትና የቀናት ስያሜዎች በአዳዲስ ሊተኩ ይችላሉ። በመንግሥት ደረጃ በዚህ ረገድ ከተደረጉት ለውጦች ውስጥ በ18ኛው ክፍለዘመን በፈረንሳይ አብዮት ወቅት የተደረገውን፣ በራሺያ አብዮት በ1928፣ በቱርክ በተለያየ ግዜ በተለይ በ1927 በሩሚ ካላንደር ላይ የተደረገውን እና በሙአመር ጋዳፊ ዘመን በሊቢያ በ1984 የተደረገውን የወራት ስያሜ ለውጥ መጥቀስ ይቻላል።

የቀናት ስያሜዎችን የዳሰስነው በምዕራፍ ሁለት ነው። ስያሜዎቹ ባብዛኛው የአብርሀም ሀይማኖቶችን መሰረት በማድረግ በቁጥር የተደራጁ ናቸው። የተወሰኑት ደግሞ ከቅዱሳን ሰዎች እና ከገበያ ቦታዎች የተወሰዱ ሆነው እናገኛቸዋለን። አንዳንዶቹ ደግሞ ጥንታዊ ስያሜዎችን ይዘው የቆዩ ናቸው። በእነዚህ አሰያየሞች መሀከል ውሰት ከፍተኛውን ቦታ ይይዛል። ውሰቱ እርስ በርስ ብቻ ሳይሆን በተለይ በእስልምና ተከታዩ ዘንድ ከአረብኛም ሆኖ እናገኛለን። ለምሳሌ፣ ሱማልኛና ሀረሪን ብንወስድ ሙሉ በሙሉ ማለት ይቻላል የቀናት ስያሜዎቹ ከአረብኛ የተወረሱ ናቸው።

የዳሰስናቸው ቋንቋዎች ሁሉም በሳምንት ሰባት ቀን ላይ የተመሰረተ የቀናት ስያሜዎች ቢኖራቸውም፣ ባህላዊ አቆጣጠራቸውን እስካሁን ጎን ለጎን ያቆዩ ቋንቋዎች ወራዊ የቀናት ስያሜም ይዘው አጋጥመውናል። (የቦረና) ኦሮምኛ እና ሲዳምኛ ከሳምንታዊ የቀናት ስያሜዎች በተጨማሪ፣ በባህላዊ አቆጣጠር የወራዊ የቀን ስያሜም አላቸው። ኦሮምኛ በወራት ለ27 ቀናት ስም ሲኖረው፣ ሲዳምኛ ደግሞ ለ28 ቀን አለው። በሁለቱ ያሉት የቀናት ስሞች ሶስት እጅ ያህሉ ዝርያቃል ናቸው።

በምዕራፍ ሶስት የወራት ስያሜዎች በኢትዮ-ሴማዊ ቋንቋዎች እና በተወሰኑ የኩሽቲክ ቋንቋዎች ምን እንደሚመስሉ እንቃኛለን። የወራት ስሞች በሴሜቲክ ቋንቋዎች ከሞላ ጎደል ተመሳሳይ ናቸው።

በምዕራፍ አራት የኢትዮጵያ የዘመን አቆጣጠር ከየት የመጣ ነው የሚለውን እንዳስሳለን። በዳሰሳችንም ለምን የኢትዮጵያ ዘመን አቆጣጠር ከግሪጎሪያን የተለየ ሆነ፣ በተለምዶስ የኢትዮጵያ አቆጣጠር የጁሊያን አቆጣጠር የሚባለው እውነትነት አለው ወይ የሚሉትን እንመለከታለን። በተጨማሪም የኢትዮጵያ ዘመን አቆጣጠር ከወቅቱ ጋር በምን ያህል እየተለየ እንደሚሄድና ይህን ወደኋላ እየሸሸ የሚሄድበትን ነገር በቀላሉ ለማስቀረት ምን ማድረግ እንደሚቻል እንጠቁማለን።

በዚህ ስራ የኢትዮጵያ አቆጣጠር ስንል ሀገሪቱ በአፊሻል የምትጠቀምበትን የሲቪሉን አቆጣጠር የሚመለከት ነው። ስለአቆጣጠሩ አመጣጥ ከሀይማኖት ጋር ያለው ግንኙነት ቢነሳም በሀይማኖት ውስጥ ስላለው አጠቃቀም በዝርዝ የቀረበ ነገር የለም። ከሀይማኖት ጋር ስለተያያዙት ሌሎች አቆጣጠሮች እና በሀገሪቱ ስላሉ ሌሎች ባህላዊ አቆጣጠሮችም በዚህ ስራ እግረመንገድ ካልሆነ በቀር አልተነሳም። እነዚህ አቆጣጠሮች የዚህ መፅሀፍ ትኩረት አይደሉም።

በኢትዮፒክ/ግዕዝ አፃፃፍ ተነባቢዎችን በተናጠል ለማመልከት የጥንቱን ባህል በመከተል ግእዙን፣ ማ. የመጀመሪያ ረድፍ፣ ተጠቅመናል።[14] በዚህም ተነባቢን ብቻ ለመወከል *ሀ*፣ *ለ*፣ *ሐ*፣ *መ* ወዘተ. ስንፅፍ በአለማቀፋዊ ስነድምፃዊ አፃፃፍ (ኢንተርናሽናል ፎነቲክ ራይቲንግ/አልፋቤት) /h/፣ /l/፣ /ħ/፣ /m/ ወዘተ. እንደቅምተከተላቸው በመወከል ነው።

መረጃዎቹ ካላቸው ንበት ለማቀራረብ ሲባል በዘመናዊ አማርኛ ተመሳሳይ ድምፅ የሚወክሉ ድምፆች ከሆኑት ውስጥ የ/አ/ እና የ/ዐ/ ዝርያዎች፣ የ/ሀ/፣ የ/ኀ/፣ የ/ሐ/፣ የ/ኸ/ ዝርያዎችን ጥንታዊ የድምፅ ውክልናቸውን እንዲጠብቁ አድርገናል። *አ* የጉሮሮ ድምፅ የሆነችውን /ʔ/ ወይም አናባቢን ብቻ፣ *ዐ* የማንቁርት ድምጿን /ʕ/፣ *ሐ* የማንቁርት ድምፅ የሆነችውን /ħ/፣ *ኸ* እና *ኀ* የትናጋዋን /x/ ይወክላሉ። ይህም፣ ለምሳሌ

---

14 ከላይ የቀረቡት ግዕዝ /gɨʕz/ እና ግእዝ /gɨʔz/ የተለያዩ መሆናቸውን ልብ ይሏል። ቀዳሚው 'ነፃ' ማለት ሲሆን፣ የኋለኛው 'የመጀመሪያ' ማለት ነው። ምንም እንኳ አንዳንድ የሀገራችን ሊቃውንት ሁለተኛውን ቃል ለቋንቋው መጠሪያ ቢያውሉትም፣ በዚህ ስራ ቋንቋውን ለመግለፅ በስነልሳን ስራዎች የተለመደውን፣ ግዕዝ የሚለውን ተጠቅመናል። ወደዝርዝር ምክንያቱ እዚህ አንገባም።

አርብ ስንል /(ʔ)arb/፣ *ዓርብ/ዐርብ* ስንል ደግሞ /ʕarb/ ማለታችን ነው። የመጀመሪያው ንበት/ቃል አማርኛ ሲሆን፣ *ዓርብ/ዐርብ* ደግሞ ግዕዝ ነው። እንደዚሁም የትግርኛውን *ሐሙስ* /ħamus/፣ የግዕዙን *ኀሙስ* /xamus/፣ የአማርኛውን ደግሞ *ሀሙስ* /hamus/ አድርገን ፅፈናል። የዚህን አይነት አፃፃፍ የተከተልነው ለጥሬ መረጃዎቹ ብቻ ነው። አንዳንድ ግዜ ጥሬ መረጃዎቹን ላቲንን መሰረት ባደረገው አፃፃፍ ጎን ለጎን በቅንፍ አስቀምጠናል። ከሌላ ቋንቋ የተወሰዱ ጥሬ መረጃዎች አብዛኛውን ግዜ የቀረቡት እንዳለ በተገኙበት በላቲኑ ነው። ምክንያታችን በአማርኛው ፊደል ለማስቀምጥ ንበታቸውን ሙሉ በሙሉ እርግጠኛ መሆን ባለመቻላችን ነው።

በዚህ ስራ የዳሰስናቸው ቋንቋዎች የቀናትና የወራት ስሞች በአባሪው ስር በሠንጠረዥ ቀርበዋል። ንበታቸውን ለማሳየት ሲባል በሠንጠረዡ የቀረቡት የቀናት ስሞች በአለማቀፋዊ ስነድምፃዊ አፃፃፍ (ኢንተርናሽናል ፎነቲክ ራይቲንግ/አልፋቤት በሚባለው) ነው። አንዳንድ የወራት ስሞችን መረጃ ያገኘነው በኢትዮጵያዊው/ግዕዝ አፃፃፍ ስለሆነ፣ እነሱን እንዳለ አቅርበናል።

ከመነሻችን የቀናትና የወራት ስሞችን በሁሉም የኢትዮጵያ ቋንቋዎች መዳሰስ ነበር። ይሁን እንጂ ይህን ለማድረግ መረጃ በቀላሉ ማግኘት አልተቻለንም። በብዙዎቹ ቋንቋዎች መረጃ ለማግኘት ሰፊ የመስክ ስራ የሚጠይቅ ሆነ። ለዚህ ደግሞ በቂ በጀት ማግኘት ባለመቻላችን፣ መረጃ ያገኘንባቸው ላይ ብቻ ተመስርተን ይህን ስራ ለማቅረብ ተገደናል። በወደፊት እትም አቅም አካብቶ የተቀሩትን ቋንቋዎች ለማካተት እቅድ አለን።

የተለየ ማስታወቂያ ካላደረግን በስተቀር በዚህ ስራ የተገለፁት አቆጣጠሮች የግሪጎሪያን ናቸው። በአማርኛ የታተሙ ስራዎች የሚያመለክቱት የኢትዮጵያውን አቆጣጠር በመሆኑ በእነዚህ ስራዎች ላይ የተለየ ምልክት አላደረግንም። ዋቢዎች የታተሙበትን ዓመት በመስጠት ደረጃ አንባቢን የሚያደናግር ይህን ያህል ችግር ያለ አይመስለንም። ምክንያቱም፣ በፅሁፉ አካል ውስጥ የተጠቀምንባቸው የሁሉንም ስራዎች የህትመት መረጃ እራሱን በቻለ ክፍል ስላቀረብን ነው። በአቆጣጠር ላይ ጥንቃቄ ማድረግ የሚገባን በተለይ ቅድመ *ጋራ* አቆጣጠር ያሉ አመታት ስንጠቅስ የቀረበውን ይመለከታል። ቅድመ *ጋራ* አቆጣጠር ስንል በአማርኛ እና በግዕዝ ቅድመ ልደተ ክርስቶስ በሚል ተጠቅሶ የምናገኘውን ነው። ለዚህ አጠቃቀማችን ምክንያት አለን።

የኢትዮጵያዊም ሆነ የግሪጎሪያኑ አቆጣጠር ዘመን ‘ኢራ’[15] መነሻው በሀሳብ ደረጃ የእየሱስ ልደት ሳይሆን መፀነሱ ‘ኤንካርኔሽን’[16] ወይም ክርስትያኖች ገብርኤል ለማርያም እንደምትፀንስ መልዕክት ነገረ ብለው የሚያምኑበትን ቀን የሚመለከት ነው። ለዚህም ነው በእንግሊዝኛው ከላቲኑ በተወሰደው *አኖ ዶሚኒ*[17] ወይም *ኢንካርኔሽን ኢራ* የሚባለው። አኖ ዶሚኒ ማለት ዓመተ እግዚእ/በጌታ ዓመት ማለት ነው። ምንም እንኳ ለግሪጎሪያኑ እና ለኢትዮጵያዊውም ዘመን ‘ኢራ’ መሰረቱ የክርስቶስ መፀነስ ‘ኤንካርኔሽን’ ወይም ክርስትያኖች ገብርኤል ለማርያም እንደምትፀንስ መልዕክት ነገረ ብለው ከሚያምኑበት ቀን የሚነሳ ቢሆንም፣ በምዕራፍ አራት እንደምንመለከተው፣ በሁለቱም አቆጣጠሮች ዘመኑ ከክርስቶስ መፀነስም ሆነ ልደት ጋር ልዩነት አለው። ሁለተኛም፣ የዓለማችን ሀገሮች የግሪጎሪያኑን አቆጣጠር ከወሰዱ በኋላ ዘመኑንም የተቀበሉት፣ ሁሉም የክርስትና እምነት ተከታዮች ስለሆኑ አይደለም። ለምሳሌ፣ በአሁኑ ወቅት ምናልባትም ከሳውድ አረቢያ በስተቀር፣ ሌሎቹ ሙስሊም ሀገሮች ለሲቪል ተግባር የሚጠቀሙት የግሪጎሪያኑን አቆጣጠር ነው። ስለዚህም፣ ዘመኑን ጋራ አቆጣጠርና ቅድመ ጋራ አቆጣጠር ማለቱን በዚህ ስራ መርጠናል። ይህ አጠቃቀማችን ግን አዲስ አይደለም። በእንግሊዝኛ ተናጋሪውና በሌሎች የአለም ህብረተሰቦችም ዘንድ እየተለመደና እየተመረጠ የመጣ አጠቃቀም ነው።

የዘመን መቁጠሪያን ከክርስትና እምነት ለማላቀቅ አንዳንዱ *አኖ ዶሚኒ*[18] ‘ዓመተ እግዚእ/በጌታ ዓመት’ እና *ቢፎር ክራይስት*[19] ‘ከክርስቶስ በፊት’ የሚለውን በመለወጥ በእንግሊዝኛው *ኮመን ኢራ*[20] ‘የጋራ ዘመን’ ወይም ከረንት ኢራ[21] ‘የአሁኑ ዘመን’ እና ቢፎር ኮመን/ከረንት ኢራ[22] ‘ከጋራ ዘመን በፊት’ በማለት ይጠቀማሉ። አጠቃቀሙ፣ በተባበሩት መንግሥታት ተወስዷል (ሆልፈርድ-ስትሪቨንስ 2005፣126)። በተለይ የአይሁድ እምነት

15 Era.

16 Incarnation.

17 Anno domini.

18 Anno domini (A.D./AD). በእንግሊዝኛ in the year of the Lord ማለት ነው። ይህ በላቲኑ አንዳንዴ anno domini nostri Iesu/Jesu Christi ‘in the year of Our Lord Jesus Christ’ በሚል ተፅፎ ይገኛል።

19 Before Christ (BC/B.C).

20 Common Era (CE/C.E.).

21 Current Era (CE/C.E.).

22 Before Common/Current Era (BCE/B.C.E.).

ተከታዮች በክርስቶስ ጌታነት አያምኑምና *ዓመተ እግዚእ* የሚለውን ወደጎን በማድረግ የጋራ አቆጣጠር የሚለውን ይጠቀማሉ። ይህ አጠራር በአካዳሚክ ስራዎችም በጣም የተለመደና የሚዘወተር ነው። ሆልፈርድ-ስትሪቨንስ (መቅድም፡xiii) ለግሪጎሪያኑ አቆጣጠር ዘመን 'ኢራ' መሰረቱ ከክርስቶስ ጋር የተያያዘ በመሆኑ ስም መቀየሩ አግባብ እንዳልሆነ ይገልፃል። ይሁን እንጂ፣ በዚህ ስራም፣ ከላይ በገለፅነው ምክንያት ለዘመኑ ጋራ አቆጣጠር እና ቅድመ ጋራ አቆጣጠር እያልን እንጠቀማለን። እዚህ የፈረንሳይ አብዮት አቆጣጠርን ማስታወሱ ተገቢ ይመስላል።

ዋናው አላማው አቆጣጠሩን ከእምነት ለማፅዳት ነበርና፣ የፈረንሳይ አብዮት የለወጠው የቀን እና የወራት ስሞችን ብቻ ሳይሆን፣ የወር አደረጃጀትን፣ የዘመን መጀመሪያን 'ኢራ'ን፣ እና ሳምንትንም ነበር። በፈረንሳይ አብዮት አቆጣጠር ሳምንት 10 ቀን ይይዝ ነበር። ዓመቱም ልክ እንደግብፅና ኢትዮጵያ አቆጣጠር በ30 ቀናት በያዙ 12 ወራትና በአምስት/ስድስት ቀናት በያዘች ጳጉሜ የተደራጀ ነበር። የሳምንትን አደረጃጀትና እሳቤ አጠር አድረገን በምዕራፍ አምስት እንመለከታለን።

የኢትዮጵያ አቆጣጠር ከቅብጥ የሚመሳሰለው በቀን እሳቤም ነው። በየኢትዮጵያ ሲቪል አቆጣጠር ቀን የሚጀምረው ከብርሀን መውጣት ጋር ተያይዞ ነው። በእምነት እና በባህል ግን ከዚህ የቀን እሳቤ በተጨማሪ የተለያየ አጠቃቀም አለ። ይህ የተለያየ የቀን እሳቤንም ሳምንትን በዳሰስንበት ምዕራፍ እንቃኛለን።

በጥናታዊ ስራዎች በየትኛውም የአለማችን ክፍል ጉራማይሌ አቀራረብ ማግኘት የተለመደ ነው። ይህ አይነቱ አቀራረብ በተለይ የምርምር ስራው ከቀረበበት ቋንቋ ውጭ ቀጥታ ጥቅስ ሲወሰድ ይከሰታል። ለዚህ ዋናው ምክንያቱ ለምንጬ ቋንቋ ታማኝ ለመሆን ነው። "ተርጓሚ ከሀዲ ነው" የሚለውን የጣልያን አባባል ተቀበልን አልተቀበልነውም፣ በትርጉም ሂደት በምንጬ የነበረ ሀሳብ መሸራረፉ አይቀርም። ይህ በተለይ በባህል በማይቀራረቡ ህብረተሰቦች በሚናገሩዋቸው ቋንቋዎች መሀከል በሚደረግ ትርጉም አዘውትሮ የሚያጋጥም ነው። ስለዚህም ጥቅስን ባለበት ከምንጬ መስጠት ይመረጣል። ይሁን እንጂ በአንድ ስራም በተቻለ መጠን ጉራማይሌ አጠቃቀሞችን ማስወገድ ያስፈልጋል። አንድ አንባቢ ፅሁፉ የቀረበበትን ቋንቋ እንጂ ደራሲው የጠቀሳቸውን ቋንቋዎች ሁሉ እንዲያውቅ አይጠበቅበትም። በዚህ ስራ እነዚህን ሁለት ተቃራኒ ነገሮች ለማቀራረብ ጥረት አድርገናል። ጉራማይሌ አጠቃቀሞችን በተቻለ መንገድ ለማስወገድ

ሞክረናል። ከሌሎች የወሰድናቸውን ውሱን ቀጥታ ጥቅሶች እንዳለ በፅሁፉ ዋና አካል ውስጥ ከማስገበት ይልቅ ትርጉሙን ብቻ ሰጥተን፣ ከምንጩ ያለውን በግርጌ ማስታወሻ አቅርበናል። ይህን ማድረጋችን አንባቢን በመሀል እንዳያደናቅፉ ከማሰብም ጭምር ነው። ሌላው እዚህ ማንሳት የምንፈልገው የስርዓተ ነጥቦች አጠቃቀምን በተመለከተ ነው።

ብዙ ግዜ አንድ ቃል ወይም ሀረግ በቅንፍ () በላቲን አፃፃፍ ከአማርኛው ጋር ከጎን ከተሰጠ፣ አፃፃፉ ያ ቋንቋ የሚጠቀምበት ወይም ያ ቃል በእንግሊዝኛ አፃፃፍ የቀረበበት መንገድ ነው ማለት ነው። አንድ ቃል ላቲንን መሰረት ባደረገው አለማቀፋዊ ስነድምፅ አፃፃፍ ከአማርኛው ጋር ከቀረበ ሁለት ቀጥተኛ እዝባሮች በያዘ ቅንፍ ውስጥ ተቀምጧል። በላቲኑ ፊደል ብቻ ሲቀርብ—ይህ ብዙ ግዜ በሠነጠረዦች ውስጥ የሚያጋጥም ነው—አለምንም ቅንፍ ተፅፏል።

የፅሁፍ ቋንቋ የተወሰነ ልዩነት ቢኖረውም ሁሉም ቋንቋዎች የሚጋሯቸው ባህርያት ይበዛሉ። የዚህ መጋራት በስርዓተ ነጥቦችም ነው። በአማርኛ በአሁኑ ግዜ ነጠላ ሰረዝ የእንግሊዝኛውን *ኮማ* ሙሉ በሙሉ ማለት ይቻላል ወክሎ ይሰራል። አራት ነጥብ *ፔሬድን*፤ ድርብ ሰረዝ ከሞላ ጎደል *ሰሚኮለንን* እና *ኮለንን* ይወክላሉ። አማርኛ የራሱ ከሆኑት፣ ለምሳሌ፣ እነአራት ነጥብ፣ ነጠላ ሰረዝ፣ እና ድርብ ሰረዝ በተጨማሪ ከእንግሊዝኛ የወሰዳቸው ስርዓተ ነጥቦችም፣ ለምሳሌ፣ እንደጥያቄ ምልክት እና ሰረዝ አሉ። ከነዚህ ውስጥ የንዑስ ሰረዝ (-)፣ መካከለኛ ሰረዝ (–)፣ እና አቢይ ሰረዝ (—)፣ (በእንግሊዝኛ ዳሽ፣ ኤን-ዳሽ እና ኤም-ዳሽ እንደቅደምተከተላቸው የሚባሉት) አጠቃቀም በአማርኛ ብቻ ሳይሆን በእንግሊዝኛው ተናጋሪ ዘንድ ፕሮፌሽናል ባልሆኑ ፅሁፎች ብዙ ሲምታታ ይስተዋላል። በዚህ ስራ በተቻለ መጠን የእነዚህ ስርዓተ ነጥቦች ትክክለኛ አጠቃቀምን ለመጠበቅ ሞክረናልና ልዩነታቸውን በውል ማጤን ያስፈልጋል።

ምዕራፍ ሁለት. የቀናት ስያሜ*

2.1 መግቢያ

በአሁኑ ወቅት በመላው አለማችን ማለት ይቻላል ቀናት በሳምንት ይመደባሉ፤ ሳምንትም ሰባት ቀናት ይይዛል። ሳምንት ሰባት ቀን መያዙ ከጥንት ከመሰረቱ ይህ ሆኖ አይደለም—ዋናው የአብርሀም ሀይማኖቶች ውጤት ነው። በአብርሃም ሀይማኖቶች ስሌት *እሁድ* የሳምንት መጀመሪያ ሲሆን፣ *ቅዳሜ* ደግሞ መጨረሻ ነው—እግዚአብሔር አለምን ሰርቶ ሲያበቃ ያረፈበት ቀን። እንደ ISO-8601 የሳምንቱ የመጀመሪያ ቀን *ሰኞ* ሲሆን፣ መጨረሻው *እሁድ* ነው። በኮምፒተሮች የዘመን አቆጣጠር ገፅ ላይ ከበስተግራ መነሻ የምናገኘው ግን *እሁድ*ን ነው።

የቀናት ስያሜዎቹ በብዙ የአለማችን ቋንቋዎች ከዚሁ ከአብርሃም ሀይማኖቶች ጋር የተያያዙ ሆነው እናገኛቸዋለን። *እሁድ* የሚለው 'አንድ'፣ *ሰኞ* 'ሁለት'፣ ወዘተ. የሚል ስያሜ አላቸው። አንዳንድ ቋንቋዎች በፊት የነበራቸውን መጠሪያ በመተው ከእምነቱ ጋር ለማስማማት የቁጥር ስያሜዎችን ሰጥተውም እናገኛለን።

በዚህ ምዕራፍ በተለያዩ የኢትዮጵያ ቋንቋዎች የቀናት ስሞችን ከታሪካዊ ስነልሳን አንፃር እንመረምራለን። ምርመራችን ዋናው የኢትዮጵያ ቋንቋዎችን

---

* ይህ ምዕራፍ፣ ከዳንኤል አበራ ጋር በመተባበር ከተሰራ ወረቀት በመነሳት የተፃፈ ነው።

የሚመለከት ቢሆንም አስፈላጊ በሆነበት ቦታ ለማብራሪያና ለማነፃፀሪያ ወደ ሌሎች ቋንቋዎች መሄዳችን የማይቀር ነው። ለመረጃ ስልጠት ስንል፣ በዚህ ስራ ወርን ተመስርቶ ያለን የቀናት ስያሜ ስርዓት ወራዊ ስያሜ፣ በሰባት ቀን ዑደት ያለ ስያሜን ሳምንታዊ ስያሜ በማለት ከፋፍለን እናቀርባለን።

2.2 ወራዊ ስያሜ

በሲዳማና በ(ቦረና) ኦሮሞ በጨረቃ ላይ የተመሰረተ ባህላዊ አቆጣጠር አለ።[1] ከላይ እንደገለፅነው፣ የቀናት ስያሜው ወርን መሰረት ያደረገ ነው። በሲዳምኛ ያሉት ሀያስምንት ቀናት፣ በኦሮምኛ ደግሞ ሀያሰባት ቀናት ናቸው። በሁለቱ ቋንቋዎች ስሞች ውስጥ ትንሽ የማይባል መመሳሰል አለ። የሁለቱም አቆጣጠር ጨረቃን መሰረት ያደረገ ነው። የጨረቃ ወር ደግሞ በአማካይ 29.53059 ቀን ነው። የቀናቱ ስም ከወራቱ ጋር እኩል አይሄዱም ማለት ነው። በሌላ አነጋገር፣ የቀናቱ ወር የጨረቃውን ወር አይጠብቅም። በዚህም ምክንያት፣ በኦሮሞ ባህላዊ አቆጣጠር ሁለት ወራት በተመሳሳይ ቀን ሊጀምሩ አይችሉም (አስመሮም 1973:183)። በኦሮሞ አቆጣጠር ላይ ለተጨማሪ ግንዛቤ አስመሮም (1973:177ቀገ)ን ይመልከቱ።

የሲዳማ ሀያስምንቱ ቀናት ዝርዝር በሚከተለው ሠንጠረዥ ቀርቧል። ዝርዝሩን የወሰድነው ከሸመልስና ግርማ (2002:157-8) ነው።

ሠንጠረዥ 1፡ የሲዳማ ባህላዊ ቀናት ስም

ቁጥር	የቀን ስም		
	ሲዳምኛ አፃፃፍ	አማርኛ	IPA
1	Sorsa	ሶርሳ	sorsa
2	Argajjima	አርጋጅማ	argağğima
3	Arba	አርባ	arba
4	Bolla	በላ	bolla
5	Basa (Beetto)	ባሳ (ቤቶ)	basa
6	Basanta (Ama, beetto)	ባሳንታ (አማ፣ ቤቶ)	basanta

1 ባህላዊ ስንል በአንድ ህብረተሰብ ዘንድ ብዙ ግዜ የቆየ፣ ጥንታዊነት ያለው በእንግሊዝኛ ትራዲሽናል የሚለውን ለማመልከት ነው።

7	Carroowa	ጫሮዋ	c'arrowa
8	Dureette	ዱሬቴ	dureete
9	Dullatte (qara)	ዱላቴ (ቃራ)	dullatte
10	Bidirsa	ብድርሳ	bɨdɨrsa
11	Deette	ዴቴ	deete
12	Karaawichcha	ካራዊቻ	karawicca
13	Gardaaduma	ጋርዳዱማ	gardaaduma
14	Sonsa	ሶንሳ	sonsa
15	Rurruma	ሩሩማ	rurruma
16	Lumaasa	ሉማሳ	lumaasa
17	Gidaada	ግዳዳ	gɨdaada
18	Rudda	ሩዳ	rudda
19	Ereere (Beetto)	ኤሬሬ (ቤቶ)	ereere
20	Ereerenta (Ama)	ኤሬረንታ (አማ)	ereränta
21	Adula (qara, Beetto)	አዱላ (ቃራ፣ ቤቶ)	adula
22	Adula (guchcha, Ama)	አዱላ (ጉቻ አማ)	adula
23	Harfatto	ሀርፋቶ	harfatto
24	Hadeetta	ሀዴታ	hadeetta
25	Dullatte (geercho, Ama)	ዱላቴ (ጌሬቾ፣ አማ)	dullatte
26	Bita	ቢታ	bita
27	Ciico	ጪጬ	c'iic'o
28	Lao	ላአ	laʔo

የኦሮምኛ የህያሰባቱ የቀናት ስሞችን በሠንጠረዥ ሁለት አቅርበናል። ከላይ እንደገለፅነው፣ የወር መጀመሪያ የተወሰነ ቀን ስለሌለ፣ በግራ ረድፍ ያለው ቁጥር የቀናቱን ብዛት ለማሳየት የገባ እንጂ ከዚያ ያለፈ ቀኑ ስንተኛ እንደሆነ አያሳይም። የቀናቱን ዝርዝር የወሰድነው ከአስመሮም ለገሰ (1973፡ 178 & 180) ነው።[2]

2 የአስመሮም ለገሰ ጥናት የቦረና ኦሮሞን የተመለከተ ነው። የሁሉንም ኦሮሞ ጎሳዎች መወከሉን እርግጠኛ አይደለንም። ይህን ጉዳይ ያሳሰበንን ሙሀመድ ጀማልን እናመሰግናለን።

ሠንጠረዥ 2፡ የኦሮሞ ባህላዊ ቀናት ስም

ቁጥር	የቀን ስም		
	አስመሮም (1973:180)	አማርኛ	IPA
1	Lumasa	ሉማሳ	lumasa
2	Gidada	ጊዳዳ	gidada
3	Ruda	ሩዳ	ruda
4	Areri Dura	ኤሬሪ ዱራ	ereri dura
5	Areri Ballo	ኤሬሪ ባሎ	ereri ballo
6	Adula Dura	አዱላ ዱራ	adula dura
7	Adula Ballo	አዱላ ባሎ	adula ballo
8	Garba Dura	ጋርባ ዱራ	garba dura
9	Garba Balla	ጋርባ ባላ	garba balla
10	Garba Dullaccha	ጋርባ ዱለቻ	garba dulläcca
11	Bita Qara	ቢታ ቀረ	bita k'ara
12	Bita Balla	ቢታ ባላ	bita balla
13	Sorsa	ሶርሳ	sorsa
14	Algajima	አልጋጂማ	algağima
15	Arba	አርባ	arba
16	Walla	ዋላ	walla
17	Basa Dura	ባሳ ዱራ	basa dura
18	Basa Balla	ባሳ ባላ	basa balla
19	Ch'arra	ጫራ	c'arra
20	Maganatti Jarra	ማጋንቲ ጃራ	maganatti ğarra
21	Maganatti Briti	ማጋንቲ ብሪቲ	maganatti briti
22	Salban Dura	ሳልባን ዱራ	salban dura
23	Salban Balla	ሳልባን ባላ	salban balla
24	Salban Dullaccha	ሳልባን ዱለቻ	salban dulläcca
25	Gardaduma	ጋርዳዱማ	gardaduma
26	Sonsa	ሶንሳ	sonsa
27	Rurruma	ሩሩማ	rurruma

ከላይ እንደምንመለከተው፣ የሲዳምኛና የኦሮምኛ የቀናት ስሞች እጅግ በጣም የተመሳሰሉ ናቸው። አስራዘጠኙ ስሞች ዝርያቃል ናቸው። ቅደምተከተላቸውም በጣም የተቀራረበ ነው። ሁለቱ ቋንቋዎች የሚጋሩዋቸውን የቀናት ስሞችና ቅደምተከተላቸውን በቀላሉ ለመለየት እንዲያስችል በሚከተለው ሠንጠረዥ እናቀርባለን። በሠንጠረዡ ዝርያቃል ረድፍ ስር ምንጫቸው አንድ ለሆኑት፣ ማ. ለዝርያቃላቱ፣ ♣ ምልከት አስቀምጠናል።

ሠንጠረዥ 3፡ የሲዳማና የኦሮሞ ባህላዊ ቀናት ስም ዝርያቃላት

ቁጥር	ሲዳምኛ	ኦሮምኛ	ዝርያቃል
1	ሶርሳ	ሶርሳ	♣
2	አርጋጅማ	አልጋጂማ	♣
3	አርባ	አርባ	♣
4	ቦላ	ዋላ	♣
5	ባሳ (ቤቶ)	ባሳ ዱራ	♣
6	ባሳንታ (አማ፣ ቤቶ)	ባሳ ባላ	♣
7	ጫሮዋ	ጫራ	♣
8	ዱሬቴ	ማጋንቲ ጃራ	
9	ዱላቴ (ቃራ)	ማጋንቲ ብሪቲ	
10	ብድርሳ	ሳልባን ዱራ	
11	ዴቴ	ሳልባን ባላ	
12	ካራዊቻ	ሳልባን ዱለቻ	
13	ጋርዳዱማ	ጋርዳዱማ	♣
14	ሶንሳ	ሶንሳ	♣
15	ሩሩማ	ሩሩማ	♣
16	ሉማሳ	ሉማሳ	♣
17	ግዳዳ	ጊዳዳ	♣
18	ሩዳ	ሩዳ	♣
19	ኤሬሬ (ቤቶ)	ኤሬሪ ዱራ	♣

20	ኤሬረንታ (አማ)	ኤሬሪ ባሎ	♣
21	አዱላ (ቃራ፣ ቤቶ)	አዱላ ዱራ	♣
22	አዱላ (ጉቻ አማ)	አዱላ ባሎ	♣
23	ሀርፋቶ	ጋርባ ዱራ	
24	ሀዴታ	ጋርባ ባላ	
25	ዱላቴ (ጌሬኞ፣ አማ)	ጋርባ ዱለቻ	♣
26	ቢታ	ቢታ ቀረ	♣
27	ጪሜ	ቢታ ባላ	
28	ላአ	___________	

የሁለቱ ቋንቋዎች ስያሜ ምንጭ አንድ እንደሆነ መገመት አያዳግትም። ከላይ በአራተኛው ረድፍ እንደምንመለከተው በሁለቱ ቋንቋዎች አስራዘጠኙ ቀናት ዝርያቃል ናቸው። በጣም የሚያስገርመው ደግሞ ቅደምተከተላቸው አንድም አለመፋለሱ ነው።

ከላይ በሠነጠረዡ እንደምንመለከተው ከተደጋጋሚ ስሞች ጋር በኦሮምኛ *ዱራ/ቀረ* እና *ባሎ/ባላ* እና በሲዳምኛ *ቤቶ/ቃራ* እና *አማ* የሚሉ ቅፅሎች እናገኛለን። ለምሳሌ፣ 21 እና 22 ስር የቀረቡትን ይመልከቱ። በኦሮምኛ *ዱራ* ማለት 'ድሮ'፣ 'ቀደም' ነው። የሲዳምኛው እና የኦሮምኛው *ቃራ/ቀረ* ማለትም 'ድሮ' ነው። *ዱራ* እና *ቃራ/ቀረ* በዚህ አገባባቸው 'የመጀመሪያ' የሚለውን ትርጉም ይይዛሉ። ወደፊት እንደምንመለከተው፣ የዚህ አይነት አጠቃቀም በኦሮምኛ በሳምንት የቀናት ስያሜ ላይም ለሰኞ ውሎ እናገኘዋለን—እንደስላቪክ ቋንቋዎች ሰኞን የመጀመሪያ የስራ ቀን አድርጎ ከመቁጠር የተነሳ ነው። እንደዚሁም *አማ* በሲዳምኛ 'እናት' ማለት ሲሆን፣ *ቤቶ* ማለት ደግሞ 'ልጅ' ነው።[3] እነዚህ ቅፅሎች ተመሳሳይ ስሞች የሚጠቀሙ ቀናትን ለመለየት 'የመጀመሪያ' እና 'ያሁን' የሚሉ ማጎላመሻዎች ናቸው።

እንደሲዳማና ኦሮሞ ሌሎች የኢትዮጵያ ብሄረሰቦች በወራት የተደራጁ የቀናት ስያሜዎች ያላቸው አላጋጠመንም። በብሄረሰቦቹ ላይ ያለው መረጃ ገና አጥጋቢ አይደለምና የሉም ብሎ መደምደም ግን አይቻልም። በጌዲኦኛ *ዱረቲ/ዱሬቲ፣ ጊዳዳ፣ አርጋጅማ* እና *ቢታአ* የሚሉ የቀናት ስሞች አሉ።

3 ለነዚህ የሲዳምኛ ቃላት ትክክለኛ ፍቺ የጠቆሙንን ዶር. አንበሳ ተፈራን እናመሰግናለን።

እነዚህ ከላይ በሠንጠረዥ ሶስት በቁጥር 8፣ 17፣ 2፣ እና 26 ካሉት እንደቅደምተከተላቸው ዝርያቃላት ናቸው። የጌዲኦኛ ስያሜዎቹ ግን ሳምንታዊ ናቸው። በጌዲኦኛ *ዱረቲ*/ *ዱሬቲ* 'ሰኞ'፣ *ጊዳዳ* 'እሮብ'፣ *አርጋጅማ* 'ሀሙስ'፣ እና *ቢታአ* 'አርብ' ማለት ናቸው። እነዚህ የቀናት ስሞች ከጥንታዊ ወራዊ የቀን ስያሜ ስም የወጡ ይመስላል።

ከኢትዮጵያ ውጭ የሲዳምኛና የኦሮምኛ አይነት ስም አሰጣጥ በጥንታዊ ባቢሎን ነበር።[4] በባቢሎንያን በወር ሀያስምንት የጨረቃ ቀናት የየራሳቸው ስያሜ ነበራቸው። ባቢሎንያን በየሰባት ቀኑ መጨረሻ መጥፎ ቀን 'ኢቭል ዴይ' ብለው ለአማልክቶችም መስዋዕት ያቀርቡ ነበር።[5] በሲዳማ እና በኦሮሞም መጥፎ ቀን የሚባሉ አሉ። ከነዚህ ቀናት ውስጥ አንዱ የውሻ ቀን የሚባለው ነው።[6] ይህ ድርጊት ከጥንታዊ ባቢሎንያን ጋር ምን አይነት ቅርርብ እና ልዩነት እንዳለው፣ ቅርርቡ የአጋጣሚ ወይስ በሌላ ምክንያት እንደሆነ በወግ ማጥናት ያስፈልጋል። በተለይ ባህላዊ አቆጣጠር ውስጥ ስላሉት "ሰንበቶች" እና ተያያዥ ባህላዊ እምነቶችና ድርጊቶች ጥልቅ ጥናት ወደፊት ማድረግ አስፈላጊ ይመስለናል።

ከላይ እንደገለፅነው በሲዳማ ከ28 የቀናት ስሞች በተጨማሪም *ዲኮ*፣ *ቃዋላንካ*፣ *ቃዎዶ*፣ እና *ዴላ* የሚባሉ አራት ቀናት በሳምንት አሉ። እነዚህ ከገበያ ጋር የተያያዙ ናቸው። ምንም እንኳ በሰባት ቀን ላይ የተመሰረተው ሳምንት በሁሉም የአለማችን ክፍል ቢሰራጭም፣ የሲዳማው አይነት በገበያ ላይ የተደራጀ ሳምንት በብዙ አፍሪካ ሀገሮች አሁንም አለ። ከነዚህ ውስጥ በምዕራብ አፍሪካ ሀገሮች በጣም የታወቀው ልክ እንደሲዳማው በአራት የገበያ ቀናት ላይ የተደራጀው ሳምንት ነው (ዘሩባቬል 1985:46)።

በሲዳምኛና በኦሮምኛ ከባህላዊ አቆጣጠሩ በተጨማሪ ሰባት ቀንን መሰረት ያደረገ የቀናት ስያሜ አለ። ይህ ስያሜ በውሰት የገባ መሆኑን በቀላሉ መገመት እንችላለን። የዚህ የሰባት ቀናት ስያሜን በሚቀጥለው ክፍል ከሌሎቹ ቋንቋዎች በተጓዳኝ እንቃኛለን።

---

4 ይህ በርግጥ በጨረቃ ወራት በሚጠቀሙ ሌሎች ህብረተሰቦችም በስፋት ያለ ነው። ለዚህ ከብዙ በጥቂቱ፣ በጥንታዊ ግብጽ ከነበሩት አቆጣጠሮች ውስጥ በጨረቃው አቆጣጠር ቀናቱ ያላቸው ስያሜን መመልከት ይቻላል (ፓርከርን 1950፡11-12 እና በዚያ የተጠቀሱ ስራዎችን ይመልከቱ)።

5 ከብዙ በጥቂቱ ዌብስተርን (1916: ምዕራፍ 7)ን ይመልከቱ።

6 በዚህ ጉዳይ ላይ ስለኦሮምኛ አስተያየት የሰጡንን ደበላ ጎሹን እና ስለሲዳምኛ ደግሞ አንበሳ ተፈራን ከልብ እናመሰግናለን።

2.3 ሳምንታዊ ስያሜ

የአብረሀም ሀይማኖት በአለማችን ከዘመን አቆጣጠር ጋር በተያያዘ ካመጣው አንዱ ነገር ሰባት ቀናትን በሳምንት መመደቡና (የቀናት) ስሞቹን በቁጥር ማድረጉ ነው። ብዙ ሀገሮች ቀድሞ የነበራቸውን የቀናት ስሞች በመለወጥ በቁጥር አድርገዋል። የተወሰኑት ደግሞ ሳምንትን በሰባት ቀናት ማደራጀትን ብቻ ወስደው የጥንታዊ የቀናት ስሞችን እንዳለ ይዘው ይገኛሉ። ለዚህ የጀርመን ቋንቋዎችን መጥቀስ ይቻላል። ለምሳሌ፣ በእንግሊዝኛ *ሰንዴይ* ‘የፀሀይ ቀን’፣ *መንዴይ* ‘የጨረቃ ቀን’ ወዘተ. የሚል ነው። የቀናት ስሞቹ ከቁጥር ጋር የተያያዙ ሳይሆኑ ከአማልክትና ከከዋክብት/ፕላኔቶች ጋር የተገናኙ ናቸው።[7] በሀገራችንም ጥንታዊ ስያሜያቸውን ይዘው የምናገኛቸው እንዳሉ በላይኛው ክፍል አይተናል።

የአብርሀም ሀይማኖት ተፅእኖ ቀናትን በቁጥር እንዲለወጥ እንዳስገደደው ሁሉ፣ አንድ ህብረተሰብ ከሌላው ህብረተሰብ ያለው ግንኙነትም እንደዚሁ ያደርጋል። ለምሳሌ፣ ሲዳምኛ እና ኦሮምኛ እንደጥንታዊ ባቢሎንያን በወር ያሉት ቀናት እያንዳንዳቸው የራሳቸው ስያሜ ቢኖራቸውም፣ ወደበኋላ ላይ እንደምንመለከተው፣ በአለማችን ካለው ሳምንትን በሰባት ቀን ማደራጀት አንፃር ከሌሎች ቋንቋዎች የወረሷቸው (እና አዲስ በራሳቸው የፈጠሯቸው) በሳምንት ሰባት ቀናት የያዙ ስያሜዎችም አሏቸው። ዝርዝሩን ወደኋላ እንመጣበታለን።

ሌስላው (1961) የኢትዮ-ሴማዊ ቋንቋዎች የቀናት ስምን በተመለከተ ባቀረበው መጣጥፍ የቀናት ስሞቹ አራት ዋና ዋና ባህርያት እንደሚታይባቸው ገልጿል። እነዚህም፣ (1) የሴም ስር ያላቸው፣ (2) በውሰት ከሌሎች ቋንቋዎች የተወሰዱ፣ (3) የገበያ ቀናት ከሚውሉባቸው ቦታ ስያሜዎች፣ እና (4) ከቅዱሳን ስሞች ለሚዘከሩባቸው ቀናት ወይም ለተወለዱባቸው ቀናት መጠሪያ እንዲሆኑ የተወሰዱ ናቸው። በሌሎቹ የኢትዮጵያ ቋንቋዎች የምናየውም ሌስላው ከገለፀው ባብዛኛው ተመሳሳይ ቢሆንም፣ በተጨማሪም ሌስላው በዳሰሳቸው ቋንቋዎች ውስጥ ያልታየ እንደ

---

7 ከዋክብቱና ፕላኔቶቹ ብዙውን ግዜ አማልክት ናቸው። ይህ በመላው አለማችን ያለ ነው። ለምሳሌ፣ የኛዋ አቴቴ፣ የባቢሎንያን ኤሽተር፣ የምእራብ ሴሞች አስታርቴ ቬነስ፣ ወይም፣ በሌላ አነጋገር፣ የቬነስ ሰውኛ ነች።

ስላቪክ ቋንቋዎች *ሰኞን* አንድ ወይም የመጀመሪያ የስራ ቀን አድርጎ ከመቁጠር የተሰጠ ስያሜም አለ።[8]

2.3.1 እሁድ

እሁድ በግዕዝ ከላይ እንደገለጽነው *እሑድ* /ʔiħud/ ነው። ልዕለ-ቃሉ *አሐድ* ነው—'አንድ' ማለት ነው። የቅማንትኛ *ኢድ* እና የአውንጊ *ኢድግዊ* ምናልባት ከዚሁ ከሴማዊው *አሐድ* የመጡ ይመስላል።[9] አረብኛም *እሁድን* የሚጠራው *አል-አሐድ* 'አንድ' ብሎ ነው። አንዳንድ ቋንቋዎቻችን የአረብኛውን *አል-አሐድ* እንዳለ ወይም መጠነኛ የስነድምፅ ለውጥ በማድረግ ይጠቀማሉ—ለምሳሌ፣ *ሀረሪ አልሐድ*፣ *ሱማልኛ አኻድ*፣ *የሀረር ኦሮምኛ አላዱ*።

በግዕዝ ከ*እሑድ* በተጨማሪ ይህ ቀን አንዳንዴ *ሰንበት* ወይም *ሰንበተ ክርስትያን* ይባላል። በአማርኛም እሁድን *ሰንበት* ብሎ መጥራት የተለመደ ነው። ይሁን እንጂ *ሰንበት* የሚለው ቃል በአማርኛ አሁን ያለው አጠቃቀም በዓል ማለት ነው። ማንኛውም ቀን በዓል እስከሆነ ድረስ *ሰንበት* ተብሎ ይጠራል። ለምሳሌ፣ የአማልዕክቱና የቅዱሳኑ ቀናት ማንም ቀን ላይ ቢያርፉ "ዛሬ ሰንበት ነው፤ ስራ አይሰራም" ማለት በተለይ በአማኝ ገበሬው ዘንድ የተለመደ ነው።

በአማርኛና በግዕዝ ከዚህ ቃል ስር፣ ማ. ከ√ሰነበተ /√snbt/፣ የወጡ በርካት ምስርት ቃላት አሉ። ለምሳሌ፣ በአማርኛ *ሰነበተ* እና በግዕዝ *ሰንበተ* የሚሉትን ግሶች መጥቀስ ይቻላል። ወልፍ ሌስላው (1991:758) *ሰንበተ* በግዕዝ ሳምንት ቆየ ማለት ነው ይላል። በአማርኛም *ሰነበተ* ቆየ፣ ቀረ ማለት ነው። ለምሳሌ፣ አንድ ሰው "እሰነብታለሁ" ቢል በቀን ደረጃ ሳምንትና ከሳምንት በላይ መቆየትን ያሳያል። ብዙ ወራት ወይም ዓመት ከሆነ ግን ከረመ የሚለው ነው የሚውለው። እንደኪዳነወልድ መዝገበቃላት ከሆነም የግዕዙ *ሰንበተ* ልክ እንዳማርኛው ቀረ፣ ቆየ ማለት ነው (ኪዳነወልድ 1948: 874)። አንድ ሳምንት መቆየትን ብቻ በተለይ አያሳይም። በርግጥ የዚህ ዘር የሆኑት ሌሎች ምስርት ቃላት በግዕዝም ሆነ በአማርኛ አንድ ሳምንትን ብቻ አይመለከቱም። ለምሳሌ *አሰነበተ* ሲል በአማርኛም ሆነ በግዕዝ አቆየ ነው።

8 በእየቋንቋዎቹ ያሉት የቀናት ስሞች ዝርዝር በአባሪው ስር ቀርበዋል።

9 አፐልያርድም (2006:131) የቅማንትኛይንና የአውንጊን በተመለከተ ምናልባት ከግዕዝ የመጡ ሳይሆን አይቀርም ብሏል።

ይህ የሚያሳየን ምናልባት ቃሉ በኢትዮጵያ ቋንቋዎች ጥንታዊነት ያለው ነባር ሊሆን እንደሚችል ነው። ወደዋናው ነጥባችን እንመለስ።

ከግዕዝ ውጪም በብዙ የሀገራችን ቋንቋዎች እሁድ *ሰንበት* ከሚለው ልዕለ-ቅርፅ በወጡ ቃላት ይገለጻል።[10] ለምሳሌ፣ በኦሮምኛ፣ በጌዲኦኛ፣ በቡርጂ፣ እና በሲዳምኛ፣ *ሳንባታ/ሰንበታ*፣ በትግርኛ እና ሰሜን አርጎብኛ *ሰንበት*፣ እና በደቡብ አርጎብኛ *ሰንበድ* ይባላል።[11] በብዙ ቋንቋዎች ከቅፅል ጋር ይኸው ቃል ውሎ ይገኛል። ለምሳሌ፣ በኦሮምኛ፣ በትግረ፣ በኻምጣንጋ፣ በወለኔ፣ በስልጤ፣ በክስታንኛ፣ በዶቢ/ጎጎት፣ በቸሀ፣ በመስቃን፣ በሙኸር፣ በዛይ፣ በጌይታ፣ በእዣ፣ እና በእነሞር 'ትልቁ/ዋና ሰንበት' ይባላል—ኦሮምኛ *ሳንባታ ጉዳ* (ማዕከላዊ ኦሮምኛ) ወይም *ግድር*[12] *ሳንባታ* (ባሌ ኦሮምኛ) 'ትልቁ ሰንበት'፣ ኻምጣንጋ *ኸየሰንብት*[13] 'ትልቁ ሰንበት'፣ ትግረ *ሰንበት ዐቢይ* 'ትልቁ ሰንበት'፣ ክስታንኛ፣ እዣ፣ እነሞር፣ ጎጎት/ዶቢ፣ ቸሀ፣ ጌይታ፣ እና *ጋፋት ዉር/ ውር ሰንበት* 'ዋና ሰንበት'፣ መስቃን እና ሙኸር *ሑር ሰንበት* 'ዋና ሰንበት'፣ ስልጢ እና ወለኔ *ጊዲር ሰንበት* 'ትልቁ ሰንበት'፣ እና ዛይ *የገደር ሰንበት* 'ትልቅ ሰንበት'።

የእንደጋኝ *አቡ* የከምባትኛ *አባታ*፣ እና የሀዲይኛ *አባአ* ከ*አባይ/አብይ* 'ትልቅ' ከሚለው የመጡ ይመስላል። ምናልባት በግዜ ሂደት *አብይ ሰንበት* ከሚለው ሰንበትን ገድፈውት *አብይ* ቀርቶ ሊሆን ይችላል። ወይም ከመጀመሪያውም *ሰንበት* የሚለውን ትተው *አብይ* የሚለውን ብቻ ወስደው ሊሆን ይችላል። በርግጥ፣ በከምባትኛ *አባ* /abba/ ትልቅ ማለት ነው።

ቢለን ከሁሉ ለየት ያለ ይጠቀማል። *እሁድ* ማለት በቢለን *ሰንበር ቅዳኹ* ማለት ነው። ቀጥታ ትርጉሙ 'ቀዳሚ ሰንበት' ወይም 'የመጀመሪያ ሰንበት' ማለት ነው (አፕልያርድ 2006:131)። ይህ በክፍል 3.7 ላይ እንደምንመለከተው በብዙ ቋንቋዎች ለቅዳሜ የሚውል ነው። እሁድ ቀዳሚ ሳይሆን ዳህራይ "ሰንበት" ነውና።

---

10 ሌስላውንም (1961:64) ይመልከቱ።

11 ሰሜን አርጎብኛ እና ደቡብ አርጎብኛ ራሳቸውን የቻሉ ቋንቋዎች ናቸው። የስያሜዎቹ አጠቃቀም ግርማ (2015)ን መሰረት ያደረገ ነው።

12 *ግድር* በደቡባዊ ተሸጋጋሪ ኢትዮ-ሴማዊ ቋንቋዎች 'ትልቅ' ማለት ነው።

13 አፕልያርድ (2006:131) ለኻምጣንጋ ለእሁድ የሰጠው *ኸየው ሰንብት* የሚል ነው። የዘዬ ልዩነት ሳይሆን አይቀርም።

2.3.2 ሰኞ

የግዕዙና የትግርኛው *ሰኑይ*፣ የአማርኛው *ሰኞ*፣ የትግረው *ሰኖ*፣ የጋፋቱ *ሰኙ*፣ ዝርያቃል ናቸው። እንደሌስላው ከሆነ የእነዚህ ስር ሴማዊ ልዕለ-ቅርፅ √ሰነየ /√sny/ ነው። ቃሉ ከኢትዮጵያ ውጭ ባሉት የሴማዊ ቋንቋዎች ውስጥም አለ (ሌስላው 1961:64)። ሁለት ማለት ነው። በመግቢያችን እንደገለፅነው በአማርኛም *ሰኘ* በግዕዝ *ሰነየ* ይባላል። ትርጉሙም ሁለተ አደረገ ነው (ደስታ 1970:1188ን ይመልከቱ)። በአማርኛ *ሰኞ* በግዕዝ *ሰኑይ* ሁለተኛ ቀን ማለት ይሆናል—እንደአብራሀም ሀይማኖቶች እግዚአብሄር አለምን መፍጠር የጀመረበት ሁለተኛ ቀን ነው ተብሎ ስለሚታመን።

በዚህ ስራ የተዳሰሱት በርካታ የኲሽቲክ ቋንቋዎች የሴማዊ ስር አላቸው፤ ለምሳሌ፣ ቢለን *ሰኑ*፣ ኻምጣንጋ *ሲኑ*፣ ቅማንት *ሰኙ*፣ ቡርጂ *ሴኞ*፣ ጌድኦ *ሳኖ*/*ሳኞ*፣ ሀዲይኛ *ሳና*፣ ከምባትኛ *ሳና*፣ እና ሲዳምኛ *ሳኞ*።

ትንሽ በማይባሉ ቋንቋዎች (ቸሀ፣ ዛይ፣ ክስታንኛ፣ ዶቢ/ጎጎት፣ መስቃን፣ ወለኔ፣ እንደጋኝ፣ ሙኸር፣ ስልጢ፣ እዣ፣ እነሞር፣ ጌይታ) ሰኞ ማለት *ውጠት*/*ዉጠት* ነው። እንደሌስላው (1961:66) ከሆነ ይህ ቃል ከኲሽቲክ ቋንቋዎች የተወረሰ ነው። የኦሮምኛውም *ዊጣታ* የዚህ ዝርያቃል ነው። በከምባትኛ *ዊጧታ* ማለት 'ዘር' ማለት ነው። በሀዲይኛም *ዊጦ* 'ዘር' ማለት ነው። ሰኞን ከእርሻ ጋር ምን አገናኝቶት *ዊጣታ* 'ዘር' እንደተባለ ለግዜው ግልፅ ሊሆንልን አልቻለም።[14] የእቢዮ ወልደማርያም (በቀዳሚ ቃሉ ክፍል) እሁድ የእረፍት ቀን ስለሆነ ሰኞን 'የዘር ቀን' ማለቱ ዕለቱን የመጀመሪያው የስራ ቀን አድርጎ ከመቁጠር የመነጨ ሳይሆን አይቀርም ይላል። ነገሩ አሳማኝ ይመስላል። በሚቀጥለው ክፍል እንደምንመለከተው በኦሮምኛ ለማክሰኞ ፈጫሳ የሚል ቃልም አለ። የዚህ ፍቺም ከዘር ጋር የተያያዘ ነው።

በሀረሪ፣ (በሀረር) ኦሮምኛ፣ እና በሱማልኛ ሰኞ *ኢሰኒን* ነው። ይህ ቃል ከአረብኛ እንዳለ የተወሰደ ሲሆን፣ ከኢትዮ-ሴማዊ *ሰኑይ*/*ሰኞ* ጋር ዝርያቃል ነው። በመግቢያችን ላይ እንደገለፅነው የእብራይስጡ *ሼን* የዚሁ ዝርያቃል ነው።

---

[14] *ዘር* በኦሮምኛ ግን *ሰኘ* ወይም *ሸኘ* ነው። ይህ ልክ እንደደቡብ ተሸጋጋሪ ኢትዮ-ሴማዊ ቋንቃዎች—ስልጢ፣ ወለኔ፣ ዛይ፣ እና ሀረሪ—ማለት ነው። ለንፅፅር ሀድሰን (2008:153)ን ይመልከቱ።

የኦሮምኛው *ሆጃ-ዱራ/ ሆጃ-ዱሬ* ከስራ ጋር የተያያዘ ስያሜ ነው። *ሆጃ* ማለት ስራ ማለት ሲሆን *ዱራ/ዱሬ* ማለት ደግሞ የቀድሞ፣ የድሮ ወይም የመጀመሪያ ማለት ነው።[15] የዚህ ቃል (ሆጃ-ዱራ/ ሆጃ-ዱሬ) አመጣጥ *ሰኞን* የመጀመሪያ የስራ ቀን ከማለት ይመስላል—እሁድ በክርስትያን የሚታረፍበት ስለሆነ። የዚህ አይነት ስያሜ አሰጣጥ በአንዳንድ የአለማችን ቋንቋዎች ይገኛል። ለአብነት በባልቲክ እና በስላቪክ ቋንቋዎችም፣ ለምሳሌ ራሺያ፣ ሰኞን አንድ ብሎ በመጀመር የተሰጠ ስያሜ አለ።

የአንዳንዶቹ—ለምሳሌ፣ የአውንጊ *መቿ*፣ የደቡብ አርጎባ *ሀርጋድ* ፣ የሰሜን አርጎባ *ሌዶ*፣ የ(ምእራብ) ኦሮምኛው *ዳፊኖ*—ምንጭ ግልፅ አይደለም። የጌዲኦኛው *ዱሬቲ/ዱረቲ* ምንጩ የወራዊው ስያሜ ይመስላል። በክፍል ሁለት እንደገለፅነው የዚህ ዝርያቃል በኦሮምኛና ሲዳምኛ ወራዊ የቀናት ስያሜ ውስጥ አለ።

2.3.3 ማክሰኞ

ጻዋትው፡ ፍጥረት በተሰኘ በ15ኛው ክፍለ ዘመን እንደተፃፈ በሚገመት ጥንታዊ የአማርኛ ፅሁፍ ማክሰኞ የቀረበው ማግሰኞ ብሎ ነው። ደስታ ተክለወልድም *ማክሰኞን* በመዝገበቃላታቸው ያስገቡት *ማግሰኞ* በሚል ነው፤ "በህዝብ አነጋገር ማክሰኞ ይባላል" (ደስታ 1970:750)። ደስታ ምንጩም *ማግስተ-ሰኞ* እንደሆነ ይገልፃሉ። ይህም የሰኞ ማግስት ማለት ነው። ወልፍ ሌስላውም፣ ማክሰኞ የመጣው *ማግስተ-ሰኞ* ከሚለው እንደሆነ ይገልፃል (1961:64)። ጥምር ቃላት ከመነሻቸው የተጣማሪ ቃላቱን ባህሪ ሳይለቁ ሁለት ስነድምፃዊ ቃላት[16] ሆነው ቢነበቡም፣ (ብዙውን ግዜ) በግዜ ሂደት ድምፅ እየጎረዱ ወደአንድ ስነድምፃዊ ቃል ይመጣሉ። ለምሳሌ፣ *ቀኝ አዝማች* በሂደት *ቀኛማች* እንደሆነው ማለት ነው። የ*ግ* /g/ ወደ *ክ* /k/ መለወጥም በጣም የተለመደ የስነድምፅ ሂደት ነው። ስለዚህም፣ *ማክሰኞ* የመጣው ከማግስተ ሰኞ ነው የሚለው ብዙም የሚያጠያይቅ አይመስለንም።

የጋፋቱ *ማክሰን*፣ የቡርጂው *ማክሴኝ*፣ የጌዲኦኛው *ማሳኖ/ማሳኝ*፣ የሀዲይኛውና የከምባትኛው *ማክሳና*፣ እና የሲዳምኛው *ማኪሳኞ* ከአማርኛ የተወረሱ ናቸው። የትግረውም *ተላይሸኖ/ታላሸኖ*፣ ከአማርኛው ጋር በፍቺ

15 የአማርኛ *ድሮ* ከኦሮምኛ *ዱራ/ዱሬ* የተወሰደ ቃል ነው።

16 ስነድምፃዊ ቃል በእንግሊዝኛ ስነልሳን አጠቃቀም ፕሮዞዲክ ወርድ 'prosodic words' የሚለውን የሚመለከት ነው።

ረገድ አንድ ነው—ከሰኞ ቀጥሎ ማለት ነው። ዝርያቃላት የሆኑት በጉራጌ ቋንቋዎች የምናገኛቸው *መረፇ*፣ *መናግ*፣ እና *መናጋ* 'ቀጥሎ፣ ማግስት' ማለት ናቸው። ከስታንኛ፣ ሙኸር፣ እና ጎጎት/ሶቢ *ውጠት መናግ*፣ ቸሀ፣ እነሞር፣ እና እንደጋኝ *ውጠት መረፇ*፣ መስቃን *ውጠት መናፇ*፣ በሙሉ ማግስተ ሰኞ፣ ማ. የሰኞ ማግስት፣ ማለት ናቸው። ይህም ልክ እንደአማርኛውና ትግረው መሆኑ ነው። ጌይታ *ውጠትን* በመግደፍ *መረጋ* ይላል።

ስልጢና እነሞር *መገር ገባያ* ይላሉ። ቃል በቃል ሲተረጎም 'የመገር ገበያ' የሚል ፍቺ ይሰጣል። ይህም *መገር* የተባለ ቦታ ከሚደረግ ገባያ ቀን በመነሳት የተሰጠ ስያሜ እንደሆነ ሌስላው (1961:67) ይገልፃል።

ወለኔ *ሂዉጠት*፣ ዛይ ደግሞ *ሁቡጠት* ይላሉ። *ሁቡጠት* ከሁ-ዉጠት የመጣ እንደሆነ በቀላሉ ማወቅ ይቻላል። የኦሮምኛው *ቂብጣታ* የ*ሂዉጠታ* እና የ*ሁቡጠታ* ዝርያቃል ነው። የ*ወ* /w/ ወደ *በ* /b/ መለወጥ እና በተገላቢጦሹም የ*በ* ወደ *ወ* መለወጥ በኢትዮ-ሴማዊ ቋንቋዎች በጣም የተለመደ ታሪካዊ የስነድምፅ ሂደት/ለውጥ ነው (ግርማ 2015፡23)። እንደዚሁም *ከ* /k/ ወደ *ኸ* /x/፣ በተገላቢጦሹም *ኸ* ወደ *ከ* የመለወጡም ሂደት በጣም የተለመደ የስነድምፅ ሂደት ነው። ለምሳሌ፣ *ኺደት→ሂደት እና አካሄድ የሚሉትን መጥቀስ ይቻላል። የሁለቱም ልዕለ-ስር √ኸየደ (√xyd) ነው። በዘመናዊ አማርኛ የትናጋዋ *ኸ* /x/፣ እና የማንቁርትዋ *ሐ* /ḥ/ ብዙ ግዜ ወደጉሮሮዋ *ሀ* /h/ ተለውጠው እናገኛቸዋለን። ለምሳሌ፣ የአማርኛው *ሄደ* /hedä/ ከ*ኼደ* /xedä/ የመጣ ነው። በ*ሁኔታ* /huneta/፣ *ሆነ* /honnä/፣ እና *ሀብት* /habt/ ውስጥ ያለችው *ሀ* /h/ በጥንት አማርኛ *ኸ* /x/ ነበረች። ለዝርዝሩ ግርማ (2014)ን ይመልከቱ። በወለኔው *ሂ-* /hi-/ እና በዛይ *ሁ-* /hu-/ ውስጥ ያለችው የጉሮሮ ተናባቢዋ *ሀ* /h/ ከትናጋዋ *ኸ* /x/ የመጣች ይመስላል። ኦሮምኛ ከሌሎች ቋንቋዎች በሚወርሳቸው ቃላት ውስጥ *ፀ* /s'/ን፣ እና *ጠ* /t'/ን ሲያገኝ ብዙውን ግዜ *ፀ* /s'/ን እና *ጠ* /t'/ን ወደ ጨ /c'/ ይለውጣል። ለምሳሌ፣ የአሰላው ጭላሎ (ተራራ) የጥንቱ (ደብረ) ፅላሎ ነው—ፅላሎ ጭላሎ የሆነው *ፅ* ወደ *ጭ* ተለውጣ ነው። እንደዚሁም፣ በብዙ የሀገራችን ቋንቋዎች *ኸ* /x/ ወደ *ከ* /k/ እንደሚለወጠው ሁሉ፣ *ከ* /k/ም፣ ወደ *ቀ* /k'/ በተለይ በውርስ በሚገቡት ላይ ይለወጣል። ለምሳሌ፣ በስም ደረጃ ከውጭ ቋንቋ በግዕዝ የተወረሱት እነኒቆዲሞስ እና ኒቅያ ውስጥ ያለችው *ቀ* /k'/ በምንጩ ቋንቋ *ከ*

/k/ ነች። ይህ ሁኔታም በኦሮምኛ ላይ (ቢያንስ በታሪክ) ያለ ይመስላል። የ*ሂውጠታ* እና የ*ሁቡጠታ* ቀደምት ቅርፃቸው *ኺውጠታ እና *ኹውጠታ ይመስላል። የኦሮምኛው *ቆ-* በ*ቆብጣታ* ውስጥ ያለችው፣ ከ *ኸ* ወደ *ከ* ከዚያም ወደ አሁን ያለችበት *ቀ* ተለውጣ ይመስላል። ቁም ነገሩ መነሻ የሆነው (ልዕለ-ቅርፅ) *ኸ- (*ሁ-* በዛይ፣ *ቆ-* በኦሮምኛ፣ እና *ሂ-* በወለኔ) ምንድነው የሚለው ነው። ለዚህ ሁለት መላምት መሰንዘር ይቻላል። አንደኛው፣ ልክ እንደአማርኛው እና ከላይ በጉራጌ ቋንቋዎች እንዳየነው *ማግስት* ማለት ሊሆን ይችላል። ሁለተኛው፣ ይህ ምዕላድ ከመስተዋድዱ *ኸ/ከ የመጣ ሊሆን ይችላል። ከመነሻው "ከሰኞ ቀጥሎ" የሚል ትርጉም ኖሮት፣ በሂደት "ቀጥሎ" የሚል ትርጓሜ ያለው ቃል ተገድፎ፣ መስተዋድዱ እና "ሰኞ" የሚሉት ብቻ ቀርተው ይሆናል።

የትግርኛው *ሰሉስ*፣ የግዕዙ *ሠሉስ*፣ እና የሀረሪው *ሰላስ* ዝርያቃል ናቸው። ትርጉሙም ሶስት ማለት ነው—እንደአብራሀም እምነት እግዚአብሐር አለምን የፈጠረበት ሶስተኛ ቀን ስለሆነ ይህንኑ ለማመልከት የተሰጠ ስያሜ ነው። የእብራይስጡ *ዮም ሺልሺ* 'ሶስተኛ ቀን' ማለት ነው። የሰሜን አርጎብኛው *ኑርሁሴን* በሼክ ሁሴን የተሰየመ ነው። የቢለኑ *ሰሊ*ኝ፣ የኻምጣንጋው *ሲልዝ/ሲልዝያ*፣ እና የቅማንቱ *ሰልዚ* ዝርያቃል ናቸው። ምንጫቸው የሴማዊው √*ሰልሰ* (√*sls*) ነው (አፐልያርድ 2006:140)። የሱማልኛው *ታላዶ*፣ ከአረብኛ *አሰላሳዕ/አሱለሳዕ* የተወሰደ ነው። ምንጩ ሶስት ማለት ነው። የአረብኛው፣ የእብራይስጡ፣ የግዕዙ እና የአማርኛው ዝርያቃላት ናቸው። ሁሉም ከአንድ ሴማዊ ልዕለ-ቃል የመጡ ናቸው።

ኦሮምኛ *ላማፎ* ወይም *ሆጃ ላማፎ* የሚሉ ስሞችንም ለማክሰኞ ይጠቀማል። *ላማፎ* ማለት ሁለተኛ ማለት ነው። *ሆጃ ላማፎ* ማለት በጥሬው 'ሁለተኛ ስራ' ማለት ነው። ይህም ሁለተኛ የስራ ቀን ለማለት ነው። ከላይ እንደገለፅነው፣ *ሰኞን* አንድ በማለት፣ ማክሰኞን ሁለተኛ ቀን ብሎ መጥራት በአንዳንድ የአለማችን ቋንቋዎች፣ ለምሳሌ በስላቪክና በባልቲክ ቋንቋዎች፣ ይታያል። በቻይንኛም *ሰኞ*፣ *ማክሰኞ*፣ ወዘተ. የሚሉት ቀናት ስያሜያቸው *ሰኞን* አንድ ብሎ ከመጥራት ይጀምራል። ለምሳሌ፣ *ሰኞ* በጥሬው "በሳምንት

(ሰባት-ቀን) ዑደት/ስሌት የመጀመሪያ ቀን"፣[17] *ማክሰኞ* ደግሞ "በሳምንት (ሰባት-ቀን)ዑደት/ስሌት ሁለተኛ ቀን"[18] ናቸው።[19]

የአውንጊ *ዉፍጪ* እና የደቡብ አርጎብኛ *ካው* ለግዜው ምንጫቸው ግልፅ ሊሆንልን አልቻለም።

የኦሮምኛው *ፊጫሳ* ከእርሻ ጋር የተያያዘ ነው። መዝራት ማለት ነው (ዶር. ደበላ ጎሹ ግል ግንኙነት)። ለምን ለማክሰኞ *ፊጫሳ* 'መዝራት' የሚል ቃል እንደወጣለት ለግዜው ግልፅ አልሆነልንም። ነገሩ ግን ከስራ ቀን ከመሆን ጋር የተያያዘ ይመስላል። ባለፈው ክፍል እንዳየነው ዊጣታም በስነፍቺ ደረጃ ከዚህ ቃል ጋር ተመሳሳይ ነው።

ጌዲኦኛ *ጂማታ* የሚል ስያሜ ለማክሰኞ ይጠቀማል። ይህ ቃል ከአረብኛ (*ያውም አል-*)*ጁምዓ* 'የመሰባሰቢያ ቀን' የተወረሰ ነው። ይሁን እንጂ የአረብኛው ስያሜ አርብን የተመለከተ ነው። በክፍል 3.7 እንደምንመለከተው በበርካታ የኢትዮጵያ ቋንቋዎች *ጂማታ*ን ወይም የዚህ ቃል ዝርያ የሆነውን የሚጠቀሙት ልክ እንደምንጩ አረብኛ ለአርብ ነው። ጌዲኦኛ መቼና በምን አጋጣሚ ይህን ቃል ለአርብ መጠሪያ እንዳደረገ ለግዜው ግልጽ አልሆነልንም።

2.3.4 እሮብ/ረቡእ

የ*እሮብ* መሰረቱ 'አራት' የሚለው ቃል ነው። ይህ ቃል ከመነሻው ሴማዊ ልዕለ-ቅርጹ በርካታ የስነድምፅ ለውጥ አድርጓል። *እሮብ* የሚለው ብቻ ሳይሆን *አራት* የሚለውም ራሱ። እነዚህ ሁለቱም ቃላት ከአንድ ስርወቃል የመጡ ናቸው። በሁሉም ሴማዊ ቋንቋዎች ማለት ይቻላል ይህ ቀን የሚገለፀው ከዚሁ ከ4 ከሚለው ቃል በወጡ ቃላት ነው—ግዕዝና ትግርኛ *ረቡዕ*፣ ደቡብ አርጎብኛ *አርቢአ*፣ ሀረሪ *አርባዓ*፣ ትግረ *አረርብአ*፣ ክስታንኛ፣ *መስቃን*፣ *ሙኸር*፣ እና *ጎጎት/ዶቢ ኧሮብ*፣ ጌይታ *አሮ*፣ ቸሀ፣ እንደጋኝ፣ እና እነሞር *ኧሮ* (የከናፍርና የማንቁርት ተናባቢዎችን በመጉረድ)፣ ዛይ

17 First day of the (seven-day) week cycle.

18 Second day of the (seven-day) week cycle.

19 ምንጭ: Names of days of the week. http://en.wikipedia.org/wiki/Names_of_the_days_of_the_week። Accessed 11/12/2014። ለተጨማሪ ዝርዝር በቻይንኛ ላይ "Days of the Week in Chinese: The different Words for 'Week'" የሚለውን መጣጥፍ ከሚከተለው ድረገፅ ይመልከቱ www.cjviang.com። Accessed 10/6/2015.

እሮብ/ኡሮብ፡ ወለኔ *አርቤዩ*፣ *ጋፋት* *ሪቡ*፡ ስልጢ *አርቤ/አርፔ*፣ አርቤኽ፣ እዣ *አረው*።[20]

በአገው ቋንቋዎች የዚህ ቀን ስም ከሴማዊ ቋንቋዎች የተወሰደ ነው። የዚህ ቀን ስም በቢለን *ለብዋ/ለግዋ*፡ ቅማንትነይ *ለቡ* እና ኻምጣንጋ *እርብ/እረብ* ነው።[21] በሌሎቹ ኩሽ ቋንቋዎችም ይህንንው ቃል እናገኛለን— አሮምኛ *ሮቢ/ሀርባ*፡ ቡርጂና ጌዲኦኛ *ሮቤ*፣ ሀዲይኛ ሮባ፣ ከምባትኛ *አሮባ*፡ ሲዳምኛ *ሮዌ*፡ ሱማልኛ *አርባአ* (ከአረብኛ *አል-አርባዓ*) ነው።

የሰሜን አርጎብኛው *አብዶዬ* በአካባቢው ከቅዱሳን ቀን የመጣ ነው። የአውንጂ *ዉፍቺ* ለግዜው ምንጩ ግልፅ ሊሆንልን አልቻለም። በጌዲኦኛ ከሮቤ በተጨማሪ *ጊዱዳ* የሚል ስያሜ አለ። የመጀመሪያው ከአማርኛ በውሰት የገባ ሲሆን፣ ሁለተኛው በኦሮምኛና ሲዳምኛ ወራዊ የቀናት ስያሜ ውስጥ ከምናገኛቸው *ጊዳዳ* እና *ግዳዳ* ጋር ዝርያቃል ነው።

2.3.5 *ሀሙስ*

ልክ እንደ *እሮብ* ብዙ ቋንቋዎቻችን ለ*ሀሙስ* የሚጠቀሙት የኢትዮ-ሴማዊውን ወይም የአረብኛውን መሰረት ያደረገ ቃል ነው። የኢትዮ-ሴማዊና የአረብኛው ዝርያቃል ናቸው። ሁሉም የወጡት ከ'አምስት' ቁጥር ነው። ሴማዊ ልዕለ-ቅርፁ √*xams* ነው። ሆኖም በየቋንቋዎቹ መጠነኛ የስነድምጽ ልዩነት አለ። በግዕዝ *ኀሙስ* ነው። ምንም እንኳ የድሮውን ትክክለኛ ንበት መቶ በመቶ ይህ ነው የምንልበት መንገድ ባይኖርም (እንዲሁም አንዳንዴ ወጥ አፃፃፍ ባናገኝም) በግዕዝ *ኀ* የትናጋ የሆነችውን /x/ እንደምትወክል ይገመታል (ከብዙ በጥቂቱ አለቃ ኪዳነወልድ ክፍሌ 1948:36ን፣ ዲልማን 1899/1907:16ን፣ እና ግርማ 2014:13ቀገን ይመልከቱ)። በዘመናዊ አማርኛ የትናጋ የሆነችው /x/ እና የማንቁርት ድምፆች ባለመኖራቸው ንበቱ *ሀሙስ* /hamus/ ነው።

---

20 በአረው ውስጥ ያለችው የእዣዋ *ው* የመጣችው ከ*በ* /*b*/ ነው። ከላይ እንደገለፅነው ብ-ማለስለስ (b-weakening) በኢትዮ-ሴማዊ ቋንቋዎች የተለመደ ስነድምፃዊ ሂደት ነው። "ሰው" ላይ ያለችው *ወም* እንዲሁ የመጣችው ከ*በ* /*b*/ ነው። ልዕለ-ቅርፁ *ሰብ ነው። *ሰብ በብዙ ኢትዮ-ሴማዊ ቋንቋዎች የስነድምፅ ለውጥ ሳያደርግ እንዳለ ይገኛል—ለምሳሌ በግዕዝ፣ እና በትግርኛ *ሰብ* ነው።

21 ስለስነድምጻዊ ለውጡ አፐልያርድን (2006:145) ይመልከቱ።

ሰሜን አርጎብኛና ሀረሪ *ኸሚስ* (ከአረብኛ)፣ ደቡብ አርጎብኛ *ከሚስ* (ከአረብኛ)፣ ትግርኛ *ሐሙስ*፣ ትግረ *ካሚስ/ ካሚሽ* (ከአረብኛ)፣ ክስታንኛ፣ ጎጎት/ዶቢ፣ መስቃን፣ እና ሙኸር *አሙሰ*፣ ቸሀ፣ እንደጋኝ፣ እዣ፣ ጌይታ፣ እና እነሞር *አሙሰ/ ከምሰ*፣ ስልጢ፣ ወለኔ *ከምሰ*፣ *ጋፋት አሙሰ*፣ ሶማልኛ *ካሚስ* (ከአረብኛ)፣ ኦሮምኛ *ከሚሳ/ ካምሳ* (ከአረብኛ)፣ ቡርጂ እና ጌዲኦኛ *ሀሙሴ*፣ ከምባትኛ *ሀሙሳ*፣ ሀዲይኛ *ከንሳ* (ከአረብኛ) የሚሉ ስሞችን ይጠቀማሉ።[22] በቋንቋዎች ውስጥ የዘዬ ልዩነት ሊኖር እንደሚችል መገንዘብ ያስፈልጋል። ለምሳሌ፣ ሀዲይኛ ከከንሳ በተጨማሪ *ሀሙሳ* የሚል ይጠቀማል። በከምባትኛም መጠነኛ የድምጽ ለውጥ ይሁን እንጂ የንበት ልዩነት አለ። "አባሪ ሐ"ን ይመልከቱ።

እንደ አፐልያርድ (2006:138) ከሆነ የቢለን *ሸመድ* እና የቅማንትነይ *አመዝ/ ኻመስ* እንዲሁም የኻምጣንጋ *ከልዝያ/ ኪልዝያ* ከኢትዮ-ሴማዊ ቃላት *ኀሙስ* (ግዕዝ)፣ *ሐሙስ* (ትግርኛ)፣ እና *ሀሙስ* (አማርኛ) ጋር ዝርያቃላት ናቸው።

በጌዲኦኛ *አርጋጂማ* የሚል ስያሜም አለ። በክፍል ሁለት እንደገለጽነው የዚህ ዝርያቃል በኦሮምኛና ሲዳምኛ ወራዊ የቀናት ስያሜ ውስጥ አለ። በሁለቱም ቋንቋዎች ይህ ቃል በሳምንታዊ የቀናት ስያሜ ውስጥ ግን አይገኝም።

የአዊው *ጀናይ* ምንጩ ለግዜው ግልፅ ሊሆንልን አልቻለም።

2.3.6 አርብ

አርብ ለሚለው ሶስት የተለያዩ ዝርያ ያላቸው ቃላት እናገኛለን። አንዱ እራሱ *ዓርብ* የሚለው ከግዕዝ የተወሰደ ነው። ከላይ እንደገለፅነው ትርጉሙ ማታ፣ ምሽት ማለት ነው። አውዳዊ ፍቺው ግን ዋዜማ ማለት ነው። የእብራይስጡ *ኤሬቭ ሻባት* ይህንኑ በግልፅ ያሳያል። ጥሬ ትርጉሙ 'የሰንበት ዋዜማ' ማለት ነው—*ቅዳሜ* በአሪት *ሰንበት* ስለሆነ ነው። በዘመናዊ ግሪክ የቀናት ስም ያደረጉት ከክርስትና ጋር በተያያዘ ቢሆንም ልክ እንደግዕዙ የአርብ መጠሪያ *ፓራስኬ*[23] 'ዝግጅት' የሚል ነው። ይህ በርግጥ ከክርስትናም ይልቅ የአይሁድ

22 በ*ከንሳ* ላይ *ም ወደ ን* መለወጧን ልብ ይሏል።
23 Paraskeuê.

ሀይማኖት ጉዳይ ነው። የቅዳሜው ዋና ሰንበትነት የይሁዲዎች ነው። የአርብ የዝግጅት ቀን መሆኑ ይሁዲዎችን የሚመለከት ነውና።[24]

√ዐረበ /√ʕrb/ ከሚለው ስር የወጡ ቃላት የሚጠቀሙ ቋንቋዎች የሚከተሉት ናቸው፤ ግዕዝ *ዓርብ*፣ ትግርኛ *ዓርቢ*፣ ኦሮምኛ *አርቢ*፣ ጋፋት *አርበ*፣ ኻምጣንጋ፣ አውንጊ፣ እና ቢለን *አርብ*፣ ሀዲይኛ *አርባ*፣ ከምባትኛ *ሀርባ*፣ እና ቅማንትነይ *አርብእ*።

ሁለተኛው፣ ከአረብኛ *አል-ጁምዓ* የተወረሰ ነው። *ጁምዓ* መሰባሰቢያ ማለት ነው። ነቢዩ መሀመድ በነበሩበት ወቅት አርብ በመዲና ትልቅ የገበያ ቀን እንደነበር ይነገራል። በዚህ ቀን ይሁዲዎች ለሻባት ዝግጅት ለመሸመት፣ ሌሎች ደግሞ ለመሸጥ እና የሚፈልጉትን ለመግዛት የሚሰባሰቡበት የገበያ ቀን ስለነበረ አርብ *ያውም አልጁምዓ* 'የመሰባሰቢያ ቀን' ተባለ (ፓትሪክ ዲ ጋፍኒይ። የአርብ ፀሎት። *ኢንሳይክሎፔዲያ ኦቭ ዘ ቁራን* 2002:271-272ን ይመልከቱ)።[25] ከዳሰስናቸው ቋንቋዎች ውስጥ በርካታዎቹ ቋንቋዎች ከዚህ ከአረብኛው ጅሙዓ በተወረሰ ቃል ይጠቀማሉ። ሰሜን አርጎብኛ *ጁምዓ*፣ ደቡብ አርጎብኛ፣ እና ሀረሪ *ጁምአ*፣ ትግረ *ጅምዓት*፣ ቸሀ፣ እና እንደጋኝ ጂምአት፣ ስልጢ፣ ወለኔ፣ እዣ፣ ጌይታ፣ እና ዛይ *ጂማት*፣ እነሞር *ጂምአት*፣ ሱማልኛ *ጂማአ*፣ እና ኦሮምኛ *ጂማታ*።

ሶስተኛው፣ ከላይ ከሁለቱ ያልተገናኘ ስያሜ ነው። የዚህ አይነቱ በአብዛኛው በጉራጌ ቋንቋዎች ይታያል—ክስታንኛ፣ ቸሀ፣ ዶቢ/ጎጎት፣ መስቃን፣ እንደጋኝ፣ ሙኸር፣ እዣ፣ ጌይታ፣ እና እነሞር *ኦዳረ* የሚል ቃል ይጠቀማሉ። ምናልባት *ኦዳረ* ከማታ/ከምሽት ጋር የተያያዘ ሊሆን ይችላል—ዋዜማ የሚለውን ለማመልከት።

በእብራይስጥ አርብን *ዮም ሺሺ* 'ስድስተኛ ቀን' ብሎም መጥራት የተለመደ ነው። ከዳሰስናቸው የኢትዮጵያ ቋንቋዎች ውስጥ አርብን በቁጥር የሚጠራ ግዕዝ ብቻ ነው። በመግቢያችን እንደገለፅነው፣ ከዓርብ በተጨማሪ በግዕዝ ይህ ቀን *ሰዱስ* 'ስድስተኛ' ይባላል።

ጌዲኦኛ ማክሰኞን *ጂማታ* በማለት—ክፍል 3.2ን ይመልከቱ—አርብን *ቢታእ* ይላል። *ቢታእ* በኦሮምኛና ሲዳምኛ ወራዊ የቀናት ስያሜ ውስጥ ከምናገኛቸው (የኦሮምኛው) *ቢታ* (*ቀረ*) እና (ሲዳምኛው) *ቢታ* ጋር ዝርያቃል ይመስላል።

---

24 http://www.friesian.com/week.htm Accessed 11/20/2014

25 ይህን መረጃ ከነምንጩ ያመላከተንን መሀመድ ጀማልን እናመሰግናለን።

2.3.7 ቅዳሜ

በመግቢያችን እንደገለፅነው *ቅዳሜ* በብዙ ቋንቋዎች *ሰንበት* በሚል ወይም ከዚህ ቃል በወጡ ቃላት ይገለፃል። የአማርኛውም *ሰንበት* የሚለውን በመተው *ቅዳሜን* አስቀርቶ ነው። ይህም ቢሆን ወደኋላ የመጣ ሳይሆን አይቀርም—*እሁድን* 'ሰነበት' ማለት ሲጀመር። ከመነሻው *ቀዳሚ ሰንበት* ነበር። *ቀዳሚ(ት) ሰንበት* ማለት 'የመጀመሪያው ሰንበት' ማለት ነው። ግዕዝ ለ*ቅዳሜ* ብዙ ቃላት አሉት፤ *ቀዳሚት ሰንበት*፣ *ሰንበተ አይሁድ* እና *ሰንበት*።

'የመጀመሪያ/የጥንት ሰንበት' ወይም 'ትንሿ ሰንበት' የሚል ስያሜ በተለያዩ ቋንቋዎች ይገኛል—ለምሳሌ ኦሮምኛ *ሳንባታ ጢቃ* 'ትንሿ ሰንበት'፣ እና *ሳንባታ ዱራ* 'የጥንት/የቀድሞ ሰንበት'፣ ትግረ *ሰንበት ንኢሽ* 'ትንሿ ሰንበት'፣ ክስታንኛ፣ መስቃን፣ እና ሙኸር *ቅዳም ሰንበት* 'ቀዳሚት ሰንበት'፣ ዶቢ/ጎጎት *ቅዳን ሰነበት* 'ቀዳሚት ሰንበት'፣ ጌይታ *ቀዳን ሰነበት* 'ቀዳሚት ሰንበት'፣ ቸሀ *ቀታም ሰንበት/ ቀታ ሰንበት* 'ቀዳሚት ሰንበት'፣ እዣ እና እነሞር *ቀታም ሰንበት* 'ቀዳሚት ሰንበት'፣ ኻምጣንጋ *ቅዳን ስንብት* 'ቀዳሚት ሰንበት'፣ ስልጢ እና ወለኔ *ኣን ሰንበት* 'የመጀመሪያ/አንደኛ ሰንበት'፣ እና ዛይ *ኣነ ሰንበት* 'የመጀመሪያ/አንደኛ ሰንበት'።[26] የቢለንም *ሰንበር ሽጓኹ* 'ትንሿ ሰንበት' ማለት ነው (አፐልያርድ 2006:118)።

ልክ እንደአማርኛው መሪ ቃሉን፣ ሰንበት የሚለውን፣ በመተው ቅጽል የነበረውን 'የመጀመሪያ'፣ 'የጥንት' ብቻ የሚለውን እንደዋና ስም ከሚጠቀሙ ቋንቋዎች ውስጥ የሚከተሉት ይገኙበታል፤ ትግርኛ *ቀዳም*፣ ጋፋት *ቅዳሙ*፣ አውንጊ *ቅዳሚ*፣ ቡርጂ፣ ሲዳምኛ፣ እና ጌድኦ *ቂዳሜ*።[27] በከምባትኛ እና በሀዲይኛም ተመሳሳይ ሁኔታ እናገኛለን። ዝርያቃል የሆኑት የከምባትኛው *ሆፋታ/ ሆፊታ* እና የሀዲይኛው *ሆፋአ* መሪ ቃሉን በመተው መነሻቸውን ብቻ አስቀርተው ይመስላል። በነዚህ ቋንቋዎች *ሆፍ ማለት ትንሽ ማለት ነው። በኦሮምኛና በትግረ ላይ እንደምንመለከተው፣ ሀዲይኛና ከምባትኛ ከመነሻቸው "ትንሿ ሰነበት" የሚል ስያሜ የነበራቸው ይመስላል።

---

26 አፐልያርድ (2006:118) ለኻምጣንጋ *ቅዳምሹር* የሚል ሰቷል። በአማርኛ ቅዳሜ ሹር የሚውለው የፋሲካ ዋዜማ ብቻ ለሆነው ቅዳሜ ነው። ኻምጣንጋ ብዙ ዘዬዎች ስላሉት የዘዬ ልዩነት ሊሆን ይችላል። ሆኖም ሹር የሚለው ሰንበት ከሚለው ነው የመጣው የሚለው ስህተት ነው። አፐልያርድ የዚህን ቃል መኖር ካለመገንዘቡ የሰጠው አስተያየት ይመስላል።

27 ጌዲኦኛ ከቂዳሜ በተጨማሪ ኤዲ *ሰንበታ* ይላል።

አንዳንድ ቋንቋዎች ቅዳሜን በገበያ መሰለውታል፤ ለምሳሌ፣ ቡርጂ *ጋኒጋዴሳ* 'ትልቅ ገበያ'፣ እንደጋኝ *አነር ገአ* በጥሬ ትርጉሙ 'የእነር ገበያ' ማለት ነው (ሌስላው 1961:67)። በሰሜን አርጎብኛ *ሹዷር* ከቅዱሳን ጋር የተያያዘ ነው።

ሰንበት የሚለውን ብቻ የሚጠቀሙ ትንሽ የማይባሉ ቋንቋዎች ናቸው። ለምሳሌ፣ እንደጋኝ *ሰንበት*፣ ደቡብ አርጎብኛ *ሰብት*፣ ሀረሪ እና ሱማሌ *ሰብቲ*፣ ግዕዝ እና እንደጋኝ *ሰንበት*፣ ቅማንትነይ *ሰናበት*፣ እና ኦሮምኛ *ሳንባታ*።

ከመግቢያችን እንደገለፅነው *ቅዳሜን* "ሰንበት" በሚለው ስያሜ መጥራት በመላው አለማችን በጣም የተስፋፋ ነው። ከሴም ቋንቋዎች ውስጥ ለመጥቀስ ያህል፣ ይህ ቀን በአረብኛ *አስ-ሳብት*፣ በእብራይስጥ *ዮም ሻባት*፣ በሲራይክ/አረማይክ ደግሞ *ሻብቶ*/ *ሻበታ* ይባላል። ይኸው ቀን በቅብጥ *ሳባቶን*/ *ሳቫቶን*፣ በጣልያንኛ *ሳባቶ*፣ በስፓኒሽ *ሳባዶ*፣ በፈረንሳይኛ *ሳሜዲ*፣ እና ዘመናዊ ግሪክ *ሳባቶን*/ *ሳቫቶ* ነው።[28]

ቅዳሜ ሰባተኛ ቀን ከመሆኑ አንፃርና ሰባት፣ በግዕዝ ሰብዓቱ፣ ከሰንበት/ *ሻባት* ጋር በድምፅ ትንሽ የማይባል መመሳሰል ስላለው ስያሜው ከዚሁ ከቁጥሩ ነው የወጣው ብሎ መገመት ይቻላል። ሁኔታው ግን ይህ አይመስልም። ምክንያቱ ሁለት ነው። አንደኛ፣ በእብራይስጥ ከ*ሻባት* በተጨማሪ *ዮም ሼቪኢ* 'ሰባተኛ ቀን' የሚል አለ። ሁለተኛ፣ *ሻባት* የሚለው ቃል በባቢሎንያን ውስጥም መገኘቱ ነው። የባቢሎን ዘመን አቆጣጠር በወራት ውስጥ ያሉ እያንዳንዱ ቀናት የራሳቸው ስያሜ ቢኖራቸውም ወራቱ በሰባት ቀን የተከፋፈለ ሳምንት ነበራቸው።[29] የሳምንቱ መጨረሻም ቀን በዓል ነው—ይከበራል። የወሩ መጨረሻ ሳምንት ሀያስምንተኛ ቀን ደግሞ በተለየ መልኩ ይከበራል። የእረፍት ቀን ነው። የሙሉ ጨረቃ የወሩ አጋማሽም *ሻባቱ*[30] ይባላል። የእብራይስጡ *ሻባት* ከዚህ ከባቢሎንያን *ሻባቱ* የተወሰደ እንደሆነ ይገመታል።[31] በዚህ ጉዳይ ላይ በመደምደሚያው ክፍል እንመለስበታለን።

---

28 የመጨረሻዎቹን ቋንቋዎች መረጃ የወሰድነው በ12/2/2014 እ.አ ከሚከተለው ድረገፅ ነው፤ http://www.geonames.de/days.html

29 በርግጥ አንዳንዴ ሳምንቱ ከሳባት ቀን በላይም የሚይዙባቸው አጋጣሚዎች ነበሩ።

30 Shabattu.

31 የእንግሊዝኛው አፃፃፍ ላይ ብዙ ልዩነት አለ። ከብዙ በጥቂቱ አንዳንድ ስራ ላይ ሳፓቱ (Sapattu^{m}) ወይም ሳባቱ (Sabattu^{m})፣ አንዳንዱ ጋ ደግሞ ሻባቱም (shabbattum) የሚል ይገኛል።

ባቢሎንያን የሚናገሩት ቋንቋ ከአካድያን የወረደ ነው። በአካባቢው የሚነገረው አርማይክም ሴማዊ ናቸው። አማልክቱም አንዳንዶቹ ከእኛዎቹ ጋር አንድ ናቸው። ለምሳሌ፣ አቴቴ የባቢሎንያ ኢሽታር፣[32] የምዕራብ ሴማዊ ቋንቋዎች/ህዝቦች አስታርቴ[33] ነች ተብሎ ይገመታል።[34] ይች ቅድመ-ክርስትና የነበረች የፍቅር፣ የወሲብ፣ እና የጦርነት አማልክት ክርስትና ወደሀገራችን ከገባ በኋላ ከማርያም ጋር ተመሳስላ አስተርዮ ማርያም ሆናለች (ባህረይ እና ሌሎች: ገፅ 5)። እነበዓል፣ ሞት፣ ወዘተ. ከባቢሎንያን በጋራ የምንጋራቸው ጥንታዊ አማልክት ናቸው። ይሁን እንጂ በሀገራችን ሰባት ቀናትን በሳምንት መመደቡና የሳምንቱን መጨረሻ በዓል አድርጎ ማክበሩ ከጥንት ከባቢሎንያን የመጣ ነው ለማለት የሚያስችል መረጃ የለም። የማያጠያይቅ የሚመስለው ሰንበት ከእብራይስጡ ሻባት ዝርያቃል መሆኑ ነው።

የግዕዙ *ሰንበት*፣ የእብራይስጥ *ሻባት* እና የባቢሎንያን *ሻባቱ* ዝርያቃል ሳይሆኑ አይቀርም የሚያስብለን ከእብራይስጥ *ሻባት* ወስደው ነው የሚባሉት የአውሮፓ ቋንቋዎችም ልክ እንደግዕዙ ነ /n/ ወይም መ/m/ መያዘቸው ነው፤ ለምሳሌ፣ የፈረንሳይኛው *ሳሜዲ*፣[35] በጥንታዊ ፈረንሳይኛ *ሳምቤዲ*[36] ነበር። መነሻውም የንግግር ላቲን የነበረው ሳምባቲ ዳይስ[37] ነው። የነዚህ ሁሉም ምንጫቸው ሳብባት[38] ነው።[39] በሮማንያን ሳምባታ፣ በፋርስኛ *ሻምቤ*/*ሻንቤ* በሁሉም *በ* /b/ ወደ *መ* /m/ ተለውጣለች።[40] በአውሮፓ

---

32 Ishtar.

33 Astarte.

34 ይች አማልክት የሱሜሪያን እናና (Inanna) ነች። ከብዙ በጥቂቱ ማኬንዚ (1915) እና "Ancient Mesopotamian Gods and Goddesses" የሚለውን መጣጥፍ ቀጥሎ ከተሰጠው ድረገፅ ይመልከቱ፤ http://oracc.museum.upenn.edu/amgg/listofdeities/inanaitar/ accessed 12/17/2014. አቴቴ በጉራጌ ውስጥም አለች።

35 Samedi.

36 Sambedi.

37 Sambati dies.

38 Sabbath.

39 ሳብባት በሚለው ላይ ያለችው *ብ* ርዝመትን/ጥብቀትን ለማመልከት ነው። በላቲን አፃፃፍ አብሮ ያቀረብነው ይህንኑ ርዝመት ለማሳየት እንዲረዳ ነው። በሌሎች ቦታዎች ረዛሚ ድምፆችን በተለይ መልኩ በአማርኛው አልፃፍንም—የንባብ ማደናቀፍ እንዳይፈጠር። ሆኖም የተጠቀምንባቸውን መረጃዎች ለትክክለኛ ንበት (pronouncation) ስንል በIPA አባሪው ላይ ሰጥተናል።

40 The Days of the Week. http://www.friesian.com/week.htm Accessed on 11/20/2014

ቋንቋዎች ላይ እንደተካሄደው በእኛም ቋንቋዎች ላይ ተመሳሳይ ለውጥ ተካሂዶ ሊሆን ይችላል። ማለትም የ *በ* /b/ ወደ *መ* /m/ ከዚያም ወደ *ነ* /n/ መለወጥ የተለመደ የስነድምፅ ለውጥ ነው። በርግጥ፣ በአማርኛ *ሰንበት* በንበት ደረጃ አንዳንዴ *ሰምበት* ይሆናል። በኦሮምኛ፣ በሲዳምኛ፣ እና በሌሎቹም ቋንቋዎች እንደዚሁ ነው።

2.4 መደምደሚያ

የቀናት ስሞች ለለውጥ ቅርብ ናቸው። በቁጥር አናሳ የሚባሉና ከሌሎች ተነጥለው ተፈጥሯዊ ኑሮ የሚኖሩ ህዝቦች ሳይቀሩ ስለ ግዜ የራሳቸው ፅንሰሀሳብ ቢኖራቸውም፣ የቀናት ስሞች ባሉበት አይቆዩም። በቀላሉ በባህል ንክኪ፣ በአስተሳሰብ መለዋወጥ ምክንያት ብዙውን ግዜ ይቀያየራሉ።

አንድ ህብረተሰብ ከሌላ ህብረተሰብ ጋር በገበያ፣ በጋብቻ፣ ወዘተ. ሊገናኝ ይችላል። አንዳንድ ግዜ ገበያው የሚውልበት የቦታ ስም ገበያው ለሚያርፍበት ቀን መጠሪያ ሲሆን ይስተዋላል። ለምሳሌ፣ እንደጋኝና ስልጢ ለማክሰኞ የሰጡትን ማስታወሱ ይበቃል። ታዋቂ የሆኑ ሰዎች (ብዙ ግዜ ቅዱሳን) የሚዘከሩበት ቀን በነሱ ሊሰየም ይችላል። የሰሜን አርጎብኛው *ኑርሑሴን* 'ማክሰኞ'፣ *አብዶዬ* 'እሮብ' እና *ኸዲር* 'ቅዳሜ' የዚህ ምሳሌ ናቸው። የሀይማኖት ተፅእኖ ደግሞ ለቀናት ስያሜዎቹ መለዋወጥ እና አዳዲስ መፈጠር ሌላኛው ምክንያት ነው። ይህ በሁሉም እዚህ በቃኘናቸው ቋንቋዎች የሚታይ ነው።

በኢትዮጵያ ባሁኑ ግዜ ያለው አፍሲያላዊ የዘመን አቆጣጠር የጁሊያን ዘመን አቆጣጠር እየተባለ በተለምዶ ቢጠቀስም ከጁልያን ዘመን አቆጣጠር ይልቅ ለግብጹ የቅብጥ ዘመን አቆጣጠር/እስክንድርያዊ ዘመን አቆጣጠር ይቀርባል (ምዕራፍ አራትን ይመልከቱ)። የጥንታዊ ግብፅ ዘመን አቆጣጠር ወራት በሶስት ሳምንት የተከፈሉ ሲሆን፣ እያንዳንዳቸው 10 ቀናት ነበራቸው። የኛ ዘመን አቆጣጠር በሳምንት ሰባት ቀናት መያዙ አንድም የኋላ ጉዳይ ሊሆን ይችላል። ሁለትም፣ የግብፅ ዘመን አቆጣጠር በሳምንት ሰባት ቀናት መያዝ ከጀመረ በኋላ ወደ አገራችንም ገብቶ ሊሆን ይችላል። አሊያም፣ ከጥንቱ በሰባት ቀን የተከፈለ ሳምንት በሀገራችን ኖሮ በኋላ ከአብርሀም ሀይማኖት መምጣት ጋር ቀናቱ በቁጥር ተለውጠው ይሆናል። ይህ ፈፅሞ አይሆንም የሚባል አይደለም። ሳምንትን በሰባት ቀን መከፈልና ሰባተኛውን ቀን ማክበር

ይሁዲዎችም በራሳቸው የፈጠሩት ሳይሆን ምናልባትም ከባቢሎንያን የወረሱት ሊሆን ይችላል ተብሎ ይገመታል። ከአብራሀም ሀይማኖት ጋር የሚያገናኛቸው ስያሜ አሰጣጡ በቁጥር መሆኑ ነው።

ጥንታዊ ባቢሎንያን በየሰባት ቀኑ ለአማልክቶቻቸው መስዋእት ያቀርቡ ነበር። ቀኑንም መጥፎ ቀን ብለው ይጠሩት ነበር። በነዚህ ቀናት የተከለከሉ ስራዎችን ማድረግ ከአማልክቱ ቁጣን ያስነሳና መጥፎ ነገር ያመጣል ብለው ያስቡ ነበር። መስዋእት የሚያቀርቡትም አማልክቱ ተቀይመው መጥፎ ነገር እንዳያመጡባቸው ነው። በሀገራችንም በተከለከሉ ቀናት፣ በሰንበት፣ መስራት መጥፎ ነገር ያመጣል ተብሎ ይታመናል።

በባቢሎንያን የወሩ አቆጣጠር በጨረቃ ላይ የተመሰረተ ስለነበር የወሩ መጀመሪያ ጨረቃ የምትታይበት ቀን ነው። የመጀመሪያው የሳምንት መጨረሻ፣ 7ኛ ቀን፣ ግማሽ ጨረቃ የሚሆንበት ቀን፣ ሁለተኛው ሳምንት መጨረሻ 14ኛው ቀን ሙሉ ጨረቃ የምትሆንበት፣ 21ኛው ቀን ደግሞ ግማሽ የምትሆንበት እና የመጨረሻው 28ኛው ቀን ለመጨረሻ የምትታይበት ነው። የመጀመሪያው ሳምንት፣ ሰባተኛው ቀን *ሜሮዳች*[41] እና *ኢሽታር*፣[42] ሙሉ ጨረቃ የሚሆንበት አስራ አራተኛ ቀን *ኒንሊል*[43] እና *ነርግል*፣[44] ሶስተኛው ሳምንት 21ኛው ቀን *ሲን*[45] እና *ሻማሽ*፣[46] እና አራተኛው ሳምንት 28ኛ ቀን ደግሞ *ኤንኪ*[47] እና *ማህ*[48] ለተባሉት አማልክት መስዋእት ይቀርባል።[49] ከላይ እንደገለፅነው 28ኛው ቀን ከሌሎቹ በተለየም ይከበራል። ይህ ቀን የእረፍት ቀን ተደርጎ ይቆጠራል።[50] የወሩ አጋማሽ ሙሉ ጨረቃ ሻባቱ ይባላል።

41 Merodach.
42 Ishtar.
43 Ninlil.
44 Nergal.
45 Sin.
46 Shamash.
47 Enki.
48 Mah.
49 ስለባቢሎንያን መጥፎ ቀን በማለት የሚታቀቡበትን 'ሰንበት' እና ስለተያያዥ እምነት ሰፋ ላለ ግንዛቤ ዌብስተር (1916፣ ምዕራፍ 7)ን ይመልከቱ።
50 እዚህ ላይ ማስተዋል ያለብን ሁልግዜ አንድ ወር 7 ቀናት ባሉት 4 ሳምንታት ይከፈላል ማለት አይደለም። ጨረቃ እስከምትወጣበት ድረስ አዲስ ወር ስለማይጀምር የመጨረሻው ሳምንት እስከ አስር ቀን ሊረዝም ይችላል።

የእብራይስጡ *ሻባትም* ከባቢሎንያኑ *ሻባቱ* የተወረሰ እንደሆነ ይነገራል።[51] የባቢሎኑ ሻባቱ በራሱ ከጥንታዊ ግብፁ *ሠመደተ* /śmdt/ 'የወር ግማሽ፣ 15ኛ ቀን፣ የሙሉ ጨረቃ ቀን' የተያያዘ ነው የሚል ግምትም አለ። ለዚህም፣ *ሠመደተ* /śmdt/ በጥንታዊ ግብፅ ከነበሩት አቆጣጠሮች ውስጥ አንዱ በሆነው በጨረቃ አቆጣጠር ልክ እንደባቢሎንያኑ *ሻባቱ* የወሩ ኢጋማሽን ወይም ሙሉ ጨረቃን የሚመለከት በመሆኑና በድምፅ በመመሳሰላቸውም ነው (ፓርከር 1550:11-12ን እና በዚያ የተጠቀሱ ስራዎችን ይመልከቱ)።[52]

እዚህ ላይ ማስተዋል የሚገባን፣ የባቢሎንያኑ የቀናቱ ስያሜ ግን በሰባት ቀን ላይ የሚያጠነጥን አልነበረም። በወር ውስጥ ያሉት ቀናት እያንዳንዳቸው የተለየ ስያሜ ነበራቸው። ይህ ልክ እንደ ሲዳማና (የቦረና) ኦሮሞ አቆጣጠር መሆኑ ነው። በኦሮምኛና በሲዳምኛም የተወሰኑት ቀናት ተጨማሪ ስያሜ አላቸው። ከእምነት/አምልኮ ጋርም ልክ እንደባቢሎንያን ቀናት ይያያዛሉ። ለምሳሌ፣ በሁለቱም (በኦሮምኛም በሲዳምኛም) የውሻ ቀን የሚባል አለ። ይህ ቀን ከጥሩ ነገር ጋር የተያያዘ አይደለም። በዚህ ላይ ያለን መረጃ አጥጋቢ ስላልሆነ ብዙ ማለት አንችልም። ግን እነዚህ "ስያሜዎች" ቀናቱን ለተወሰነ አማልክት መዘከሪያ ከማድረግ ጋር አንድ ናቸው። እነዚህ የመዘከሪያ ቀናት በኦሮምኛና በሲዳምኛ በወር ውስጥ ምን ያህል እንደሆኑና ሙሉ ስያሜያቸውን ለግዜው ማወቅ አልቻልንም። ሁኔታው ግን ከባቢሎንያን ጋር የቀረበ ነው።

በርግጥ በየትኛውም እምነት ቢሆን አማልዕክት የሚዘከሩባቸው ቀናት ይኖራሉ። እነዚህ ቀናት ከጥሩ ወይም ከመጥፎ እድል ጋርም ማያያዙ የተለመደ ነው። የጥንታዊ የባቢሎንያን አማልዕክት (ሁሉም ባይሆኑ የተወሰኑት) በኢትዮጵያ ከነበሩት ጥንታዊ አማልዕክት ጋር መመሳሰላቸው

---

51 የእብራይስጥ *ሻባት* ከባቢሎንያኑ *ሻባቱ* የመጣ ነው ተብሎ የሚገመተው በ1849 በተገኘው የባቢሎንያን ስለፍጥረት በሚያወራ ፅሁፍ ላይ ስለሻባቱ የተፃፈውን መሰረት በማድረግ ነው። ለምሳሌ፣ ከራቬሪ (1967:134)ን ይመልከቱ። በርግጥ የእብራይስጡ የወራት ስያሜዎች ከባቢሎንያን የተወሰዱ ናቸው። ስለእብራይስጡ ሻባት እና ስለባቢሎንያን ሻባቱ እንዲሁም ስለ'መጥፎ ቀናት' እና ሰንበት/የእረፍት ቀን ተዛምዶና ልዩነት ቀደም ካሉ ስራዎች ዌብስተር (1916፡235ቀ7)ን እና በዚያ የተጠቀሱ ስራዎችን ይመልከቱ።

52 ከዚህ ለተለየ ትንታኔ ዘሩባቬል (1985፣ ምዕራፍ አንድ)ን ይመልከቱ። በአንዳንድ ስራዎች የባቢሎንያኑ ከሱሜሪያን ሳ-ባት /sa-bat/ በጥሬ ትርጉሙ የመሀል-እረፍት ከሚለው የመጣ ነው የሚል ይገኛል። ከስንድምፅ እና ከያዘው ፍቺ አንፃር "ይህ አይሆንም" ለማለት አይቻልም። አካዲያን የሚጠቀምበት ኩኒፎርም የተሰኘው ፊደል ከሱሜሪያን የተወሰደ ነው።

ግን በተለይ ትኩረት እንድናረግበት የሚጠይቅ ይመስለናል። በሀገራችን እንደባቢሎንያን በሰባት ቀን የተደራጀ ሳምንት ጥንት ኖሮ ሊሆን ይችላል። ይሁን እንጂ አሁን ያሉት በቁጥር ላይ የተመሰረቱ የቀናት ስያሜዎች ከአብርሀም እምነት ጋር ተያይዘው የመጡ መሆናቸውን መካድ አይቻልም። በአለማችን ክርስትና ሀይማኖት እየተስፋፋ ሲሄድ በርካታ ሀገራት የቀናት ስያሜያቸውን ልክ እንደመጽሀፍ ቅዱስ በቁጥር አድርገዋል። በቁጥር ያላደረጉትም ቢሆኑ ሰባት ቀናት በሳምንት እንዲደራጁ አድረገዋል። ለዚህ እንግሊዝኛን እና በርካታ የጀርመኒክ ቋንቋዎችን በቀላሉ መጥቀስ ይቻላል። የጥንት ሮማኖችም ሳምንታቸው ስምንት ቀን የያዘ ነበር። ቀናቱም በአቆጣጠር ላይ የሚወከሉት ከ "A" እስከ "H" ባሉት ፊደሎች ነበር። በሰባት ቀን የተደራጀ ሳምንት ሮማኖች በአቆጣጠራቸው ያመጡት ከክርስትና መስፋፋት ጋር በተያያዘ ነው። በዚህ ላይ ከተሰሩ በርካት ስራዎች ውስጥ አጠር ላለ ገለፃ ከብዙ በጥቂቱ ሪቻርድሰን (1998፡208ቀ1)ን እንዲሁም ጥንታዊ አቆጣጠር የሚለውን መጣጥፍ ይመልከቱ።[53] በሰሜን ኢትዮጵያም ስምንት ቀን ላይ የተመሰረተ ሳምንት እንደነበረ ዘሩባቤል (1985:9) ዌብስተር (1916:193-194)ን መረጃ በማድረግ ጠቅሷል። ሳምንት የሚለው ቃል እራሱ መነሻው ስምንት የሚለው ይመስላል። በገበያ ላይ የተመሰረቱ ሳምንታት በሀገራችን በሲዳማ እንዲሁም በተለያዩ የአለማችን ክፍል አሉ። በዚህ ጉዳይ ላይ በምዕራፍ አምስት እንመለስበታለን። ሰፋ ላለ መረጃ ግን ዘሩባቤል (1985)ን እና ዌብስተር (1916)ን ይመልከቱ።

ከላይ በመግቢያችን እንደገለፅነው ሌስላው (1961) የኢትዮ-ሴማዊ ቋንቋዎችን የቀናት ስያሜ በመረመረበት ስራ ላይ ስያሜዎቹ (1) የሴም ስር ያላቸው፣ (2) በውሰት ከሌሎች ቋንቋዎች የተወሰዱ፣ (3) የገበያ ቀናት ከሚውሉባቸው ቦታ ስያሜዎች፣ እና (4) ከቅዱሳን ስሞች ለሚዘከሩባቸው ቀናት ወይም ለተወለዱባቸው ቀናት መጠሪያ እንዲሆኑ የተወሰዱ ሆነው አግኝቷቸዋል። በዚህ ምዕራፍ በሌስላው ያልተዳሰሱ ቋንቋዎችን በማካተት የቀናት ስያሜዎች ላይ ትንታኔ ሰጥተናል። በተጨማሪም የታሪካዊ አመጣጣቸውን ለማየት ሞክረናል። በሌሎቹ የኢትዮጵያ ቋንቋዎች የምናየው ሌስላው ከገለፃቸው በተጨማሪ ሰኞን አንድ በማለት፣ የመጀመሪያ የስራ ቀን

53 ጥንታዊ አቆጣጠር = Anicient Calendar. http://www.webexhibits.org/calendars/calendar-ancient.html። Accessed 11/28/2014)።

አድርጎ በመቁጠር ያለው ስያሜ ነው። በአርሲ ኦሮምኛ ሰኞ *ሆጃ ዱሬ/ሆጃ ዱራ* ሲሆን፣ ማክሰኞ *ላማፎ*'ሁለተኛ' ወይም *ሆጃ ላማፎ*'ሁለተኛ የስራ ቀን' ነው። በተለይ የእስልምና ተከታይ የሆኑት የአረብኛ የቀናት ስያሜዎችን ሲወስዱ ሌሎቹ አብዛኞቹ የአማርኛን እንዳለ ወይም በማቀያየጥ ይጠቀማሉ። አንዳንዶቹ ደግሞ ከእምነት ጋር ያለውን አጠቃቀም "ከነባር" ቀናት ስያሜ ጋር ይጠቀማሉ።

በኢትዮጵያ ቋንቋዎች ውስጥ የሚገኙት የቀናት ስያሜዎች በተለያዩ የኦሮምኛ ዘዬዎች ተንፀባርቀው ይገኛል። በኦሮምኛ እላይ ከገለፅነው እንደ ስላቪክ ቋንቋዎች ሰኞን አንድ፣ ማለትም የመጀመሪያ የስራ ቀን አድርጎ በመቁጠር ካለው ስያሜ በተጨማሪ፣ እሁድን አንድ ብሎ ከመቁጠር የመጣ ስያሜ አለ። በሀረር ኦሮምኛ *አላድ* እሁድ ሲሆን *ኢስኒን* ሰኞ ነው። የእነዚህ ቃላት ምንጫቸው አረብኛ ሲሆን ጥንታዊ ትርጉማቸውም አንድና ሁለት እንደቅደምተከተላቸው ማለት ነው። በኦሮምኛ ነባር ስያሜውች እና በውሰት የገቡ እናገኛለን። በውሰት የገቡት መነሻ ምንጫቸው አረብኛ፣ ግዕዝ እንዲሁም በአቅራቢያ ያለ ቋንቋ ነው።

ምዕራፍ ሶስት. የወራት ስያሜ*

3.1 መግቢያ

በአሁኑ ግዜ የበርካታ የኢትዮጵያ ቋንቋዎች የወራት ስያሜዎች ከግዕዙ ጋር ትንሽ የማይባል መመሳሰል አላቸው። የግዕዙን የወራት ስያሜዎች አስመልክቶ ጌታቸው ኃይሌ (2006:36) “ከጳጉሜ በስተቀር የነዚህን ስሞች ትርጉም የሚያውቅ የለም” ይላል። ይህንኑ ሀሳብ ሀድሰንም (2008:151) ደግሞታል።[1] ይሁን እንጂ፣ ሀድሰን ወራቱ የመጡበትን ምንጭ መላ ከመምታት አልተቆጠበም። በመዛግብተ ቃላት እና በአንዳንድ ስራዎችም የተለያዩ ሰዎች (የስነልሳን ምሁራንን ጨምሮ) ግምታቸውን ሰጥተዋል። ለዚህ ወልፍ ሌስላውን (1987)፣ ኪዳነወልድ ክፍሌን (1948) እና በቅርቡ ከተሰራው ውስጥ ደግሞ ከላይ ያነሳነው ግሮቨር ሀድሰንን (2008) መጥቀስ ይቻላል። በተለይ ሀድሰን የወራት ስሞች በኢትዮ-ሴማዊ ቋንቋዎች ምን እንደሚመስሉ ንፅፅራዊ ጥናት በማድረግ እራሱን በቻለ መጣጥፍ አቅርቧል። ሀድሰን ለዚህ ስራው ዋናው መሰረቱ የሌስላው ቀደም ብሎ ያወጣው (1987/1991) የግዕዝ መዝገበ ቃላት ነው። በዚህ ክፍል

---

* ይህ ምዕራፍ ከአህመድ ዘካሪያ ጋር በመተባበር የተሰራ ነው።

1 “Except for the 13th name, from the Greek Egyptian, Etymologies for the ES monthnames appear to be unknown” (ሀድሰን 2008:151)።

በሂደት እንደምናያቸው የወራት ስያሜ አመጣጥን የሚገልፁ ሌሎቹ ስራዎችም አሉ። በቅድሚያ የግዕዙንና የሌሎች ኢትዮ-ሴማዊ ቋንቋዎችን፣ በማስከተል የኩሽቲክ የወራት ስሞችን እንቃኛለን።

3.2 የወራት ስያሜ በሴማዊ ቋንቋዎች

የአማርኛ የወራት ስያሜ ከተወሰነ የድምፅ ልዩነት በስተቀር ከግዕዙ ጋር አንድ ነው። የትግርኛውም ልክ እንደአማርኛው ከግዕዙ ጋር ተመሳሳይ ነው። ይህ መመሳሰል ባብዛኛው በውሰት ምክንያት እንደሆነ መገመት ይቻላል። ውሰቱ አማርኛ እና ትግርኛ ከግዕዙ ወስደውት የራሳቸው በማድረግ መሆን አለበት። በተገላቢጦሹ ነው ለማለት የሚያስችለን ማስረጃ የለም። እነዚህ ቋንቋዎች ወደፅሁፍ የመጡት ከግዕዝ በኋላ ነው። በንግግር ቋንቋነታቸውም በግዕዙ ዕድሜ የሚታዩ አይደለም። ወራትን መሰየም በብዙ ባህል ያለ ቢሆንም የአማርኛ እና የትግርኛ ሁሉም የወራት ስሞች ከጥንት አባት ቋንቋ ሲወርዱ የመጡ ናቸው ወይም ከግዕዝ ውጭ ባሉት ሌሎች የኢትዮጵያ ቋንቋዎች የተወረሱ ናቸው የሚያስብለን ብዙም መረጃ የለንም። የወራት ስያሜዎቹ በቅድመ-አማርኛ እና በቅድመ-ትግርኛ የነበሩ እንኳ ቢሆኑ፣ አሁን ካላቸው ቅርጽ አንፃር በግዕዝ ተፅዕኖ ማስተካከያ እንደተደረገባቸው መገመት ከባድ አይመስለንም። ይህ ማለት ግን ሁሉም የወራት ስያሜዎች ጥንታዊነት የላቸውም ወይም የግዕዝ ፍጡሮች ናቸው ማለት አይደለም። ምንም እንኳ በግዕዝ ተፅእኖ በእነአማርኛ እና ትግርኛ ያሉት ማስተካከያ ተደርጎባቸው ሊሆኑ ቢችሉም፣ የተወሰኑት፣ ምናልባት ከጥንት ስያሜዎች የተረፉ/ሲወርድ የመጡ ይመስላል። ለዚህ አብነት፣ ህዳርን እና መስከረምን መጥቀስ ይቻላል።

አዕምሮ ጌታሁን (2000:103-104) ከጥቅምት በስተቀር፣ ከመስከረም እስከ ነሀሴ ያሉት የወራት ስሞች ከግዕዝ ግሶች እንደመጡ አስቀምጠዋል። ዝርዝር ምክንያታቸውን ለኋላ ትተን የሚከተሉት ናቸው፤

> መስከረም ‘ዘከረ’፣ ጥቅምት ‘ጠቀመ’፣ ህዳር ‘ኀደረ’ (=አማርኛ አደረ ማለት ነው)፣ ታህሳስ ‘ኀሠሠ’ (አማርኛ ፈለገ ማለት ነው)፣ ጥር ‘ጠረየ’ (=አማርኛ ሰበሰበ ማለት ነው)፣ የካቲት ‘ከተ (=አማርኛ ከተተ ማለት ነው)’፣ መጋቢት ‘መገበ’ (=አማርኛ መገበ፣ ቀለበ ማለት ነው)፣ ሚያዝያ ‘ምዕዘ’ (=አማርኛ ሸተተ ማለት ነው)፣ ግንቦት ‘ገነበ’ (=አማርኛ ገነባ ማለት ነው)፣ ሰኔ ‘ሠነየ’ (=አማርኛ አማረ ማለት ነው)፣ ሐምሌ ‘ሐመለ’

(=አማርኛ ለመለመ ማለት ነው)፣ ነሀሴ 'ነሐሰ' (=አማርኛ ሠራ፣ ገነባ ማለት ነው) (አዕምሮ ጌታሁን 2000:103 – 104)።

አዕምሮ ጌታሁን ምንጭ አይጥቀሱ እንጂ፣ ከላይ ያቀረቧቸው ከሞላ ጎደል በደስታ ተክለወልድ (1960) እና በኪዳነወልድ ክፍሌ (1948) የሚገኙ ናቸው።

እንደአዕምሮ ጌታሁን አስተሳሰብ መስከረም ዘከረ ከሚለው የመጣበት ምክንያት የዓመቱ ማስታወሻ ስለሆነ ነው። ለሌሎቹ የሰጡትን ብንመለከት፤ ጥቅምት ጠቀመ ከሚለው የመጣበት ምክንያት "ጥቅም ሰጪ፣ ጠቃሚ ወር" ስለሆነ ነው (2000:103)።[2] ኅዳር "ገበሬዎች በአውድማ የሚያድሩበት" ወር ስለሆነ ነው ከኀደረ የመጣው። ወደፊት በየወራቱ ስር እንመለከታቸዋለንና፣ ሌሎቹን እዚህ መዘርዘሩ አስፈላጊ አይመስለንም። ከላይ እንደገለፅነው፣ በአዕምሮ ጌታሁን ውስጥ የቀረቡት ማብራሪያዎች በቀደምት ስራዎች በተለይ በኪዳነወልድ ክፍሌ (1948) እና ደስታ ተክለወልድ (1960) የተሰጡ ናቸው። በነዚህ ስራዎችም ሆነ በስነልሳን ባለሙያዎች ለምሳሌ በእነሌስላው (1987) እና ሀድሰን (2008) በተሰጡት ማብራሪያዎች የወራቱን ስም ጥንተ አመጣጥ ለመግለጽ የሞከሩት ባብዛኛው አሁን ካለው ወቅት አንፃር ነው። አንዳንዶቹን በቀላሉ ከስነድምፅ፣ አንዳንዱን ከስነፍቺና ከታሪክ አንፃር ትክክል አለመሆናቸውን ማሳየት ይቻላል። ዋናው ነገር ግን እነዚህ የወራት ስሞች መቼ የነበሩ ናቸው የሚለውን ግምት ውስጥ ለማስገባት መሞከር ነው። ይህ ስለወራቱ ስያሜ አመጣጥ በራሱ ሙሉ መረጃ ባይሰጥም፣ ጥሩ ፍንጭ ግን ይሆናል።

አማርኛ በቀጥታ ከግዕዝ የአስተዳደር ቋንቋነት ስለወረሰ፣ የሀገሪቱን የዘመን አቆጣጠርና የወራት ስሞችንም አብሮ ወርሶ ነው ማለት ይቻላል። የወራቱ መመሳሰል ግን ትግርኛንም ይጨምራል። በሚቀጥለው ሠንጠረዥ በቅድሚያ በግዕዝ እና ከሱ ጋር በጣም ቅርብ በሆኑት በትግሬ እና በትግርኛ ያሉትን ስያሜዎች እንመለከታለን።

---

2 ይህ ከአማርኛ መሆኑ ነው። ምክንያቱም ጠቀመ በግዕዝ የአማርኛውን አይነት ፍቺ አይሰጥም።

ሠንጠረዥ 4፡ የወራት ስያሜ በሰሜን ኢትዮ-ሴማዊ ቋንቋዎች

ግዕዝ	ትግርኛ	ትግረ
መስከረም /mäskäräm/	መስከረም /mäskäräm/	መስከረም /mäskärräm/
ጥቅምት /t'ɨk'ɨmt/	ጥቅምቲ /t'ɨk'ɨmt/	ጥቅምት /t'ɨk'ɨmt/
ኀዳር /xɨdar/	ሕዳር /ħɨdar/	ሕዳር /ħɨdar/
ታኅሳስ /täxśaś/	ታሕሳስ /täħsas/	ተሕሳስ /täħsas/
ጥር /t'ɨrr/	ጥሪ /t'ɨrri/	ጥር /t'ɨrr/
የካቲት /yäkkatit/	ለካቲት /läkkatit/	የካቲት /yäkkatit/
መጋቢት /mäggabit/	መጋቢት /mäggabit/	መጋቢት /mäggabit/
ሚያዝያ /miyaziya/	ሚያዝያ /miyaziya/	ሚያዝያ /miyaziya/
ግንቦት /gɨnbot/	ግንቦት /gɨnbot/	ግንቦት /gɨnbot/
ሠኔ /śäne/፣ ሥኔ /śɨne/፣ ሰኔ /säne/	ሰኔ /säne/፣ ሰነ /sänä/	ሰኔ /säne/
ሐምሌ /ħamle/	ሐምለ /ħamlä/	ሐምሌ/ ħamle/
ነሐሴ /näħase/	ነሐሴ /näħasä/	ነሐሴ /näħase/
ጳጕሜን /p'ag^{w}men/	ጳጉሜን /p'agumen/፣ ቃጕሜን /k'ag^{w}men/	ጳጉሜን /p'agumen/፣ ቃቅሜን /qaqmen/፣ ቀበላ /qäbäla/

ከላይ ከሠንጠረዥ አራት ማየት እንደምንችለው ከተወሰነ የስነድምፅ ለውጥ በስተቀር በሶስቱም ቋንቋዎች፣ ማ. በግዕዝ፣ ትግረ፣ እና ትግርኛ፣ የወራት ስሞቹ ተመሳሳይ ናቸው። በርግጥ ትግረ ላይ ትንሽ ችግር አለ። አብዛኛው ህብረተሰቡ የእስልምና ተከታይ ነው። ይህ የእስልምና ተከታይ ህዝብ ለየቀን የእምነት ህይወቱ የአረብኛውን አቆጣጠር በስፋት ይጠቀማል (ሰመረ ኃብተማርያም፣ ግል ውይይት)። በራሱ በእርሻ ወይም በከብት እርባታ የሚኖር ህዝብ የዘመን አቆጣጠር የሚጠቀመው ባብዛኛው የሀይማኖት በዓላትን ለማክበር ከመሆኑ አንፃር እስልምና ተከታይ የሆነ ህብረተሰብ

የእስልምናው አቆጣጠር መጠቀሙ የሚጠበቅ ነው። ስለዚህም ከላይ የቀረበው የወራት ስም ሁሉም ትግረ ተናጋሪ ላያውቀው፣ ወይም ትክክለኛ የትግረ የወራት ስያሜ ነው ብሎ ላይወስደው ይችላል። ተመሳሳይ ሁኔታ በደቡብ አርጎብኛ ላይም አጋጥሞናል።

በደቡብ አርጎብኛ መረጃ ስንሰበስብ "ይህ ስም" ከጥንት ጀምሮ ስንጠቀምበት የነበረ ነው በማለት የአረብኛውን የወራት ስም ዝርዝር ሰጡን። ይህንኑ የወራት ስም ዝርዝር ይዘን በሰሜን አርጎብኛ ጠየቅናቸው። የሰሜን አርጎብኛው ተናጋሪዎች ግን ዝርዝሩ የአረብኛ እንጂ የአርጎብኛ አለመሆኑን በመግለፅ፣ በሚቀጥለው ሠንጠረዥ ሰሜን አርጎብኛ በሚለው ስር የቀረበውን የወራት ስም ዝርዝር ሰጡን። በሠንጠረዡ በደቡብ አርጎብኛ ስር ያስገባነው ከሀይማኖት ተግባራት ውጭ የሚጠቀሙበትን (የደቡብ አርጎብኛ ተናጋሪዎችን) ስንጠይቅ ያው የአማርኛው ነው በሚል የሰጡንን ነው። አማርኛ እና አርጎብኛ በጣም የተቀራረቡ ቋንቋዎች ስለሆኑ ይህንን እንዳለ አቅርበናል።

ሠንጠረዥ 5፡ የወራት ስያሜ በማዕከላዊ ተሻጋሪ ደቡብ ኢትዮ-ሴማዊ ቋንቋዎች

አማርኛ	ሰሜን አርጎብኛ	ደቡብ አርጎብኛ
መስከረም /mäskärräm/	መስከረም /mäskärräm/	መስከረም /mäskärräm/
ጥቅምት /t'ɨqɨmt/	ጥቅምት /t'ɨqɨmt/	ጥቅምት /t'ɨqɨmt/
ህዳር /hɨdar/	ሕዳር /ħɨdar/	ህዳር /hɨdar/
ታህሳስ /tähsas/	ታሕሳስ /täħsas/	ታህሳስ /tähsas/
ጥር /t'ɨrr/	ጥር /t'ɨrr/	ጥር /t'ɨrr/
የካቲት /yäkkatit/	የካቲት /yäkkatit/	የካቲት /yäkkatit/
መጋቢት /mäggabit/	መጋቢት /mäggabit/	መጋቢት /mäggabit/
ሚያዝያ /miyaziya/	ሚያዝያ /miyaziya/	ሚያዝያ /miyaziya/
ግንቦት /gɨnbot/	ግንቦት /gɨnbot/	ግንቦት /gɨnbot/
ሰኔ /säne/	ሰኔ /säne/	ሰኔ /säne/
ሀምሌ /hamle/	ኸረምት /xärämt/	ሀምሌ /hamle/
ነሀሴ /nähase/	በደጂ ኸረምት	ነሀሴ /nähase/

	/bädäği xärämt/	
ጳጕሜ /p’agʷme/፣ ጳጕሜን /p’agʷmen/	ኢያመነሲእ /ʔayamänsiʔ/	ጳጉሜ /p’agʷme/

ከላይ እንደምንመለከተው የአማርኛ፣ የደቡብ አርጎብኛ፣ እና የሰሜን አርጎብኛ የወራት ስሞች በጣም ተመሳሳይ ናቸው። ይሁን እንጂ የአማርኛና የደቡብ አርጎብኛው የወራት ስም ዝርዝር ከሰሜን አርጎብኛው መጠነኛ ልዩነት ያሳያል። ልዩነቱ በሰሜን አርጎብኛ ለሀምሌ *ኸረምት*፣ ለነሀሴ *በደጂ ኸረምት* እና ለጳጉሜ *ኢያመነሲእ* በሚሉት ስሞች ነው። የሰሜን አርጎብኛው *ኸረምት* ከረምት ከሚለው የአማርኛ ቃል ጋር ዝርያቃል ነው። *በደጂ ኸረምት* ‘የኋለኛው ክረምት’ ማለት ነው። *ኢያመነሲእ* ከአረብኛ የመጣ ይመስላል። የተረሳ የሚል ፍቺ ይሰጣል። ከ30-ቀን ወራት ተራፊ ቀናት መሆናቸውን ለማመልከት። በሌሎቹ የኢትዮ-ሴማዊ ቋንቋዎችም እንደዚሁ ከግዕዙ መጠነኛ ልዩነት ይታያል። ከዚህ በታች ያለው ሠንጠረዥ በሰሜን ጉራግኛ ቋንቋዎች የወራቱን ስያሜ የሚያሳይ ነው።

ሠንጠረዥ 6፡ የወራት ስያሜ በሰሜን ጉራጌ ቋንቋዎች[3]

ወር	ቋንቋ		
	ክስታንኛ	ዶቢ/ጎጎት	ሙኸር
መስከረም	መስከሮብ /mäskärob/	መስከሮብ /mäskärob/	መስኸሮብ /mäsxärob/
ጥቅምት	ጥቅምት /t’ɨk’ɨmt/	ጥቅምት /t’ɨqk’mt/	ጥቅምት /t’ɨk’ɨmt/
ህዳር	ኧዳር /ädár/	ኧዳር /ädar/	ይዳር /yɨdár/
ታህሳስ	ተሳስ /täsas/	ተሳስ /täsas/	የበደረዘር /yäbäddäräzär/
ጥር	የበደረዘር /yäbäddäräzär/	የበደረዘር /yäbäddäräzär/	የራዘር /yärrazär/
የካቲት	የራዘር /yärrazzär/	የራዘር /yärrazzär/	መንገስ /mängäs/
መጋቢት	ኢጮር /icc’or/፣	እጬወር /	ይጬወር

3 የክስታንኛና የሙኸር መረጃ ከሀድሰን (2008:153) የተወሰደ ነው።

	እጮር /ɨcc'or/	/ɨcc'uwär/	/yɨcc'uwär/
ሚያዝያ	ማዚያ /maziya/	ማዚያ /maziya/	ማዚያ /maziya/
ግንቦት	ግንቦት / gɨnbot/	ግልመውት /gɨlmʷät/	ግልመውት /gɨlmʷät/
ሰኔ	ሰኔ /sane/	ሰንየ /sänɨyä/	ሰንየ /sänɨyä/
ሀምሌ	አምሌ /amle/	አምሌ /amle/	አምሌ /amle/
ነሀሴ	ናሴ/nase/	ናሴ /nase/	ናሴ /nase/
ጳጉሜ	ቋግሜ /k'ʷagme/	ቋግሜ /k'ʷagme/	ጳጉሜ /p'agume/፣ ቋጒሜ /k'ʷagʷme/

የከስታንኛውና የዶቢው ከአማርኛ-ግዕዙ የወራት ስያሜ ጋር ከጥር ጀምሮ ባሉት በሶስት ወራት ይለያል። ሙኸር ደግሞ ከታህሳስ ጀምሮ በአራት ወራት ከአማርኛ-ግዕዙ የወራት ስያሜ ይለያል። በሙኸር *መንገስ* ከሚለው ስያሜ በስተቀር በሰሜን ጉራጌ ቋንቋዎች ያሉት ዝርያቃላት ናቸው። ይህ መመሳሰል ከምዕራብ ጉራጌ ቋንቋዎች ጋርም ነው። የሚከተለውን ሠንጠረዥ ለንፅፅር ይመልከቱ።

ሠንጠረዥ 7፡ የወራት ስያሜ በምዕራብ ጉራጌ ቋንቋዎች

ወር	ቋንቋ	
	ቸሀ	ጌይታ[4]
መስከረም	መስኸሮ / mäsxäro/	መስኸሮ /mäsɨxäro/
ጥቅምት	ጥርቅምት /t'ɨrqɨmt/፣ ጥርቀምት /t'ɨrqämt/	ጥቅምት /t'ɨk'ɨmt/
ህዳር	ይዳር /yɨdár/	እዳር /ʔɨdar/
ታህሳስ	መሸ /mäšä/ ፣ መሽ /mäš/	እንታሳስ /ʔɨntäsas/
ጥር	ጥርር /t'ɨrɨr/	መሸ /mäšä/፣ መንገሻ /mängäša/
የካቲት	መንገስ /mängäs/	የበደረዘር /yäbädäräzär/
መጋቢት	ወቶ /wäto/፣ ዋቶ /wato/	ይጭወር /yɨc'ɨwär/
ሚያዝያ	ማ(ን)ዚያ /ma(n)ziya/	ማዝያ /maziya/

4 የጌይታ መረጃን የወሰድነው ከምህረቱ (2015:67) ነው። የቸሀውን ደግሞ የወሰድነው ከሀድሰን (2008:153) ነው።

ግንቦት	ግርመውት /gɨrmʷät/፣ ጉርመት /gurmät/	ግርመውት /gɨrmʷät/
ሰኔ	ሰርያ /särɨya/	ሰርያ /säryä/
ሀምሌ	አምሬ /amre/	አምሬ /ʔamre/
ነሀሴ	ናሴ /nase/	ናሴ /nase/
ጳጉሜ	ቋጕሜ /qʷagʷɨme/	ቋጕሜ /k’ʷagɨme/

በሰሜን እና በምዕራብ ጉራጌ ቋንቋዎች ውስጥም ከላይ በሠንጠረዦቹ እንደምንመለተው መጠነኛ ልዩነት አለ። ለምሳሌ፣ በቸሀው ውስጥ ያሉ ሁለት ስሞች በሰሜን ጉራጌ ቋንቋዎች ተመሳሳይ/ዝርያቃል የላቸውም።

በደቡብ ተሸጋጋሪ ቋንቋዎች ያሉት ስሞች ከምዕራብ ጉራጌ ቋንቋዎች በጣም ይቀርባሉ። የሚከተለውን ሠንጠረዥ ይመልከቱ።

ሠንጠረዥ 8፡ የወራት ስያሜ በደቡብ ተሸጋጋሪ ኢትዮ-ሴማዊ ቋንቋዎች

ወር	ቋንቋ	
	ስልጢ	ወለኔ[5]
መስከረም	መሰሮ /mäsäro/	መስከሮብ /mäskäroob/
ጥቅምት	ጥቅምት /t’ɨk’ɨmt/	ጥእምት /t’ɨʔɨmt/
ህዳር	ኢዳር /idaar/	እዳር /ʔɨdaar/
ታህሳስ	መሼ /mäše/	ትሳስ /tɨsaas/
ጥር	አስሬ /asre/	እራዛር /ʔɨrraazär/
የካቲት	መንገስ /mängäs/	የበደራዛር /yäbäddäraazär/
መጋቢት	ወቶ /wäto/	እጮር /ʔɨcc’oor/
ሚያዝያ	ማዜ /maaʔze/	መዚዮ /mäziye/
ግንቦት	እንታገት /ɨntaggät/፣ እንቶጎት/ɨntoggot/	ግምቦት /gɨmboot/
ሰኔ	ሰኜ /säñe/	ሰኘ /säññä/
ሀምሌ	አምሌ / amle/	አምሌ /ʔamlee/
ነሀሴ	ናሴ /nase/	ናሴ /naasee/
ጳጉሜ	ቃጉሜ /k’aagme/	ቋግሜ/k’ʷaagmee/

5 የወለኔ መረጃ ከሜየር (2006:163) ነው።

በመግቢያው ምዕራፍ እንደገለፅነው የኢትዮጵያ ዘመን አቆጣጠር/ የግዕዝ ዘመን አቆጣጠር ከግብፅ የመጣ ይመስላል።[6] ይሁን እንጂ በቅብጥ እና በግዕዝ የወራቱ ስሞች መሀከል ከፍተኛ ልይነት አለ። የሚከተለውን ሠንጠረዥ ይመልከቱ፤[7]

ሠንጠረዥ 9፡ የወራት ስሞች በቅብጥ እና በግዕዝ

ቅብጥ	ግዕዝ	ግሪጎርያን[8]	
		መደበኛ ዓመት	ሊፕ ዓመት/ ዘመነ ዮሐንስ
Thoth	መስከረም	11 ሴፕቴምበር – 10 ኦክቶበር	12 ሴፕቴምበር – 11 ኦክቶበር
Phaophi	ጥቅምት	11 ኦክቶበር – 9 ኖቨምበር	12 ኦክቶበር – 10 ኖቨምበር
Athyr	ኅዳር	10 ኖቨምበር – 9 ዲሴምበር	11 ኖቨምበር – 10 ዲሴምበር
Choiak	ታኅሳስ	10 ዲሴምበር – 8 ጃንዋሪ	11 ዲሴምበር – 9 ጃንዋሪ
Tybi	ጥር	9 ጃንዋሪ – 7 ፌብሯሪ	10 ጃንዋሪ – 8 ፌብሯሪ
Mecheir	የካቲት	8 ፌብሯሪ – 9 ማርች	9 ፌብሯሪ – 9 ማርች
Phamenoth	መጋቢት	10 ማርች – 8 ኤፕሪል	10 ማርች – 8 ኤፕሪል
Pharmuthi	ሚያዝያ	9 ኤፕሪል – 8 ሜይ	9 ኤፕሪል – 8 ሜይ
Pachons	ግንቦት	9 ሜይ – 7 ጁን	9 ሜይ – 7 ጁን
Payni	ሠኔ	8 ጁን – 7	8 ጁን – 7 ጁላይ

6 በዚህ ጉዳይ ላይ በዝርዝር በሚቀጥለው ምዕራፍ እንመጣበታለን።

7 በቅብጡ የወራት ስያሜ አፃፃፍ ረገድ ከስራ ስራ ልዩነት አለ። ከዚህም በላይ በአረብኛ እነዚህ ስያሜዎች መጠነኛ ልዩነት አላቸው። ልዩነቱ አንዳንዴ የወሩን ስም በሌላ እስከመለወጥም ይደርሳል። ለምሳሌ፣ ጳጉሜን "በአረብኛው" የቅብጥ የወር ስያሜ ላይ የምናገኘው ናሴ ነው። በሠንጠረዡ የዘረዘርነው የወር ስም ከፓርከር (1950: 45) የተወሰደ ነው። ጳጉሜን እራሱ ከግሪክ የተወሰደ እንጂ የቅብጥ የራሱ ቃል አይደለም። በጥንታዊ ግብፅ ስያሜው የተለየ ነው። ምዕራፍ አራትን ይመልከቱ።

8 የግሪጎሪያኑ ዘመን ለቅብጡ አቻነት የሚያሳየው ያለንበትን ክፍለዘመን ነው። ለዝርዝር ምክንያቱ የሚቀጥለውን ምዕራፍ ይመልከቱ።

		ጁላይ	
Epiphi	ሐምሌ	8 ጁላይ – 6 ኦገስት	8 ጁላይ – 6 ኦገስት
Mesore	ነሐሴ	7 ኦገስት – 5 ሴፕቴምበር	7 ኦገስት – 5 ሴፕቴምበር
Epagomenai	ጳጉሜ	6 ሴፕቴምበር – 10 ሴፕቴምበር	6 ሴፕቴምበር – 11 ሴፕቴምበር

ከላይ በሠንጠረዡ እንደምንመለከተው፣ በቅብጥ እና በግዕዙ መሀከል ከጳጉሜ እና ምናልባትም ከሌሎች ሁለት ወራት በስተቀር የወራት ስያሜዎቹ የተለያዩ ናቸው። ኢትዮጵያ ከዘጠነኛው መቶ ዓመት (ቅጋአ) ጀምሮ ቢያንስ እስከ ሰባተኛው መቶ (ጋአ) ድረስ ከአንድ ሺህ አምስት መቶ ዓመት በላይ ከደቡብ አረቢያ ጋር የጠበቀ ግንኙነት ነበራት። በባህል ብቻ ሳይሆን በአስተዳደርም የተጋሩበት ትንሽ ግዜ አይደለም። ይሁን እንጂ ሀድሰን (2008:151) ቤስተንን በመጥቀስ የግዕዝ የወራት ስሞች ከደቡብ አረቢያው የወራት ስሞች አይመሳሰሉም ይላል።[9] የኢትዮጵያ አቆጣጠር ከላይ እንደገለፅነው ከግብፅ የመጣ ነው። የግብፅና የግዕዝ የወራቱ ስያሜ መለያየት የሚያሳየን ደግሞ ወራቱ የግብፅ አቆጣጠር ስርዓትን ኢትዮጵያ ከመውሰዷ በፊት የራስዋ አቆጣጠር/የወራት ስያሜ ነበራት ማለት ነው። ይህ ብዙም የሚያስገርም፣ ወይም የሚያጠያይቅ አይደለም። በአለም ላይ በጣም በቁጥር ትንንሽ የሆኑ ለየብቻቸው ተፈጥሯዊ ኑሮ የሚኖሩ ህዝቦች ሳይቀሩ የራሳቸው አቆጣጠር ያላቸው አሉ። የጥንቱ የኢትዮጵያ አቆጣጠር ግን በርግጠኝነት አሁን እንዳለው ለፀሀይ ዓመት በጣም የቀረበ 365/6 ቀናት ያሉት ሊሆን አይችልም። ለዚህ አባባል ለተጨማሪዋ 5/6 ቀን ጳጉሜ የሚለው ከግሪክ የተወሰደ ስያሜ በራሱ ምስክር ይሆናል። ይህ ከሆነ ቀድሞ በኢትዮጵያ/በግዕዝ የነበረው 30 ቀናት የያዙ 12 ወራት ናቸው እንኳ ብንል በየዓመቱ በአምስት ቀን፣ በአራት ዓመት አንዴ ደግሞ በስድስት ቀን ከፀሀይ ዓመት ይለያል። ይህም ማለት በአምስት ዓመት ዘመን አቆጣጠሩ ከፀሀይ አቆጣጠር፣ ማለትም ከወቅቱ፣ ከአንድ ወር አካባቢ ይለያል። ይህ ከሆነ የግዕዝ የወራት ስሞች ከአሁን ከሚታየው ወቅት ጋር ይገናኛሉ ማለቱ ብዙም የሚያስኬድ

9 ሀድሰን የግዕዝ የወራት ስያሜዎች ከጳጉሜ በስተቀር ከቅብጥ አይመሳሰሉም በማለት የሚከተለውን ያስከትላል፤ "Nor do the ES month-names resemble those of Ancient South Arabian languages" (ሀድሰን 2008:151)።

አይደለም—ስያሜዎቹ የቅርብ ናቸው ካላልን በስተቀር። ምናልባት ግን በጨረቃ አቆጣጠር የሚጠቀሙ አንዳንድ አቆጣጠሮች ለምሳሌ፣ እብራውያንና ጥንታዊ ባቢሎንያን እንደሚያደርጉት ወራቱ ከወቅቱ እየሸሹ ሲሄዱ ሳጋ ወር በተወሰነ ዓመት ልዩነት እያስገቡ ወራቱና ወቅቱ እንዳይለያዩ የሚያደርጉበት መንገድ ኖሮ ሊሆን ይችላል። ሌላው ደግሞ፣ ልክ እንደባቢሎን አንዳንድ ወራት ተጨማሪ ስያሜ ከወቅቱ አንፃር ኖሯቸው ሊሆን ይችላል። እነዚህ ተጨማሪ ስያሜዎች ብዙውን ግዜ ከወቅት ጋር ተያይዘው የሚሰጡ በመሆናቸው ወራቱ ሲሸሹም ከወቅቱ ጋር ለመጣው ወር ስያሜ እየዋሉ ቆይተው በሂደት የወራት አቆጣጠሩ ከጨረቃ ሲላቀቅ የዋናዎቹን ወራት ስሞች ተከተው/ይዘው ሊቆዩ ይችላሉ። ስለዚህም ይህ አይሆንም ሳንል፣ የወራት ስሞች ከወቅት ጋር ተያይዘው የተፈቱም ይሁን ሌሎቹን ምን እንደሚመስሉ በንፅፅር እንመለከታለን። ከዚህ በታች እያንዳንዳቸውን ወራት ተራ በተራ እንመረምራለን።

3.2.1 መስከረም

በላይኛው ክፍል ከቀረቡት ሠነጠረዦች እንደምንመለከተው ከመጠነኛ የስነድምፅ ለውጥ በስተቀር የዚህ ወር ስያሜ በሁሉም ቋንቋዎች ተመሳሳይ ነው። ለሁሉም ጥንተመነሻቸው የግዕዙ መስከረም ነው ከሚል እሳቤ ለቃሉ የትመጣ በርካታ መላምቶች ቀርበዋል። በዚህ ላይ ንፅፅራዊ ምልከታዎች ካደረጉት ውስጥ ሌስላው (1987)ን እና ሀድሰን (2008)ን ለምሳሌ መጥቀስ ይቻላል። በተናጠል በግዕዝና አማርኛ ያለውን ብቻ በመመልከት በቀረቡት ስራዎች፣ ለምሳሌ በኪዳነወልድ ክፍሌ (1948) እና ደስታ ተክለወልድ (1960)፣ የተሰጡት ማብራሪያዎችም ከእነሌስላው (1987) እና ሀድሰን (2008) ብዙም አይለዩም።

ለመስከረም ጥንተ-መነሻ በተለያዩ ስራዎች √ከረመ /√krm/ ወይም √ዘከረ /√zkr/ የሚሉት ስሮች ተሰጥተው እናገኛለን። ሌስላው (1991:364-365) መስከረም ከየት እንደመጣ ግልፅ አቋም ባይዝም ከነዲልማን (1865:835)፣ ፕራቴሪየስ (1879:158) እና ኮንቲ ሮስኒ (1923:375-376) ጋር የተስማማ ይመስላል። ዲልማን መስከረምን ያስገባው ከረመ በሚለው ስር ነው (1865: 834-835 ይመልከቱ)። ፕራቴሪየስ (1879:158) መስከረም መስከርም ከሚል ነው የመጣው ይላል። እንደዚህ ሰው ከሆነ መስከርም ገቢር ቅርፅ ሲሆን ትርጉሙም 'የዝናብ መጀመሪያ'

ነው።[10] ሌስላው (1987:364 & 365) መስከረም ዝናብ ማብቂያ ወርን የሚያመለክት እንጂ ዝናብ መጀመሪያ ወርን የሚያመለክት ስላልሆነ ፕራቶሪየስ "ዝናብ የሚያመጣ/የሚጀምርበት" (*Regen bringend*) በሚል የሰጠው ፍቺ ትክክል አይደለም ይላል። በዚህ ትሩጉም ላይ ኮንቲ ሮስኒም (1923:375-376) ትክክል እንዳልሆነ አስተያየቱን ሰጥቷል።

ከላይ የገለፅናቸው ስራዎች ባጠቃላይ መስከረም ከ√ከረመ /√krm/ አስደራጊ ቅርፅ ጋር የተያያዘ እንደሆነ ነው የሚያሳዩት። ሀድሰን (2008:151) እንዳስተዋለው በግዕዝ አስደራጊ አመልካች ምዕላድ *ሰ* የለውም። *አ* ብቻ ነው። አማርኛው *አ* እና *አሰ* አድራጊና አስደራጊ ምዕላድ አሉት።[11] ይህን ችግር በመገንዘብ ሀድሰን መስከረም √ዘከረ /√zkr/ 'አስታወሰ' ከሚለው ስር የወጣ አርዕስት ነው ይላል። ለዚህ አስተያየቱ ያቀረበው የስነድምፅ ትንታኔ የሚከተለው ነው፤ በቅድመ-ቅጥያ አርዕስት አመልካቿ *መ* /m-/ ምክንያት *ዘ* /z/ ወደ *ሰ* /s/ ተለውጦ፣ ከዚያም፣ በስሩ መጨረሻ *መ* /m/ ተጨመረ።[12] የ*ዘ* /*z*/ ወደ *ሰ* /*s*/ ከ*ከ* /k/ በፊት መለወጥ የሚጠበቅ ቢሆንም፣ ሀድሰን ባቀረበው ትንታኔ ላይ ድኅረ-ግንድ ቅጥያዋ -*ም* ከየት መጣች የሚለው መልስ ይሻል። ከግዕዝ ስነድምፅም ሆነ ስነምዕላድ አንፃር አሳማኝ ምክንያት ማግኘት አስቸጋሪ ነው። ሀድሰንም ለዚህ ያቀረበው ማብራሪያ የለም።

ደስታ ተክለወልድ በአማርኛ መዝገበ ቃላታቸው ውስጥ መስከረም የሚለውን በቅንፍ፤ *መዝከረ ዓም* በሚል አስቀምጠውታል (1960:820)።[13]

---

10 "Sehr wahrscheinlieh dürfte es auch sein, dass der äthiop.-amhar. Monatsname መስከረም aus einer Aktivform መስከርም *Regen bringend* nur lautlich verändert ist" (ፕራቱሪየስ 1879:158)።

11 በርግጥ የአማርኛዋ *አ* ሁለቱንም አድራጊንም፣ አስደራጊንም ታመለክታለች። በዚህ ጉዳይ ላይ ሰፋ ላለ ትናታኔ ሌስላው (1995)ን እና መንግሥቱ አምበርብር (2002)ን ይመልከቱ።

12 የሀድሰንን ቃል ከሚከተው ይመልከቱ፤ "A causative prefix *s*- is, however, unknown in Gz, and the form is inconsistent with causative *as*-, which is also unused in Gz [...]. Instead, the root *zkr* 'remember' may be considered, as 'month of remembrance', still with noun-forming prefix *m*-, *z* > *s* before *k*, and suffix *-m*. The new year is reasonably associated with remembrance, or *auld lang syne*" (ሀድሰን 2008:151)።

13 "መስከረም (መዝከረ ዓም) የወር ስም፤ ከ12ቱ ወሮች አንደኛው መዠመሪያው የዘመን መለወጫ" (ደስታ ተክለወልድ 1960:820)።

ከስነፍቺ ደረጃ ከማስኬዱም በላይ በሀድሰን ድኅረ-ግንድ ቅጥያዋ የትመጣ እንቆቅልሽ ፍቺ ያገኛል። መስከረም *መዝከረ ዓም* ከሚለው ነው የመጣው የሚለው መላምት ዋና ችግር የዓ መጎረድ ነው። ይህ ድምጽ ሲጎረድ ከአናባቢ በፊት ከሆነ አናባቢው የታች አናባቢ /አ/ ይሆናል። ይህ ግን በመስከረም ላይ አይታይም። ሁለታኛም ይህ ድምፅ በግዕዝ ሲጎረድ እምብዛም አይታይም። በተጨማሪም፣ መስከረም ከጥንት ጀምሮ የዓመት መጀመሪያ ወር ነው ብንል እንኳ፣ የዓመት መዘከሪያ የሚለው ስነፍቺ ብዙም አሳማኝ አይመስልም።

በኪዳነወልድ ክፍሌም (1948:548) ከደስታ ጋር ተመሳሳይ ነገር እናገኛለን። ለመስከረም *መዝከረ ዓም* የሚል በብያኔው ውስጥ አለ። ኪዳነወልድ ክፍሌ ሌሎች ሁለት የመስከረም የትመጣዎችንም አክለው አቅርበዋል።

አንደኛው የመስከረም ምንጭ ብለው ያቀረቡት የመስየ እና የከረም ውሁድ እንደሆነ ነው፤ "መስ ከመስየ መጥቶ በከረም ላይ ወድቋል። ስለዚህ መስየ ከረምት ምሴተ ክረምት ተብሎ ይፈታል። ምስጢሩ ፀአትና መሰስ ማለት ነው። የክረምት ጫፍ፣ መካተቻ የመፀው መባቻ መኾኑን ያሳያል" (ኪዳነወልድ ክፍሌ 1948:548)። ኪደነወልድ ክፍሌ (ዝኒከማሁ) ክረምትን ያስቀመጡት ከሰኔ 25 እስከ መስከረም 25 ያለውን ግዜ የሚያካትት አድርገው ስለሆነ ከስነፍቺ አንፃር የሚያስኬድ መላምት ነው። ከስነድምፅ አንፃር ያለው ችግር የየ አለምንም ዱካ መጎረድ ነው።

እንደኪዳነውለድ ክፍሌ፣ አለቃ አያሌው (1993) መስከረም ከከረመ ጋር የተያያዘ ነው ይላሉ (በአዕምሮ ጌታሁን 2000፡28-29 ውስጥ)። እንደአለቃ አያሌው እምነት መስከረም የሚለው መሐሰ 'ቆፈረ' እና 'ከረመ' ከሚሉት ቃላት የተገኘ ነው (ዝኒከማሁ)። ከስነምዕላድ አንፃር ያለው ችግር እነዚህ ቃላት ተጣመሩ ካልን ጥምረቱ *መሐስ-ከረም የሚል ቅርፅ መያዝ አለበት። ይህ አይነቱ ቃል ምስረታ በአማርኛ እንጂ በግዕዝ አይታወቅም። ሁለተኛ ከስነድምፅ አንፃር የሐ አለምንም አሻራ መጎረድ መልስ የለውም። በግዕዝ ደግሞ ይች ድምፅ የምትጎረድበት ምክንያት የለም። ከዚህም በላይ አለቃ አያሌው ለቃሉ የትመጣ ያቀረቡት ምክንያት ብዙም አሳማኝ አይደለም፤

> መስከረም ማለት እግዜአብሔር ከዚህ እስከ ብሩህ ሰማይ ድረስ መልቶ የነበረውን ውሀ ከሦስት ከፋፍሎ በጠፈር[፣] በሐኖስና በውቅያኖስ ከወሰነ በኋላ ደረቁ ይገለጥ ባለ ግዜ ገበሬ አርሶ አለስልሶ እንዳዘጋጀትና አባጣ

> ኀባጣ ዳገት ቁልቁለት ሳይኖራት ተስተካክላ ስለተገኘች መሐሰ=ቆፈረ፤ ከረመ=ከረመ በተሰኙት ሁለት የግዕዝ ግሶችን በማቀናጀትና በማጣመር መስከረም ታርሶ ለስልሶ ከረመ እንደማለት ነው (አለቃ አያሌው በአዕምሮ ጌታሁን ውስጥ 2000፡28-29)።

አለቃ ኪዳነወልድ ሌላኛው ያቀረቡት መላምት መስከረም፣ የዘከረ እና የከረመ ቅንጅት እንደሆነ ነው፤ "መዝከርና ከረም ተጋጥመው መዝከረ ከረም በመባል ፈንታ አንዱን ከረ ኀርዶ መዝከረም መዝከረ ዓም እንደ መባል ኹሉ *ዝ* ለ*ስ* ተለውጦ መስከረም ተብሏል፤ ያመት ማሰቢያ [፣] መታሰቢያ ወይም ዐውደ ዓመት ማለት ነው" (ኪዳነወልድ ክፍሌ 1948:548)። የድምፅና የቀለም መጎረድ በጥምር ስሞች ላይ የሚከሰት ቢሆንም፣ ለምሳሌ ቀኝ አዝማች > ቀኛማች፣ መስከረም የመዝከር እና የከረም ጥምረት ነው ለማለት ትንሽ ያስቸግራል። ከስነፍቺ አንፃር የክረምት መዘከሪያ/ማስታወሻ የሚለው ለወር ስም ዋለ የሚለው ብዙም አያስኬድም። የዝ ወደ ስ መለወጥ ከስነድምፅ አንፃር የሚያስኬድ መላምት ቢሆንም *ከረ* የሚለው ተጎረደ የሚለውን ሙሉ በሙሉ ለመቀበል አስቸጋሪ ነው።

በአማርኛም ሆነ በግዕዝ ከ√ከረመ /√krm/ የሚወጡ ቃላት ብዙ ፍቺ አላቸው።[14] ለምሳሌ ክረምት፣ ከራሚ፣ እና ከርሞን መጥቀስ ይቻላል። ክረምት በግዕዝ ያለው ፍቺ ልክ እንደአማርኛው ነው። ከራሚ በአማርኛ 'የሚከርም' የሚል ፍቺ ቢሰጥም በግዕዝ ከዚህ ፍቺ በተጨማሪ ኪዳነወልድ ክፍሌ (1948:548) ላይ እነደተገለፀው "የከረመ፣ የኖረ፣ የኻች ዓምና፣ የወዲያኛው፣ የብዙ ዓምት" የሚል ትርጉም አለው። ከርሞ ባማርኛ 'የሚመጣው ዓመት' ማለት ነው። ለምሳሌ፣ ለከርሞ እንገናኝ፤ የከርሞ ሰው ይበለን ሲባል ከርሞ የሚመጣው ዓመት የሚለውን ለማመልከት ነው። መስከረም ከዚህ ቃል ጋር ሊገናኝ የማይችልበት ምክንያት የለም። ችግሩ መስከረም በሚለው ላይ ያለው *ሰ* ከየት መጣ በሚል ሀድሰን (2008:151) ያነሳው ጥያቄ ምላሽ ማጣቱ ነው። በግዕዝ የአስደራጊ/አድራጊ ቅርፅ ላይ *ሰ* የለም። የሌሎቹን እስኪ እንመልከት።

---

14 በሌሎች ሴማዊ ቋንቋዎችም ተመሳሳይ ነገር አለ። በትግርኛና በትግረ ያለው ከዚህ ስም የተመሰረቱ ቃላት ፍቺም ከሞላ ጎደል እንደግዕዙ ነው። ለትግረው ሊትማን እና ሆፍነር (1962:397-398)ን ይመልከቱ።

መስከረም በክስታንኛና በወለኔ *መስከሮብ* /mäskärob/፣ በቸሀና በጌይታ *መስኸሮ* /mäsxäro/፣ በሙኸር *መስኸሮብ* /mäsxärob/፣ እና ስልጢ *መሰሮ* /mäsär/ ነው። እንደገብረየሱስ (1991:127) ከሆነ የአማርኛው መስከረም ወር የሚያርፈው በጉራጌ ቋንቋዎች/በቸሀ ይዳር 'ህዳር' ላይ ነው። ለምሳሌ፣ መስቀል በኢትዮጵያ ዘመን አቆጣጠር መስከረም 17 ላይ ሲውል፣ ይህው ቀን በጉራጌ/ቸሀ በዚሁ ዘመን አቆጣጠር ይዳር 17 ላይ ይውላል። ይህም ማለት ምንም እንኳ የወራት ስሞቹ ቢመሳሰሉም የሚውሉበት ወቅት አንድ አይደለም።[15] የዓመቱ መጀመሪያ በጉራጌ/ቸሀ ይዳርን አንድ ብሎ ጥቅምትን 12ኛ ወር ያደርገዋል (ገብረየሱስ 1991: 127)።[16]

ከላይ እንዳየነው የወራቱ ስያሜዎች በጉራጌ ቋንቋዎች ከግዕዙና ከአማርኛው ጋር ጥቂት የማይባሉ መመሳሰሎች አሏቸው። የኢትዮጵያ ዘመን አቆጣጠር በምዕራፍ አንድ እንደገለፅነው ከግብፅ የተወሰደ ነው። መቼ ነው የተወሰደው የሚለውን እቅጩን መናገር ባንችልም ከክርስትና መግባት ጋር ይህ አቆጣጠር በሁሉም ዘንድ እየተለመደ የመጣ ነው ማለት ይቻላል። ክርስትና በቀጥታ ከግብፅ አልመጣምና በኢትዮጵያ ክርስትና በሶርያ መነኩሴዎች ከመግባቱ/መስፋፋቱ በፊት የዘመን አቆጣጠሩ ኢትዮጵያ ውስጥ ነበረ ማለት ይቻላል።[17] ምክንያቱም ሶርያኖች የራሳቸውን አቆጣጠር ከክርስትናው ጋር አላስገቡም። የግብፁ አቆጣጠር እራሱ ያሁንን ቅርፅ

---

15 "There is a two month difference between Gurage and other nationalities, or the Ethiopian calendar" (Gebreyesus 1991:127).

16 "The names of the months start from Yidar and goes on counting: Meshe, Integwegwet, Menghess, Weto, Manzya, Grmwet, Serye, Amre, Nasse, Messhero, and T'qmt" (Gebreyesus 1991:127).

17 ክርስትና ኢትዮጵያ ውስጥ በትክክል የገባበትን ወቅት መናገር ባይቻልም አንዳንዶች ከመጀመሪያው ክፍለዘመን ጀምሮ ነው ይላሉ። አንደኛው እራሱ የእየሱስ ደቀመዝሙር የነበረው ማቲዎስ ኢትዮጵያ ውስጥ አስተምሯል የሚል ነው። ያም ሆነ ይህ በሀገር ደረጃ ክርስትና በጥንታዊት ኢትዮጵያ የመንግስት ሀይማኖት የሆነው በአራተኛው መቶ ክፍለዘመን በኢዛና ግዜ ነው። ለዚህም ከሶርያ የመጡት ሁለት ወንድማማቾች ዋንኞቹ ነበሩ። በተለይ ፍሬማንጦስ በኋላም የመጀመሪው ፓትሪያክ/ጳጳስ በመሆን በኢትዮጵያ ላይ የተሾመው (እና አባ ሰላማ በመባል የሚታወቀው) ክርስትና የመንግሥት ሀይማኖት እንዲሆን ከፍተኛ አስተዋፅኦ አድርጓል። ኢዛንን ከልጅነቱ ጀምረው ያስተማሩ እነዚህ ሁለት ወንድማማቾች ናቸው። እንዲሁም ከሶሪያ የመጡት ዘጠኙ መነኮሳት ለክርስትናው መስፋፋት እና መሰረት መጣል ከፍተኛ አስተዋፅኦ አድረገዋል። በዚህ ጉዳይ ላይ ሰመረ ኃብተማርያም (2017፣ ምዕራፍ ሁለት)ን እና በዚያ የተጠተሰ ስራዎችን ይመልከቱ።

የያዘው በሚቀጥለው ምዕራፍ እንደተጠቀሰው አጉስተስ ግብፅን ከተቆጣጠር በኋላ በ22 ቅ.ጋ.አ ነው። የኢትዮጵያ አቆጣጠር ከግብፅ ሊመጣ የሚችለው ከዚህ ግዜ ሊርቅ ብዙም አይችልም። ምናልባት የግብጹ አቆጣጠር ቀደም ብሎ በኢትዮጵያ ገብቶ በየግዜው ልክ የግብፁ ሲታደስ እሱም ታድሶ ሊሆን ይችላል። ያም ቢሆን ከአራተኛው መቶ ቅ.ጋ.አ ወደኋላ ይሄዳል ማለት ይከብዳል። ለዚህ አንደኛው አስረጂ ጳጉሜ(ን) የሚለው ስያሜ ነው። ይህ የግሪክ ቃል ወደ ግዕዝ የገባው ከግብፅ ነው። ቃሉ እራሱ ወደ ግብፅ የገባው የማቅዶንያው እስክንድር (በአራተኛው መቶ ቅ.ጋ.አ) ግብፅን ከተቆጣጠረና የግሪኮች አስተዳደር በግብፅ ላይ ከተመሰረተ በኋላ ነው። ጳጉሜ(ን) በጥንታዊ ግብፅ የተለየ ስም ነበረው። ሁለተኛው፣ አቆጣጠሩ ቀደምት ገብቶ ቢሆን የወራት ስሞችን ይዞ መምጣቱ የማይቀር ነው። በመግቢያው ላይ እንደገለፅነው እና በዚህ ምዕራፍ በቀጣይ እንደምንመለከተው ከጳጉሜን በስተቀር ከቅብጥ የተቀዳ የወር ስም የለም።

ኢትዮጵያ ቢያንስ ከዘጠነኛው ቅ.ጋ.አ ጀምሮ ከደቡብ አረቢያ ህዝቦች ጋር የጠበቀ ግንኙነት ነበራት። በተለይ በባህል ደረጃ የነበራት ቅርርብ ትንሽ አልነበረም።[18] ምናልባትም ከዚያን ግዜ ጀምሮ ከአንድ ሺህ ዓመት በላይ ጠበቅ ላላ እያለ አንዴ ሲቋረጥ አንዴ ሲቀጥል ቢኖርም በአንድ መንግሥት ስርም ይተዳደሩ እንደነበር ይታወቃል።[19] በደቡብ አረቢያ የነበረው አቆጣጠር እስካሁን ግልፅ መረጃ ባይገኝም፣ የግብፁ እንዳልነበር ግን ይገመታል (ቤስተን 1956ን እና በዚህ ስራ የሚቀጥለውን ምዕራፍ ይመልከቱ)።[20] በመግቢያው ክፍል እንደገለፅነው፣ የግዕዝ የወራት ስያሜዎቹም ከጥንታዊ ደቡብ አረብያ ቋንቋዎች የተወሰዱ ናቸው ለማለት የሚያስችል መረጃ የለም። የዚህ አንድምታው ግልፅ ነው። የግዕዝ ወራት ስሞች ከነዚህ ህዝቦች ጋር ግኙነት ከመጀመሩ ቢያንስ ከዘጠነኛው መቶ ቅ.ጋ.አ በፊትም የነበሩ ናቸው ማለት ነው። ይህ ደግሞ ወደቅድመ ግዕዝ የሚያመራ ነው። በጉራጌ ቋንቋዎች ያለው ሁኔታ ይህንኑ የሚያጠናክር ነው።

ዓመቱ የሚጀምርበት የወር ስያሜ በግዕዝ-አማርኛ ቡድንና በጉራጌ ቋንቋዎች መለያየት የሚያሳየን የወራቱ ስሞች (ቢያንስ የመስከረም እና የህዳር ዝርያቃላት) አሁን ያለውን ዘመን አቆጣጠር ከመቀበል በፊት በጉራጌ

---

18 ሙኑሮ-ሀይ (1991)ን እና ስርግው (1972)ን ይመልከቱ።

19 በዚህ ጉዳይ ላይ ከብዙ በጥቂቱ ሊማን (2009)ን ይመልከቱ።

20 የተወሰነ መመሳሰል ግን በሁለቱ አቆጣጠሮች ውስጥ አለ። ምዕራፍ አራትን ይመልከቱ።

ቋንቋዎችም ውስጥ መኖራቸውን ነው። ይህ በተራው መስከረም መዝከረ ዓም ከሚለው ከግዕዝ ቃል ነው የመጣው የሚለውን በጣም አጠራጣሪ ያደርገዋል። መስከረም በግዕዝ ተፈጥሮ ወደጉራጌ እና ሌሎች ኢትዮ-ሴማዊ ቋንቋዎች በውርስ የተላለፈ ነው ለማለት ማስረጃ ማቅረብ ይከብዳል። ይህ ቃል ግዕዝ በእራሱ የፈጠረው ሳይሆን ከቀደምት ቋንቋ የወረሰው ይመስላል። የዚህን ቃል ትክክለኛ የትመጣ ማወቅ የሚቻለው ሌሎች ኢትዮ-ሴማዊ ቋንቋዎችንም በመመርመር ወዳኋላ ሄዶ በማዋቀር ይሆናል።

በጣም ሊመስል የሚችለው መስከረም ከከረመ ስር የወጣ ሳይሆን አይቀርም የሚለው የእነሌስላው (1991:364-365)፣ ዲልማን (1865:835)፣ ፐራቴሪየስ (1879:158) እና ኮንቲ ሮስኒ (1923:375-376) አማራጭ ሀሳብ ነው። ሆኖም እነዚህ የስነልሳን ሊቃውንት ያቀረቡት በግዕዝ ላይ ነውና የቃሉን አመሰራረት በእነዚህ ሊቃውንት ላይ ተመስርተን ከግዕዝ ውጭ መመልከት መቻል አለብን።

√ከረመ /√krm/ የሚለው ስር በግዕዝ ብቻ ሳይሆን በሌሎቹም የኢትዮጵያ ሴማዊ ቋንቋዎች አለ። በነዚህ ቋንቋዎች አስደራጊው/አድራጊው ቅርፅ አስ- መኖር ብቻ ሳይሆን ወደኋላ ሄዶ ሊዋቀርም ይችላል። መስከረም ከ√ከረመ አስደራጊ/አድራጊ አርዕስት ከግዕዝ በፊት ከነበረ ወላጅ ቋንቋ የመጣ ነው የሚለው ትክክል ከሆነ፣ የስ የትመጣም ሆነ የቃሉ ስነድምፃዊ ቅርፅ ከግዕዝ ስነድምፅ አንፃር የሚመለስ አይደለምና በዚህ ረገድ የቀረበው ትችት ብዙም አይሰራም።

የመጀመሪያው ወር ከመስከረም በተጨማሪ በግዕዝ *ሠረቀ ቲቶ* እንደሚባል ኃይሉ ኃብቱ (2006) ይገልፃል። ይህ ስያሜ የመጣው *ቲቶ* ን የኮከብ ስም አድርጎ ከመውሰድ ነው። *ሠረቀ ቲቶ* ማለት *ቲቶ* የተባለው ኮከብ መውጫ ማለት ነው።[21] *ቲቶ* ከቅብጡ *ቶት* የመጣ ነው።[22] ቶት በቅብጥ

---

21 በግዕዝ *ሠረቀ* ማለት ወጣ ማለት ነው—አጠቃቀሙ ባብዛኛው ከከዋክብት ጋር የተያያዘ ነው። ምሥራቅ ማለት መውጫ ማለት ነው—የፀሀይ መውጫነቱን ያመለክታል። ምዕራብ ማለትም መግቢያ ማለት ነው። በቀዳሚው ምዕራፍ እንደገለፅነው፣ ይህ ቃል *ዐረበ* 'ገባ፣ መሸ' ከሚለው ግስ ጋር ይያያዛል። ዓርብ የሚለው ስያሜም ከዚሁ ዐረበ ከሚለው ስር የወጣ ነው።

22 ቶት ግን በግብፅ የኮከብ ስም አይደለም። የጨረቃ አምላክ ስም ነው። በግዕዝም ኃይሉ እንዳለው ሠረቀ ቲቶ ስለመባሉ ከሌላ መረጃ ማረጋገጥ አልቻልንም። ኃይሉ መረጃውን ያገኘበትን ምንጬን አልጠቀሰም። ጉዳዩን በውል ስይመረመሩ የቀረበ የግምት አስተያየት ይመስላል።

አቆጣጠር የዓመት መጀመሪያ ወር ስም ነው። ወደፊት እንደምንመለከተውም ሌላም የግዕዝ የወር ስም በተወሰ ደረጃ ከቅብጡ የሚያያዝ የሚመስል አለ።

3.2.2 ጥቅምት

ከቸሀ፣ ወለኔና ትግርኛ በስተቀር ይህ ወር በሁሉም አንድ አይነት ንበት አለው—ጥቅምት። በቸሀ፣ በወለኔና በትግርኛም ያለው ልዩነት መጠነኛ የስነድምፅ ነው። ይህ ወር በቸሀ ጥርቅምት፣ በወለኔ ጥእምት፣ እና በትግርኛ ጥቅምቲ ነው። በትግርኛ ስነድምፅ ሁለት ተነባቢዎች ከቃል መጨረሻ አብረው ስለማይሄዱ ሰርጓጅ አናባቢ በማስገባት ጥቅምቲ ሆኗል። በቸሀ ከሌላው የሚለየው ቀደምት ያልነበረች፣ ከላይ በምሳሌው እንደምንመለከተው *ር* በመሀል በማስገባቱ ነው። በወለኔ የምትገኘው *እ* ከ*ቅ* በሂደት የተለወጠች ነች። በሌሎችም ኢትዮ-ሴማዊ ቋንቋዎች *ቀ* /k'/ ወደ *እ* /ʔ/ የምትለወጥበት አጋጣሚ አለ። ለምሳሌ፣ ይህ በመንዝ አማርኛ በጣም የተዘወተረ ነው፣ ባኤላ፣ በኦሎ፣ ኦመ ወዘተ. ባቄላ፣ በቆሎ፣ ቆመ እንደቅደምተከተላቸው ማለት ናቸው።

ለዚህ ወር መነሻ ጠቃሚ ወይም ጥቅም ሰጪ የሚለውን መላምት በኮንቲ ሮሲኒ (1923:376)[23] እና በአንዳንድ የአማርኛ ስራዎች ለምሳሌ፣ አዕምሮ ጌታሁን (200፡103) እናገኛለን።[24] በደስታ ተክለወለድ (1960) እና በኪዳነወልድ ክፍሌ (1948) ትንታኔ የቃሉ ምንጭ √ጠቀመ /√t'k'm/ ከሚለው ስር ጋር ቢያያዝም በስነፍቺ ደረጃ ግን የአማርኛውም የግዕዙም ተቀላቅሎ ይገኛል። ለምሳሌ፣ ደስታ ተክለወለድ እንደሚከተለው ይገልፁታል፤ "ጥቅምት የወር ስም፤ 2ኛ ወር ከመሬት ብዙ ጥቅም የሚገኝበት፣ እኽልና ተክል ኹሉ ፍሬ የሚሰጥበት። በግዕዝ ግን የተገነባች ማለት ነው፤ ፍጥረተ ዓለምን ያሳያል" (ደስታ ተክለወለድ 1960:582)። ኪዳነወልድ ክፍሌ በበኩላቸው እንደሚከተለው ፈትተውታል፤ "ጥቅምት በቁሙ ስመ ወርኅ ካልእ እመስከረም። ዘይቤው የተሠራች ሥር ምስጢሩ ወርኀ ግብር ጥንተ ግብር ማለት ነው። ሥነፍጥረትን ያሳያል። [...] እንደወራቱ ግን ሲፈቱት ጽጌውን መደብ አድርጎ ፍሬ ወርኀ ፍሬ መዋዕለ ሠዊት ያሰኛል። (ተረት) ልጅን በጡት፤ እኽልን በጥቅምት (ካልጠበቁትና ካልቆጠቡት)" (ኪዳነወልድ ክፍሌ 1948: 508-509)።

---

23 ይህ ጉዳይ በሌስላው (1991:596) ውስጥም ተጠቅሷል።

24 "ጥቅምት ጠቀመ ሰራ ጥቅም ሰጪ ጠቃሚ ወር" (አእምሮ ጌታሁን 2000፡103)።

ሀድሰን (2008:150) ይህ የወር ስም ከግዕዝ የመጣ ነው የምንል ከሆነ፣ የቃሉ ፍች ከአማርኛው ጋር ማያያዝ ተገቢነት አይኖረውም፤ ይልቁንም ከግዕዙ የተገነባ ከሚለው ጋር ይገናኛል ይላል። ሀድሰን ግን ይህንን የበየነው እንደደስታ ተክለወልድና ኪዳነወልድ ክፍሌ ከእምነት ጋር በማያያዝ "ፍጥረተ ዓለምን" ከማሳየት ጋር ሳይሆን ግንብ ከመገንባት ጋር ነው።[25]

ከላይ እንደገለፅነው፣ የዚህ ወር ስሞች በሁሉም ቋንቋዎች ከአንድ ስር የወጡ ዝርያቃላት ናቸው። በግዕዝና በአማርኛ ብቻ ሳይሆን √ጠቀመ /√tk'm/ የሚለው ስር በሌሎቹም ቋንቋዎች አለ። ይህ ስር እና ከጥቅም ጋር የተገናኘው ፍቺ በአባት ኢትዮ-ሴማዊ ቋንቋ ስር ሊዋቀር ይችላል። ከግዕዝ በስተቀር በሌሎቹ ቋንቋዎች ጥቅም ከመስጠት ጋር የተገናኘ ፍቺ አለው። እንደሀድሰን ከሆነ በግዕዙ ያለው በፍቺ ቢለያይም በሌሎቹ ካለው ዝርያቃል ሳይሆን አይቀርም (ዝኒ ከማሁ)።

ይህ ቃል/ጥቅምት ብዙም በማያሻማ መልኩ √ጠቀመ ከሚለው ስር ጋር የሚያያዝ ይመስላል። ምናልባትም ወሩ ልክ እንደመስከረም ከግዕዝ የመጣ ሳይሆን ከቀደምት ቋንቋ የተወሰደ ቅሪት[26] ይመስላል። ይህ ከሆነ ጥቅምትን መገንባት ከሚለው የግዕዝ ትርጉም ጋር ማያያዝ ይከብዳል። ይልቁንም ጥቅም ከመስጠት ጋር የሚያያዝ ነው ማለት ይቻላል። ይህ ፍቺ ከግዕዝ በስተቀር በሁሉም ቋንቋዎች መኖሩ የሚያመለክተን በወላጅ ቋንቋ መዋቀር መቻሉን ነው።

በጥንታዊ ደቡብ አረቢያ በተለይ በሳብያን *ተ/ጠከመተ tkmt* የሚል ከአቆጣጠር ጋር የሚገናኝ ቃል አለ። ይህ ቃል ከጥቅምት ጋር በድምፅ ይቀራረባል። ቤስተን ግን ይህ የወር ስያሜ ሳይሆን ምናልባት አንድ ሰው ቢሮ/ስልጣን የያዘበትን የመጀመሪያ ወቅት 'ፈርስት አሰምሽን ኦፍ ኦፊስ'[27] የሚያመለክት ሳይሆን አይቀርም ይላል (1956:33)።

---

25 "[T]he root *t'qm* 'be useful' appears to be lacking in Gz [i.e. Ge'ez]. A Gz root of such form is *t'qm* 'build a wall' (i.e., of stone; e.g. a terrace), which may be relevant as concerning a likely after-rainy-season activity, and possible cognate of the South ES root *t'qm* 'be useful to'" (ሀድሰን 2008:150)።

26 Retention.

27 First assumption of office.

3.2.3 ህዳር

በመግቢያችን እንደገለፅነው ምንም እንኳ አንዳንዴ በአፃፃፍ መቀላቀል/መለዋወጥ ቢኖርም በግዕዝ ኀ የትናጋዋን /x/ ትወክላለች። ይሁን እንጂ፣ በግዕዙ ኅዳር ውስጥ ያለችው ኀ የትናጋዋ /x/ ወይም የማንቁርትዋ /ħ/ መሆኗን በርግጠኝነት መናገር ያስቸግራል። ለግዕዝ ቅርብ በሆኑት ትግርኛ እና ትግረ ንበቱ ሕዳር /ħɨdar/ ነው። አቋም ባንወስድም ኀ ባብዛኛው በግዕዝ በነበራት ውክልና በመሄድ የግዕዙን ኅዳር /xɨdar/ እያልን እንፅፋለን። የአማርኛው በአፃፃፍ በቀደምት ፅሁፎች እንደግዕዙ ኅዳር ነው። ይሁን እንጂ በዘመናዊ አማርኛ ህዳር የሚልም የተለመደ ነው። ኅዳር ወይም ህዳር ተብሎ ቢፃፍ በዘመናዊ አማርኛ ንበቱ /hɨdar/ ነው። ዘመናዊ አማርኛ የማንቁርት ድምፆችን ብቻ ሳይሆን የትናጋ የሆነችውን ኀ /x/ ድምፅ በመጉረዱ በጥንታዊ አማርኛ የነበረውን ንበት በትክክል ማስቀመጥ ያስቸግራል።[28] በሌሎቹ ቋንቋዎች ወደ በኋላ ላይ እንደምንመለከትው መጠነኛ የድምፅ ልዩነት ከመኖሩ በስተቀር ይህ ወር ስያሜው አንድ ነው።

ከላይ በዚህ ክፍል መግቢያ ከጠቀስናቸው አዕምሮ ጌታሁን፣ "የአዝመራ ወር ገበሬዎች በአውድማ የሚያድሩበት" (አዕምሮ ጌታሁን 2000፡103)፣ በተጨማሪ ይህ የወር ስም ከ√ኀደረ /√xdr/ ጋር እንደሚያያዝ ኪዳነወልድ ክፍሌ፣ "ያዝመራ ወራት ጠባቆች ከዱር የሚያድሩበት" (ኪዳነወልድ ክፍሌ 1948:473)፣[29] እና የደስታ ተክለወልድ፣ "ሰዎች ኹሉ ሰብላቸውን ለመጠበቅ ጎዦ እየሰሩ በዱር የሚያድሩበት" (ደስታ 1960:529)፣[30] ስራዎችም ሊጠቀሱ ይችላሉ።

እንደግሮቨር ሀድሰን ከሆነ ኅዳር ከ√ኀደረ /√xdr/ 'ማታን ማሳለፍ፣ መኖር፣ መቀመጥ፣ ከሌላ ሰው መግባት' ስር የወጣ ነው ለማለት ማስረጃ የለም። ሀድሰን የሚለው ይልቁንም በሊትማን እና ሆፍነር (1962:323) ዲአባዲን ዋቢ አድርገው የጠቀሱት የትግረው ኅድረ /xadrä/ 'አረንጓዴ

28 የማንቁርት ድምፆቹ መጎረድ በአማርኛ ታሪክ የቆየ ቢሆንም የትናጋዋ ኀ /x/ መጎረድ ግን በጣም የቅርብ ነው። ከ20ኛው ክፍለዘመን ወዲህ የመጣ ነው። ለዝርዝር ማብራሪያና ለተጨማሪ መረጃዎች ግርማ (2014:13ቀ7)ን ይመልከቱ።

29 "ኅዳር (ዕብ አዳር=መጋቢት። ቅብጥ አቶር) በቁሙ የወር ስም የመስከረም ሦስተኛ ያዝመራ ወራት ጠባቆች ከዱር የሚያድሩበት" (ኪዳነወልድ ክፍሌ 1948:473)።

30 "ኅዳር የወር ስም 3ኛ ወር ሰዎች ኹሉ ሰብላቸውን ለመጠበቅ ጎዦ እየሰሩ በዱር የሚያድሩበት" (ደስታ 1960: 529)።

ሆነ፣ ለመለመ፣ መለምለም’ ጋር ሳይያይዝ አይቀርም ነው። ይሁን እንጂ ዲአባዲ (1865:54) ይህ የትግረ ቃል ምንጩ አረብኛ መሆኑን ይገልፃል።

ዴቪድ ኮኸን (1970:10) ኅዳር ከእብራይስጡ አዳር ጋር ይያዛል ያለውን ሌስላው (1987:259) የማይሆን ነገር ነው ብሎታል።[31] ይሁን እንጂ፣ አለቃ ኪዳነወልድ ክፍሌም ይህ ወር ከእብራይስጡ ብቻ ሳይሆን ከቅብጡ አቶር ጋርም እንደሚያያዝ ጠቁመዋል፤ “ኅዳር (ዕብ አዳር፤ መጋቢት። ቅብጥ አቶር)” (ኪዳነወልድ ክፍሌ 1948:473)። ሁኔታው ግን ሌስላው እንዳለው አይመስልም። በጥልቀት ከተመለከትነው የኪዳነወልድ ክፍሌ እና የዴቪድ ኮኸን አስተያየት ከእውነት የራቀ አይደለም። ህዳር ከእብራይስጡም ከቅብጡም የሚገናኝበት ነገር ያለ ይመስላል።

የእብራይስጡ የወራት ስያሜ ከጥንታዊ ባቢሎንያን ጋር በብዙ ይዛመዳል። የአሲሪያኑም ከነዚሁ የተገናኘ ነው። ከተወሰነ የድምፅ ለውጦች በስተቀር ወራቱ ተመሳሳይ ናቸው።[32] የባቢሎንያንና የእብራይስጥ ወራት ለንፅፅር እንዲያመች በሚከተለው ሠንጠረዥ ተዘርዝረዋል። የወራቱን ስም ከግሪጎሪያን ወራትም ሆነ ከኢትዮጵያዊው ጋር አስማምቶ ከጎን ለማቅረብ የአቆጣጠሮቹ ልዩነት አይፈቅድምና በሠንጠረዡ የአማርኛ አቻ ያልሰጠናቸው ለዚህ ነው።

በአፃፃፍ ረገድ በየስራዎቹ መጠነኛ ልዩነት አለ። እዚህ በሠንጠረዡ የዘረዘርናቸውን የባቢሎንያኑን እና የእብራይስጡን መረጃዎች የወሰድነው ከሪቻርደስ (1998፡222) ነው።

---

31 “In view of G[e‘ez] xədaar, the connection with Heb[rew] ʔädär suggested by D. Cohen 1970:10 is unlikely” (ሌስላው 1991:259)።

32 በአባሪ የቀረበውን ሠንጠረዥ ይመልከቱ።

ሠንጠረዥ 10: በባቢሎንያን፣ በእብራይስጥ እና በአሲሪያን ወራት ስያሜዎች

ባቢሎንያን	እብራይስጥ[33]	አሲሪያን	ማስታወሻ[34]
Nisanu	Nisan	Nisan-Nison/ nīsān	ማርች/ኤፕሪል
Ayaru	Iyyar	Yaar-Iyar/ īyār	ኤፕሪል/ሜይ
Simanu	Sivan	Khzeeran-Hzirin/ ḥəzīrān	ሜይ/ጁን
Du'uzu[35]	Tammuz	Tammuz-Tamuz/ tāmūz	ጁን/ጁላይ
Abu	Av	Tdabbakh (Ab)-Tibbax (Ob)/ āḇ	ጁላይ/ኦገስት
Ululu	Elul	Elool-Ilul/ ẹ̄lūl	ኦገስት/ ሴፕቴምበር
Tashritu	Tishri	Tishrin I/ tešrī[n] qəḏem; tešrī[n] qəḏīm	ሴፕቴምበር/ ኦክቶበር
Arakhsamna	Heshvan	Tishrin II/ tešrī[n] [']ḥərāy	ኦክቶበር/ ኖቨምበር
Kislimu	Kislev	Kanoon I (Chisleu)/ kānūn qəḏem; kānūn qəḏīm	ኖቨምበር/ ዲሴምበር
Tebetu	Tevet	Kanoon II (Tebet)/ kānūn	ዲሴምበር/ ጃንዋሪ
Shabatu	Shevet	Shwat (Sebat)-Ishwit/ šəḇāṭ	ጃንዋሪ/ ፌብሯሪ
Adaru	Adar[36]	Adaar – Odar/ āḏār	ፌብሯሪ/ ማርች

33 እዚህ ላይ አንድ ነገር ልብ ማለት ይገባናል። የእብራይስጥ የመጀመሪያ ወር ኒሳን ተደርጎ ቢቆጠርም አዲስ ዓመት የሚጀመርበት ግን ትሽሪ "ሰባተኛ" ወር ላይ ነው። ትሽሪ በዓመት ቆጠራ ረገድ አንደኛ ወር ተደርጎ ይወሰዳል። ምክንያቱም ትሽሪ ዓመቱ የሚለወጥበት ወር በመሆኑ ነው።

34 የአሲሪያን ወራት በግሪጎሪያን አቆጣጠር የሚያርፉበትን ወራት የሚያመለክት ነው። መረጃውን የወሰደነው ከሚከተለው ድረ ገፅ ነው፤ http://geonames.de/months.html#ara። ይህ የአሲሪያን አቆጣጠር የጨረቃ አቆጣጠር ነው። አንድ ብሎ ዓመቱ የሚጀምረው ከ4750 ቅጋአ ነው። አዲሱ ዓመት አሁንም በደመቀ ሁኔታ በተለያዩ የዓለማችን ክፍል በሚኖሩ የአሲሪያን ህዝቦች ይከበራል።

35 ለዚህ ወር *Dumuzu* የሚል ስያሜም ይገኛል።

36 ይህ ወር በሊፕ ዓመት ይደገማል። ልዩነቱም *አዳር አንድ* እና *አዳር ሁለት* በማለት ይቀመጣል።

በአሁኑ ግዜ አሲሪያኖች የሚጠቀሙት ከአረማይክ ሲወርድ የመጣውን ቋንቋ ነው። የአሲሪያን የራሳቸው ቋንቋ አሲሪያን ከአካዲያን የወረደ ነው። አሲሪያን እና ባቢሎንያን የአካዲያን ዘዬዎች ናቸው። የአካዲያን መንግሥት ሲዳከም ለሁለት ተከፍሎ ሁለቱም (ማ. አሲሪያንና ባቢሎንያን) የራሳቸውን ትልቅ መንግሥት በመመስረት ታላቅ ስልጣኔ ቢያመጡም ወደኋላ ላይ ቋንቋቸው እየጠፋ መጥቶ በአረማይክ ተተካ። አረማይክ፣ የዛሬ ሁለት ሺ ዓመት ገደማ በመካከለኛው ምስራቅ የጋራ መግባቢያ 'ሊንጓ ፍራንካ' ነበር። እየሱስ ክርስቶስ የሚናገረው ይህን ቋንቋ እንደነበር ይነገራል። አሲሪያን/አካዲያን ቋንቋ ከዛሬ ሁለት ሺህ ዓመት በፊት ጠፍቷል፣ ማ. መነገር አቁሟል። ባሁኑ ግዜ አሲሪያን የሚጠቀሙበት አረማይክ ቋንቋ ሲራይክ በመባልም ይታወቃል።[37] ከላይ በአሲሪያን በሚል የቀረበው አሲሪያን ህዝቦች የሚጠቀሙበት የአረማይክ/ሲራይክ ቋንቋ ነው ማለት ነው።[38]

የእብራይስጡ አዳር በባቢሎንያን አዳሩ ነው። በወራት ቅደምተከተል በሁለቱም አቆጣጠሮች 12ኛ ወር ናቸው።[39] የባቢሎንያን ቋንቋ ከላይ

---

37 እነዚህ የአሲሪያን ህዝቦች በተለያየ ቦታ ተበታትነው ስለሚኖሩ በዘዬዎቹ መሀከል ያለው ልዩነት ሰፊ ነው። በወረ-ቱም መሀከል መጠነኛ የስነድምፅ ልዩነት አለ። ማጠቃለያውን ክፍል ይመልከቱ።

38 የእብራይስጡን ወራት ከአካዲያን ጋር ያለውን ዝምድና አስመልክቶ ሂለል የሚከተለውን ይላሉ፤ "The Mesopotamian names for the months were retained in the Hebrew Calendar. The name of the first month in the Hebrew calendar, Tishrei, is apparently a loanword from the Akkadian shurru (to begin). Marheshvan, the second month in the Hebrew calendar but the eighth in the Mesopotamina calendar, is evidently derived from the Akkadian warhu samnu (eigth month). Kislev is similarly of Akkadian origin. So are Tebeth, which implies 'month of sinking in mud,' and Shevat, from shabatu, which implies '[month of] beating rain.' Adar seems to come from the Akkadian iddar, which means '[month of the] threshing floor.' Nissan is likewise, from the Akkadian nisannu, as is Iyar from aaru. Sivan evolved from the Akkadian simanu (fixed date, time). Tammuz is named after the Babylonian and Assyrian god Dumu-zi (the son who rises, the faithful son). Av (Ab) is related to the Akkadian abu (father, master). Finally, Elul corresponds to the Akkadian elulu, which signifies 'harvest time.'" (ሂለል 2006:156).

39 ኪዳነወልድ ክፍሌ የእብራይስጡን ሏዳር መጋቢት ብለው ቢያስቀምጡትም ይህ ሁሌም ትክክል ነው ማለት አይደለም። የእብራይስጡ ወራት በጨረቃ ላይ የተመሰረቱ

እንደገለፅነው ከአካዲያን የወረደ ነው። ይህ ወር በላይኛው ጥቅስ ላይ እንደምንመለከተለው በአካዲያን ኢዳር /iddar/ ይባላል።[40] ትርጉሙም እንደሂለል (2006) ከሆነ ውድማ/አውድማ ማለት ነው። ይህ ወር በክስታንኛ እና በዶቢ/ጎጎት ኧዳር /ädar/፣ በሙኸር እና ቸሀ ይዳር /yɨdár/፣ በስልጢ ኢዳር /idaar/፣ በወለኔ እዳር /ʔɨdaar/፣ በጌይታ እዳር /ʔɨdar/፣ በትግርኛ፣ በትግረ፣ እና በሰሜን አርጎብኛ ሕዳር /ħɨdar/፣ እና በደቡብ አርጎብኛ ልክ እንደአማርኛው ህዳር /hɨdar/ ነው። የግዕዙ ኅዳር ለሁሉም ኢትዮ-ሴማዊ ቋንቋዎች መሰረት ነው የምንል ከሆነ የ ኀ/ሐ/ሀ መጎረድ የተለመደ የስነድምፅ ሂደት ቢሆንም፣ በቸሀው እና በሙኸሩ *ይዳር* ውስጥ ያለችው ከፊል-አናባቢ የ /y/፣ እንዲሁም በስልጢው *ኢዳር* ውስጥ ያለችው የፊት፣ የላይ አናባቢ ኢ /i/ ከየት የመጡ ናቸው የሚለውን መመለስ አስቸጋሪ ነው።

በኢትዮ-ሴማዊ ቋንቋዎች አጠያያቂ ከሆነው ከሀረሬ በስተቀር፣ በጣም የተዘወተረው የስነድምፅ ሂደት የመሀል፣ የላይ አናባቢዋ እ /ɨ/ ወደፊት አናባቢነት ኢ /i/ መለወጥ ሳይሆን የተገላቢጦሹ ነው። ለምሳሌ፣ *ኢየሱስ > እየሱስን መጥቀስ ይቻላል። የግዕዙ ኅዳር ለነዚህ ውጫዊ ደቡብ ቋንቋዎች መሰረት ነው የሚለውን እንድንጠይቅ የሚያደርገን ሌላም ምክንያት አለ።

ከግዕዝ ቋንቋ ወደሌሎቹ ቋንቋዎች በውርስ የገባ ነው የሚለውን ለግዜው ወደጎን ብንተወው፣ ለዚህ ወር በውጫዊ ደቡብ ኢትዮ-ሴማዊ ቋንቋዎች **ኢዳር* የሚለውን ልዕለ-ቃል ማዋቀር ይቻላል።[41] የዚህ ልዕለ-ቃል ከአካዲያኑ ጋር ተመሳሳይ መሆን ያጋጣሚ ነው ለማለት ይከብዳል። ምንም እንኳ የወራት ስያሜዎች ከመሰረታዊ ቃላት ውስጥ የሚመደቡ ባይሆንም፣ እንዲሁም በተለያየ ምክንያት በየግዜው ሊቀየሩ ቢችሉም፣ **ኢዳር* በልዕለ-ሴማዊ ቋንቋ የነበረ የወር ስም ይመስላል። ይህ እሳቤ ትክክል ከሆነ፣ ከላይ

ስለሆነ ከኛ ወራት ጋር መሳ ለመሳ አይሄዱም። ዓመታቸውም የጨረቃ ዓመት ስለሆነ ባንድ ወቅት አንድ ወር ላይ ያለፈው በሌላ ወቅት ሌላ ላይ ሊያርፍ ይችላል። የወቅትን መዛባት እብራይስጡ የሚያስተካክለው ሳጋ ወር ከ12ኛው ወር በኋላ በየተወሰነ ዓመት በማስገባት ነው። ይህ ሳጋ ወርም የሚደረበው አዳር ላይ ነው። ሳጋ የሚገባውና ነባሩ የሚለዩትም *አዳር አንድ* እና *አዳር ሁለት* በማለት ነው። በባቢሎንም ተመሳሳይ ነገር ነበር። በዚህ ስራ ምዕራፍ አራትን ይመልከቱ።

40 አካዲያን ከሴሜቲክ ቋንቋዎች ቀደምቱ በፅሁፍ የሰፈረው ነው። ይህ ጥንታዊ ቋንቋ ከኢትዮ-ሴማዊ ቋንቋዎች የቀረበ ዝምድና አለው። በዚህ ጉዳይ ላይ ግርማን (2014፣ ምዕራፍ አምስት) እና በዚያ የተጠቀሱ ስራዎችን ይመልከቱ።

41 ልዕለ-ቃል በእንግሊዝኛው *ፕሮቶ-ወርድ* (proto-word) የሚለውን ይወክላል።

በእብራይስጥ እና በአረማይክ ያየናቸው ከባቢሎንያን/አካዲያን ጋር ያሉት ተመሳስሎዎች ብዙዎቹ በውርስ የተላለፉ ሊሆኑ ቢችሉም ሁሉንም የሚመለከት ግን አይሆንም።

ሀድሰን፣ ግራዝያኖ ሳቫ (1998)ን እና ገብረየሱስ (1991)ን በመጥቀስ ይህ ወር በቸህ እና በስልጢ ምናልባትም በሶዶና በሙኸር የዘመን አቆጣጠር የመጀመሪያ ወር ነው ይላል። በጥንታዊ ባቢሎንያን ከዚህ ወር በድምፅ የሚመሳሰለው አዳሩ 12ኛ ወር ነው። ይህ በራሱ የሚያመለክተው ከላይ የገለፅነውን የሚያጠናክር ነው። ስያሜው ከግዕዝ ወደጉራጌ ቋንቋዎች የገባ ሳይሆን ጥንታዊነት ያለው ቅሪት/ነባር ይመስላል። እዚህ ላይ ትልቁ አጠያያቂው ነጥብ የባህል ጉዳይ ነው። ችግሩ ከላይ የገለፅነው የወር ስያሜ በየግዜው የመለዋወጡ ነገር ብቻ ሳይሆን፣ በልዕለ-ሴማዊ ቋንቋ እድሜ የወር ስያሜና አቆጣጠር ጨርሶ ስለመኖሩ ምንም ማስረጃ ማቅረብ አለመቻሉ ነው። በእንደዚህ አይነት ባህላዊ ጉዳይ ላይ የስነልሳን መረጃን ብቻ ይዞ በእርግጠኝነት መናገር አስቸጋሪ ነው። እዚህ አንድ እውነት የሚመስለው የወሩ ስያሜ ቢያንስ ከግዕዝ (በአማርኛ በኩል) ወደ ጉራጌ ቋንቋዎች በቅርብ ግዜ የተዛመተ አለመሆኑ ብቻ ነው።

አንድ የሚቀረን ጥያቄ በዚህ ወር ላይ በአማርኛው እና በደቡብ አርጎብኛው ውስጥ ያለችው ሀ /h/፣ በግዕዝ ያለችው ኀ /x/፣ እና በትግርኛ፣ በትግረ፣ እና በሰሜን አርጎብኛ ውስጥ ያለችው ሐ /ħ/ ከየት የመጡ ናቸው የሚለው ነው። የዚህ ምክንያት የግብፁ በግዕዙ ላይ የግዕዙ ደግሞ በሌሎቹ ላይ ባሳደረው ተፅዕኖ ነው ብሎ ማሰብ ይቻላል። እናብራራው።

የቅብጡ አቶር ልክ እንደኢትዮጵያዊው ኀዳር ሶስተኛ ወር ነው። በላይኛው ክፍል እንደገለፅነው የቅብጥና የኢትዮጵያ አቆጣጠሮች አንድ ናቸው።[42] ዓመቱ ብቻ ሳይሆን ወራቱ ተጀምረው የሚያበቁበት ግዜ አንድ ነው። ይህ የግብፁ ሶስተኛ ወር በአንዳንዳንድ የግዕዝ ስራዎች ሕቱር /ħətur/ እና ኀቱር /xatur/ በሚል ተጠቅሶ ይገኛል (ለዝርዝር መረጃ ሌስላው 1987: 248ን ይመልከቱ)። በርግጥ አቶር በግሪክ ተፅፎ የሚገኝበት እንጂ የወሩ ንበት በቅብጥ እንደዚያ ሆኖ አይደለም። በጥንታዊ ግብፅ በንበት እንደሚከተለው ካለአናባቢ ተፅፎ ይገኛል፤ *ኅወተ-ኅረ* /ḥwt-ḥr/። በተለያዩ ስራዎች በላቲን አፃፃፍም የኀ/ሐ ያለችበት አፃፃፍ ይገኛል። በግሪክ ፓፒረስ

42 ለዝርዝሩ የሚቀጥለውን ምዕራፍ ይመልከቱ።

ያለውን ደግሞ Hathor ወይም Athyr በሚል ሲጠቀስ ይስተዋላል።[43] ግሪክን መሰረት ባደረገ በቅብጥ ዘመናዊ ስያሜ ይህ ወር ኀቶር /Hathor/ በሚል እናገኛለን (ፋኑስ 2003)። ወሩ በአረብኛ ተናጋሪው ዘንድ በግዕዝ እንደምናገኘው ኃቱር /Hatur/ ነው። ይህ የቅብጡ ስያሜ በግዕዙ/ኢትዮጵያ አቆጣጠር ላይ ሁለት አይነት ተፅዕኖ ያሳደረ ይመስላል። አንደኛው፣ የቅደምተከተል ተፅዕኖ ሲሆን፣ ሁለተኛው የንበት ተፅዕኖ ነው። የቅብጡ/እስክንድርያው አቆጣጠር ወደ ኢትዮጵያ/ግዕዝ ሲገባ፣ በግዕዝ ያለው ከእስክንድርያው አቆጣጠር በንበት ተቀራራቢ ወር ጋር በአቆጣጠሩ ቅደምተከተል እንዲስማማ የተደረገ ይመስላል። በሌላ አነጋገር፣ ህዳር በኢትዮጵያ አቆጣጠር ሶስተኛ ወር የሆነው በቅብጡ ኃቱር ሶስተኛ ወር ምክንያት ይመስላል። በንበት ደረጃ ስንል፣ የቅብጡ ኃቱር የግዕዙም ኀ /x/ እንዲኖረው በማድረግ አሁን ያለውን ቅርፅ ኀዳር አድርጎት ይመስላል። በእነአማርኛ፣ ትግርኛ እና ትግረ ያለው መነሻው ሐ /ḥ/ እና ሀ /h/ በቀጥታ የቅብጡ ተፅእኖ ሳይሆን በግዕዙ ምክንያት የንበት ማስተካከል ተደርጎባቸው ነው ብሎ መገመት ይቻላል። የቅብጡ የወር ስያሜ ከጥንታዊ ባቢሎንያን/አካዲያን ጋር ይገናኝ አይገናኝ ሌላ ጉዳይ ነው። በትርጉም ረገድ ከሄድን ግን የግብፁ ከባቢሎንያን/አካዲያኑ ጋር የሚገናኝ አይመስልም። የግብፁ ኀቱር ከምትባል የፍቅር እና የቁንጅና አማልክት/ጣኦት የመጣ እንደሆነ ይነገራል። የባቢሎንያኑ አዳሩ እና የእብራይስጡ አዳር ከአካዲያኑ ኢዳር መምጣቱን ገልፀናል። ከላይ እንደገለፅነው ኢዳር በአካድያን ውድማ ማለት ስለሆነ ከጥንታዊ ግብፁ ኀቱር በትርጉም አይገናኙም።

ሌላው ደግሞ ከግዕዙ ጋር ተመሳሳይ ስያሜ በጥንታዊ ደቡብ አረቢያ ቋንቋዎች መኖሩም ለግዕዙ የንበት ተፅዕኖ ሊታሰብ ይችላል። ቤስተን (1956:13) በዘረዘራቸው በመዒን ወራት ስያሜ ውስጥ ኀደረ *ḥḍr*—wrḫ/*ḥḍr*—የሚል እናገኛለን።[44]

43 ለምሳሌ፣ ቤልሞንቴ (2009)ን ይመልከቱ።

44 ቤስተን (1956:16) የዚህ ወር ስያሜ ተመሳሳይ ተነባቢ ካለው በዚያው ቋንቋ ከሚገኘው ኀደረ *ḥḍr* ከሚለው ቃል ሳይያዝ አይቀርም ይላል። ይህ ቃል በመዒን መስዋዕት የሚደረግበት/የሚቀርብበት ቦታን ያመለክታል (ዝኒከማሁ)።

3.2.4 ታህሳስ

ይህ ወር በሁሉም ኢትዮ-ሴማዊ ቋንቋዎች በወጥነት አይገኝም። እዚህ ከተመለከትናቸው ቋንቋዎች ውስጥ በሶስቱ የተለየ ነው። በሙኸር *የበደረዘር* /yäbäddäräzär/፣ በቸሀ *መሸ* /mäšä/፣ *መሽ* /mäš/፣ እና በስልጢ *መሼ* /mäše/ ነው። የቸሀውና የስልጢው ዝርያቃል ናቸው። በተቀሩት የምናገኘው ከግዕዙ ጋር ተዛማጅ ስያሜ ነው። ይሁን እንጂ መጠነኛ የስነድምፅ ልዩነት በየቋንቋዎቹ አለ። ይህ ወር በግዕዝ *ታኅሣሥ* /taxśaś/፣ በትግርኛ *ታሕሳስ* /taħsas/፣ በክስታንኛ *ተሳስ*/ täsas፣ በአማርኛ *ታህሳስ* /tahsas/ (በገጠር አካባቢ ደግሞ *ትሳስ* /tɨsas/)፣ በትግረ *ተሕሳስ* /täħsas/፣ በሰሜን አርጎብኛ *ታሕሳስ* /taħsas/፣ በወለኔ *ታሳስ* /tasas/፣ እና በጌይታ *እንተሳስ* /ʔɨntäsas/ ነው።

ኪዳነ ወልድ ክፍሌ የግዕዙን *ታኅሣሥ* ያስገቡት በ*ኀሠሠ* ስር ነው። ትርጉሙንም እንደሚከተለው ሰጥተዋል፤ "*ታኅሣሥ* ምርምር፣ ምርመራ፣ ፍላጎት፣ ፍለጋ። በቁሙ *ትሣሥ* የወር ስም። የመስከረም አራተኛ። ወርኃ *ተኃሥሦ* ማለት ነው" (ኪዳነ ወልድ 1948:482)። *ተኃሠሠን* ሲፈቱት እንደሚከተለው ነው "ተፈላለገ፣ ተመራመረ፣ ተከራከረ" (ዝኒ ከማሁ)።[45] ይህ ወር ፍለጋ፣ ወይም ምርመራ የተባለበት ምክንያት እንደደስታ ተክለወለድ (1960: 1254) ከሆነ "ጌታን ለመፈለግና ያለበትን ለመመራመር ወደ ቤተ ልሔም የሰብአ ሰገልን" መሄድ ለማመልከት ነው። አዕምሮ ጌታሁን (2000፡ 103) የቃሉን ምንጭ የግዕዙ *ኀሠሠ* 'ፈለገ' እንደሆነ በመግለፅ ትርጉሙን ግን ከአዝመራ ጋር በማገናኘት "የፍላጐት ወር፣ አዝመራ የሚሰበሰብበት፣ ምርት የሚፈለግበት" ይሉታል። ዝርዝር ውስጥ ባይገቡም ኮንቲ ሮስኒ (1923:376) ምናልባት ከዚሁ *ኀሠሠ* 'ፈለገ፣ መረመረ' ከሚለው ስር ጋር ይገናኝ ይሆናል ማለታቸውን ሌስላው (1991፡573) ጠቅሷል። ሀድሰን (2008፡151) እንዳለው ይህ የሚመስል ነገር አይደለም። ይልቁንም ሌስላው (1991፡573) እንዳቀረበው አማራጭ ሀሳብ፣ በትግርኛ *ታሕሰሰ* 'አዝመራው አለቀ' ከሚለው ጋር ሳይገናኝ አይቀርም። በቢለንም *ሃሳስ* ማለት አዝመራ ማለት ነው (ዝኒከማሁ)። ይህ ማለት ቃሉ በትግርኛ ተፈጥሮ ወደግዕዝ ገባ ማለት

---

45 ኪዳነወልድ ክፍሌ (ዝኒ ከማሁ) ለዚህ ፍቺያቸው የሚከተሉትን ምሳሌዎች ይሰጣሉ፤ "ኢይትኃሠሠ በበይናቲሆሙ። አኃዙ ትኃሠሦ። ወኮነ *ተኃሥሦ* (ኢሳ 39:16፤ ማር 8:11፤ ዮሐ 3:25)"።

አይደለም። የሌስላው ግምት ትክክል ከሆነ፣ ከአዝመራ ጋር የሚገናኘው የትግርኛው ቃል ቅሪት/ነባር መሆን አለበት። በግዕዝ ሌላው ትርጉም ጠፍቶ በወር ስምነት ያለው ብቻ ቀርቶ ሊሆን ይችላል።

ታህሳስ በሙኸር *የበደረዘር* ይባላል። ይህ ስያሜ በክስታንኛ የሚውለው ጥር ለሚለው ነው። የ- በ*የበደረዘር* ውስጥ ያለችው እንደአማርኛው አገናዛቢ አመልካች ምዕላድ ነች። ልክ እንደአማርኛው አገልግሎቷ በክስታንኛ፣ በሙኸርም እና በሌሎቹ የጉራጌ ቋንቋዎችም በጣም ብዙ ነው። በ*የበደረዘር* ውስጥ ያለው *ዘር* በአማርኛው ይህ ቃል ካለው ፍቺ ጋር አንድ ነው። ይህም ማለት *የበደረዘር* ከታሪካዊ የቃሉ ስነመዋቅር አንፃር *የ-በደረ-ዘር* ተብሎ ሊተነተን ይችላል። *በደረ* ቀዳሚ ወይም የሚቀድም የሚል ፍቺ አለው (ሌስላው 1979: 133)። *የበደረዘር* 'ቀዳሚ ዘር' ወይም 'የቅድሚያ አዝመራ/የመጀመሪያ የዘር [ወር]' ተብሎ ሊፈታ ይችላል (ሀድሰን 2008:151)።[46] በቃሉ ላይ የተለየ የስነድምፅ ሂደት ተካሂዶበት ግልፅነቱን ያጣ ባለመሆኑ የሀድሰን ትንታኔ ብዙም የሚያነጋግር አይመስለንም።

ሌስላው (1979:432) የቸሀውና የስልጢው *መሼ/መሸ* ከኩሽቲክ የተወሰደ ሳይሆን አየቀርም ይላል። በቢለን *ማሹ* በጥቅምትና በታህሳስ መሀከል ያለን ወቅት ይመለከታል (ሌስላው በሀድሰን 2008:151 ውስጥ)። ሀድሰን (2008:151) እንዳስተዋለው የስልጢውና የቸሀው *መሼ/መሸ* የሚለው ለምሽት መሰረት ከሆነው ከግሱ ጋር አንድ ነው። የዚህ ወር ስያሜ 'ምሽት ሆነ' ከሚለው ጋር የመያያዝ ያለመያያዙን ጉዳይ በእርግጠኝነት ለመናገር ያስቸግራል። ምናልባት ከኩሽቲክ ቋንቋዎች ሌስላው እንዳለው ወደእነዚህ ሴማዊ ቋንቋዎች ገብቶ በግዜ ሂደት ከመምሸት ግስ ጋር በመዛመድ እና በድምፅ በመወራረስ ተቀራርቦ ሊሆን ይችላል።

3.2.5 ጥር

ይህ ወር በሁሉም ቋንቋዎች አንድ አይነት ስያሜ የለውም። በአብዛኞቹ ቋንቋዎች የሚገኘው ጥር የሚለው ቃል እንዳለ ወይም የዚህ ዝርያቃል ነው። ይህ የወር ስም ግን ከወላጅ ቋንቋ ሲወርድ የመጣ ነባር/ቅሪት ቃል አይመስልም። ይልቁንም ከግዕዝ በውርስ ወደሌሎቹ የተዛመተ ይመስላል።

---

46 "*yëbëddërëzër* is readily analyzable as *yë-bëddërë-zër* 'seed which precedes', or '[month of] earliest planting'; so also the So fifth month" (Hudson 2008:151).

ስለጥር የትመጣ ትክክለኛ ግምት ላይ ለመድረስ በግዕዙ ያሉ በስነድምፅ የተቀራረቡ ስሮችን መመርመር ያስፈልጋል ማለት ነው።

በሌስላው (1987:596) ላይ ስለጥር ቃል አመጣጥ የቀረበ መላምት/ማብራሪያ የለም። በሌሎች ስራዎች ግን ቢያንስ ሶስት የትመጣ ስሮች ተሰጥተው እናገኛለን። አንደኛው፣ የግዕዙ √ጠረየ /√t'ry/ የሚለው ነው። ሁለተኛው፣ ከአማርኛው 'መጥራት' ከሚለው ጋር የተያያዘ ቃል ሲሆን፣ ሶስተኛው፣ የግዕዙ √ጠየረ /√t'yr/ 'መብረር' ነው።

የመጀመሪያው በአዕምሮ ጌታሁን የቀረበ ነው። አዕምሮ (2000፡103) ጥርን "ጠረየ- ሰበሰበ። ጥሪት፣ ሀብት የሚሰበሰብበት፣ የድካም ዋጋ የሚገኝበት" በማለት ያስቀምጡታል። ጠረየን ኪዳነወልድ ክፍሌ እንደሚከተለው ይፈቱታል፤ "ጠርይ (ዮት፣ ጠርየ፣ ጠረየ...) መጠረት፣ ጥሪት፣ ማጥራት፣ ገንዘብ ማግኘት፣ መሰብሰብ፣ የሌላውን ጥሪት መዋጀት፣ መግዛት፣ መውረስ፣ ጥሩ ገንዘብ ማድረግ" (ኪዳነወልድ ክፍሌ 1948:510)። የዚህ መላምት ችግሩ ለመጨረሻዋ እግር መጎረድ ምክንያት ያለመኖሩ እና በምስረታ ደረጃ ጥር የሚለው ቅርፅ ከ√ጠረየ /√t'yr/ ስር አለመገኘቱ ነው።

ሁለተኛው ለጥር መሰረት ነው በሚል በደስታ ተክለወልድ (1960) የቀረበው ከአማርኛ መጥራት ጋር የተያያዘው ቃል ነው። እኝህ ሰው አማርኛ-በአማርኛ መዝገበ ቃላታቸው ጥርን በፈቱበት ስር የሚከተለውን እናገኛለን፤ "ጥር፤ [...] የወር ስም፤ -ጣራ። መጠራት፤ ና መባል፤ መወከል መተካት" (ደስታ ተክለወልድ 1960፡585)። ጠራ በግዕዝ ፀውአ/ፀውዐ ነው (ኪዳነወልድ ክፍሌን 1948:745 ይመልከቱ)። በትግርኛም እንዲሁ ነው። ወሩ በአማርኛ ብቻ ሳይሆን በግዕዝ እንዲሁም ከላይ እንደገለፅነው በሌሎች ቋንቋዎች ለምሳሌ ትግርኛ እና በትግረ ያው ጥር ነው። አማርኛው ለዘመናዊ ቋንቋዎቹ ይህን ቃል አወረሰ እንኳ ብንል፣ ለግዕዝ ወደኋላ ሄዶ የሚያወርስበት መንገድ የለም። ስለዚህ በአማርኛው ላይ የተመሰረት የስነፍቺ ማብራሪያ ለዚህ ወር ስያሜ የትመጣ አሳማኝ አይደለም። በርግጥ ከአማርኛው "መጥራት" ጋር የሚመሳሰል በግዕዝ ሌላ ቃል አለ። ይህ ቃል ጥህረ/ጥሕረ ነው። ጥህረ/ጥሕረ ማለት ጮኸ ነው (ኪዳነወልድ ክፍሌ 1948:495)። በግዕዝ ከዚህ ቃል የሚወጣ በቅርፅ ደረጃ ለጥር የቀረበ ጥሒር የሚል ቃል አለ። ጥሒር ማለት "መጮኽ፣ ማግሳት፣ ከረኀብ፣ ከቊጣ የተነሣ፣ የንስሳ[፣] ያንበሳ[፣] ያራዊት ኹሉ" ነው (ኪዳነወልድ ክፍሌ 1948:498)። የወሩ ስያሜ ከዚህ መጣ የምንል ከሆነ ለሒ መጎረድ ምክንያቱን ማወቅ

ያስፈልጋል። በዚህ ደረጃ ከግዕዝ ስነድምፅ አንፃር አሳማኝ ምክንያት ለግዜው ሊታየን አልቻለም። የግዕዝ ሰዋስው የሒን መጎረድ አይፈቅድም።

ከላይ በሶስተኛ ደረጃ √ጠየረ /√t'yr/ በሚል የገለፅንውን የጥር መነሻ አድርገው ያቀረቡት ኪዳነወልድ ክፍሌ ናቸው፤ "ጥር በቁሙ ጠር፤ ጠይሮ፣ ጠየረ" (ኪዳነወልድ ክፍሌ 1948:510)። ኪዳነወልድ (1948:499) ጠየረን ሲፈቱት እንደሚከተለው ነው "ጠይሮ፣ ሮት (ጠየረ፣ ይጤይር፣ ይጠይር[...]) መብረር፣ መክነፍ ያሞራ የወፍ"። ብዙውን ግዜ ከተደራጊ ጋር ሲመጣ የሚከተለውን ፍቺ እንደሚይዝ ኪዳነወልድ ይገልፃሉ፤

> ተጠየረ (ዐረብ። ዕብ[ራይስጥ] ጣዬር) [...] ጠነቆለ፣ አሟረተ በወፍ ጩኸት በድምፀ አራዊት፣ በሌላውም ፍጥረት። ከሟርቱና ከጥንቆላው ጋር አምልኮትንም ያሳያል። ኢትጠየሩ በዖፍ። ዘይጤየሩ በሐሳበ ፀሐይ ወወርኃ (ዘሌ 19፣26። አርጋ 2)። ዘይጤይር በአፍ ወበማይ ወበእሳት። እመ ቦ ዘተጠየረ በአዕዋፍ አው በአራዊት አው በካልእ አው በዘኮነ ከዊኖ (ቀሌ) (ኪዳነወልድ ክፍሌ 1948:499)።

ተጠያሪ ማለትም "ሟርተኛ፣ ጠንቋይ፣ ወፍ ጠያቂ" ነው (ኪዳነወልድ ክፍሌ ዝኒከማሁ)።

ጥር ከጠረየ ነው የመጣው ለማለት በጣም አስቸጋሪ ነው። አንደኛ የ"የ" መጎረድ መልስ ይፈልጋል። ሁለተኛ፣ በቅርፅ ደረጃ ተመሳሳይ ከ√ጠየረ ስር የወጣ ቃል በግዕዝ በኪዳነወልድ ክፍሌ አለመቅረቡ ብቻ ሳይሆን በሌላም ቦታ አላጋጠመንም። ሶስተኛ፣ በስነፍቺ ደረጃ ወሩ ከጥንቆላም ሆነ ወይም ከመብረር ጋር የሚያገናኘው ምክንያት አለ ማለት አስቸጋሪ ነው። ኪዳነወልድ ክፍሌ እራሳቸውም ጥርን በጠየረ ስር ቢያስገቡትም የሰጡት ብያኔ ከጠየረ ስር ከሚገኙት ፍቺ ጋ አብሮ የሚሄድ አይደለም። "በቁሙ ስመ ወርኅ [...]። ምስጢሩ ምጥቀት ርዝመት ነው። በ15 ምዕራፍ ኑኅና ርሕብ 40 ዘመን ምሉ ተሠርቶ ቁመቱ 5 ሺሕ ከ 4333 ክንድ ከ2 ስንዝር ሲኾን በጥር በ7 ከፈረሰው ከጥቅመ ሰናዖር ይስማማል" (ኪዳነወልድ ክፍሌ 1948:499)።

ጥር ምናልባት √ጠሀረ /√t'hr/ 'ነፃ፣ ንፁህ' ከሚለው ስር ወጥቶ ሊሆን ይችላል። ለምሳሌ፣ በግዕዝ ጥሁር ማለት በአማርኛ ንፁህ ማለት ነው (ኪዳነወልድ ክፍሌ 1948:495)።[47] በግዜ ሂደት ሁ ተጎርዳ ሊሆን ይችላል። በአማርኛ ከጥር በተጨማሪ ወሩ ጠርም ይባላል። ጠር 'የጠራ፣ ንፁህ የሆነ'

47 ይህ ስር በአረብኛና በሌሎች ሴማዊ ቋንቋዎችም ይገኛል።

የሚል ፍቺ ይሰጣል። ይህ ተለዋጭ የጥር ንበት ሊመጣ የቻለው የግዕዙ ጥር የመጣበትን ስር ከመገንዘብ ሊሆን ይችላል። ትልቁ ችግር ለሁ መጎረድ አጥጋቢ ምክንያት ማቅረብ ከግዕዝ ሰዋስው አንፃር አስቸጋሪ መሆኑ ነው። የዚህ ወር ጥንተ መነሻ √ጠሀረ /√t'hr/ 'ነፃ፣ ንፁህ' የሚለው ስር ከሁሉም በተሻለ የቀረበ ቢመስልም ትክክለኛው ነው ብሎ ለመደምደም አስቸጋሪ ነው።

ሌላው ሊታሰብበት የሚገባው በጥንታዊ ደቡብ አረቢያ ቋንቋዎች፣ በተለይ በሳባ ከጥር ጋር በጣም ተመሳሳይ ንበት ያለው የወር ስያሜ አለ። በሳባ አናባቢ በሌለው ፅሁፍ ፀረረ ṣrr ለምሳሌ bwrḫ/ṣrr የሚል እናገኛለን (ቤስተን 1956:13)። ምንም እንኳ በግዕዝ እና በእነአማርኛ ባለ ሁለት እግር ስር ቢመስልም፣ በቸሀ ጥርር ነው። ከመነሻዋ ድምፅ በስተቀር የቸሀው ከሳባው ጋር አንድ ነው። የሳባው ስያሜ ከጥር ጋር የሚገናኝ ይመስላል። ጉዳዩን ለወደፊት ምርምር መተዉ የሚሻል ይመስለናል።

በሙኸር የአራተኛው ወር፣ ታህሳስ፣ ስያሜ የሆነው *የበደረዘር* በክስታንኛ የጥር ስያሜ ነው። በላይኛው ክፍል ሀድሰን (2008)ን በመጥቀስ ለዚህ ስያሜ ጥንተ ፍቺ ሰጥተናልና እንደገና አንመለስበትም። ይኸው ስያሜ፣ ወደፊት እንደምንመለከተው፣ በወለኔ እና በጌይታ ለየካቲት የዋለ ስያሜ ነው። የዚህ አይነቱ አንድ ስያሜ በተለያዩ ቋንቋዎች ለተለያዩ ወራት መጠሪያነት አልፎ አልፎም ቢሆን ሲውል ይታያል። በጌይታ የጥር ስያሜ *መሸ* ነው። ይህ ደግሞ በቸሀ እና በስልጢ የታህሳስ ስያሜ መሆኑን ታህሳስ ስር ባደረግነው ትንታኔ አይተናል። ጌይታ ለዚህ ወር ሌላም ስያሜ አለው። ይህ ስያሜ *መንገሻ* የሚል ነው። ይህ ስያሜ በሙኸር፣ በቸሀ፣ እና በስልጢ ለየካቲት መጠሪያ ከሚያገለግለው *መንገስ* ጋር ዝርያቃል ነው። የዚህን መነሻ ስረወቃል የካቲትን በምንዳስስበት በሚከተለው ክፍል እንቃኛለን።

በሙኸር እና በወለኔ ያሉት የጥር ስያሜውች *የራዘር* እና *እራዘር* እንደቅደምተከተላቸው የሚሉ ናቸው። እነዚህ ዝርያቃላት ሀድሰን (2008:152) እንዳስቀመጠው ጥንተ ስነምዕላዳዊ መዋቅራቸውን *የ-ራዝ-ዘር* /yë-rráz-zër/ እና *እ-ራዝ-ዘር* /yë-rráz-zër/ አድርጎ መተንተን ይቻላል። ችግሩ ሀድሰን (ዝኒ ከማሁ) እንደገለፀው -ራዝ ምን ፍች እንዳለው ሊታወቅ አለመቻሉ ነው።

የስልጢው *አሰሬ* 'ጥር' ምናልባት *አሰረ* 'የእንስት ችግኝን መትከል' ከሚለው ግስ ጋር የተገናኘ ሳይሆን አይቀርም የሚለው የሀድሰን (2008:152)

መላምት አሳማኝ ይመስላል። የቸሀው *ጥርር*፣ ማገንም መገመት እንደሚችለው፣ ከግዕዙ እና ከአማርኛው ጋር አንድ ዘር ነው።

3.2.6 የካቲት

የካቲት በዚህ ስራ ከተመለከትናቸው ቋንቋዎች ውስጥ በግዕዝ፣ በትግርኛ፣ በትግረ፣ በአማርኛ፣ በደቡብ አርጎብኛ፣ እና በሰሜን አርጎብኛ ይገኛል። በትግርኛ የምትገኘው በ*የ ፊንታ ለ* ነች ። በሌሎቹ ቋንቋዎች ያለው ስያሜ ከዚህ የተለየ ነው።

በክስታንኛ ይህ ወር *የራዘር* ነው። ከላይ እንደተመለከትነው ይህ ስያሜ በሙኸር ጥር ለሚለው ውሎ እናገኘዋለን። በሙኸር፣ በቸሀ፣ እና በስልጢ *መንገሰ* ነው። ይህ ቃል የነገሠ አርዕስት ይመስላል። በዚህ ጉዳይ ላይ አጠራጣሪ የሚሆንብን፣ እኖር እና ጌይታ *መከሰ* የሚል ስላላቸው ነው (ሀድሰን 2008:152)። በጌይታ በምህረቱ (2015:67) የቀረበው መረጃ ግን ለየካቲት *የበደራዘር* የሚል ነው። በዚህ ቋንቋ ለ'ጥር' *መንገሻ* የሚል እናገኛለን። ይህ የሚያሳየን ምናልባት ሀድሰን እንደገመተው ከነገሠ ጋር የተያያዘ ሊሆን ይችላል። በእኖር ያለው ጉዳይ የ*ግ* ወደ *ከ* መለወጥና የ*ን* መጎረድ ሊሆን ይችላል። *የበደራዘር* ከጌይታ በተጨማሪ በወለኔም የካቲት ማለት ነው። ከላይ እንደገለፅነው ይህ ስያሜ፣ በሙኸር ታህሳስ ማለት ሲሆን፣ በክስታንኛ ደግሞ ጥር ነው።

ሌስላው (1987:626) የካቲት በትግርኛ እና በአማርኛ እንደሚገኝ ከመግለፅ በዘለለ የቃሉን ታሪካዊ አመጣጥ አላመለከተም። የካቲትን ኪዳነወልድ ክፍሌ (1948:553) √ከተ /√kt/ ከሚለው ስር ጋር ያገናኙታል፤ "የካቲት [...] ከ[ከተ] የወጣ ነው"። ይህ ባለ ሁለት እግር ስር ልክ እንደአማርኛው የመጨረሻውን እግር ሲደግምም በግዕዝ ይታያል። ለምሳሌ፣ የሚከተሉትን መጥቀስ ይቻላል፤ ከቲት፣ ይከትት፣ ይክትት። ትርጉሙም ከአማርኛው ጋር ተመሳሳይ ነው፤ "መከትከት፣ ማድቀቅ፣ መውቃት፣ ማምረት፣ መሰብሰብ፣ መክተት፣ ያዝመራ" (ኪዳነወልድ 1948:553)። ከዚሁ በመነሳትም አዕምሮ ጌታሁን (2000፡103) የካቲትን "የአዝመራ መካተቻ ወደጎተራ የሚከተትበት" ብለው ይፈቱታል። ለየካቲት ከዚህ የተለየ መነሻ ማቅረብ ይከብዳል። ቃሉ ከግዕዝ ወደሌሎቹ የተዛመተ ይመስላል።

3.2.7 መጋቢት

መጋቢትን ደስታ ተክለወልድ (1960:)፣ ኪዳነወልድ ክፍሌ (1948:)፣ አዕምሮ ጌታሁን (2000፡103)፣ እና ኮንቲ ሮስኒ (1923:376) መገበ ከሚለው ስር ጋር ለማገናኘት ሞክረዋል። ሌስላው፣ ኮንቲ ሮስኒን በመጥቀስ ይህ መላምት ትክክል ነው ይላል።[48] እንደአዕምሮ ጌታሁን አገላለፅ "መጋቢት መገበ፣ ቀለበ፣ የፀደይ መግቢያ ማለት ነው" (አዕምሮ ጌታሁን 2000፡103)። የደስታ ተክለወልድ (1960) ገለፃ ግን ብዙም አሳማኝ አይመስለም። ደስታ ተክለወልድ መጋቢትን እንደሚከተለው ነው የፈቱት፤ "መጋቢት [...] ጌታ በጸሎተ ኀሙስ ለሐዋርያት ሥጋውንና ደሙን መመገቡንና ዐርብ በሠርከ ዲያብሎስን ሽሮ አዳምን ወደ ቀድሞ ማዕረጉ መመለሱን ያሳያል" (ደስታ 1960:646)። ኪዳነወልድ ክፍሌም መጋቢትን ከመገበ ጋር ለማገናኘት ሞክረዋል፤ "መጋቢት [...] የመዓልትና የሌሊት ምግብና እንደ መስከረም ትክክል የሚሆንባት ወርኀ ዕሪና ማለት ነው" (ኪዳነወልድ ክፍሌ 1948:576)።

ሀድሰን (2008:152) መጋቢት ከመገበ ስር የወጣ ነው ለማለት አስቸጋሪ ነው ይላል። ለዚህ ሁለት ምክንያቶች ሰጥቷል። አንደኛው፣ ከቅርፅ ጋር የተያየዘ ነው። በግዕዝ *መጋቢት* አይነት የቃል ምስረታ የለም ይላል።[49] ሁለተኛው አበላ የሚለው ትርጓሜ ለመገበ ዋንኛው አይደለም ነው። ሀድሰን ይህ ቃል በደቡብ ኢትዮ-ሴማዊ ቋንቋዎች ያለ አይመስለም፤ በአማርኛም ስርጭቱ ውሱን ነው ይላል (ሀድሰን 2008:152)።[50]

ሀድሰን ከመገበ ስር ጋር መጋቢት የሚያያዝ አይመስልም ለማለት ያቀረባቸው ሁለት ምክንያቶች ጥያቄ የሚያስነሱ ናቸው። አንደኛ፣ የመጋቢት ቅርፅ የግዕዝ ስርዓት አይፈቅድም የሚለው ትክክል አይመስልም። ይህን ቅርፅ የግዕዝ ሰዋስው መፍቀድ ብቻ ሳይሆን መጋቢት የሚለው ራሱ ቃሉ እንዳለ በግዕዝ ይገኛል። በቅርፅ ደረጃ፣ መጋቢ፣ መጋቢት፣ መጋብያን፣ መጋብያት

48 "Conti Rossini (1923:376) rightly connects it with mgb [...], that is, 'the month that feeds'" (ሌስላው 1991:331)።

49 "With internal *a* and suffix *-it*, the form of the word is not that of a known deverbal" (ዝኒከማሁ)።

50 "Gz *mgb* is 'be a steward' and only secondarily 'feed'; the root seems to be absent in South ES other than Am, in which it appears in *mìgìb* 'food'." (ሀድሰን 2008:152)።

እያለ ይረባል። በትርጉምም በግዕዝ ልክ እንደአማርኛው የሚመግብ ከማለት በተጨማሪ ሌላም በርካታ ፍችዎች አሉት። ለትርጉሙ የሚከተለውን ከኪዳነውልድ ክፍሌ ማየት ይቻላል፤ “መጋቢ (ቢት፣ ብያን፣ ያት [...]) በቁሙ የሚመግብ፣ የሚጠብቅ፣ ጠባቂ፣ ሹም፣ አዛዥ፣ [...] ምስለኔ፣ እንደራሴ፣ ወኪል፣ ሞግዚት፣ መሪ፣ አስተማሪ” (ኪዳነወልድ ክፍሌ 1948:576)። ኪዳነወልድ ከነምሳሌ አጠቃቀሞችን ስለሰጡ ለተጨማሪ መረጃ የተጠቀሰውን ገፅ ይመልከቱ።

የሀድሰን ሁለተኛው ምክንያትም ብዙም አሳማኝ አይደለም። አንደኛ፣ በአማርኛ ከመገበ ስር የወጣ ምግብ የሚለው ቃል ብቻ ሳይሆን ሌሎችም አሉ። በግስነትም አለ—ለዚህ መገበ፣ ተመገበ፣ ወዘተን መጥቀስ ይቻላል። በርግጥ መገበ የሚለው ስር ከመብል ውጭ ትርጉም ቢኖረውም ከመብል ጋር የተያያዘው ሁለተኛ ትርጉም ነው የሚያስብል አይደለም። በዚህ ላይ ኪዳነወልድ ክፍሌ (1948:576)ን ይመልከቱ። ሁለተኛ፣ በደቡብ ኢትዮ-ሴማዊ ቋንቋዎች ከዚህ ቃል ጋር የተያያዙ ቃላት መኖር አለመኖር ዋጋ የሚኖረው ይህ የወር ስም በኢትዮ-ሴማዊ ቋንቋዎች ልዕለ-ቃል ነው ወይም በሌላ አባባል በግዕዝና በሌሎቹ ቋንቋዎች ቅሪት ነው የምንል ከሆነ ነው። ይህን ለማለት ግን ምንም አሳማኝ ምክንያት የለም። ይልቁንም ስያሜው ከግዕዝ ወደሌሎቹ ቋንቋዎች በውርስ የገባ ይመስላል። ይህ ወር ከታች እንደምንመለከተው በበርካታ ደቡብ ቋንቋዎች የተለየ ስያሜ አለው። ምንም እንኳ ለወሩ በነዚህ ቋንቋዎች የተለየ ስያሜ መኖር መጋቢት የሚለው በልዕለ-ኢትዮ-ሴማዊ መዋቀር አይችልም የሚለውን ሙሉ በሙሉ ባይደግፍም፣ ይህ መሆኑ ስያሜው በግዕዝ እራሱ የተፈጠረ እንጂ ቅሪት ቃል ላለመሆኑ ደጋፊ ማስረጃ ተደርጎ ሊወሰድ ይችላል።

ሀድሰን መጋቢት የዓመት አጋማሽ አካባቢ ያለ ወር በመሆኑ ምናልባት ይህ ቃል ከትግረው መግበ ‘በመሀል መሆን’[51] ጋር ይያዝ ይሆን ወይ ይላል።[52] ለዚህ ብዙ መከራከሪያ ማቅረብ ያስቸግራል። ይሁን እንጂ ስያሜው በግዕዝ ፍጡር ቃል[53] ሆኖ ወደሌሎቹ በውርስ የተዛመተ ነው በሚል ከላይ

---

51 ‘be in the middle’። ለትግረው ቃል ፍቹ ሊትማን እና ሆፍነር (1962:142)ን ይመልከቱ።

52 “Being a month of midyear, could this be connected to Ti *mëgbë* ‘be in the midst’?” (ሀድሰን 2008:152)።

53 ፍጡር (ቃል) እዚህ የተጠቀምንበት በታርካዊ ስነልሳን innovetion የሚለውን ሙያዊ ቃል በመወከል ነው።

ያቀረብነው አስተያየት ትክክል ከሆነ፣ እንዲሁም የትግረው ተመሳሳይ ቃል በቅድመ-ግዕዝ ነበረ ብለን ካላሰብን፣ የትግረው ለግዕዙ መሰረት የሚሆንበት አጋጣሚ የለም። መጋቢት በጣም አሳማኝ የሚመስለው፣ በእነ ሌስላው፣ ኮንቲ ሮስኒ፣ እና ኪዳነወልድ ክፍሌ የተወሰደው √መገበ /√mgb/ ከሚለው ስር የወጣ ነው የሚለው ነው።

መጋቢት፣ በክስታንኛ፣ በሙኸር፣ በዶቢ/ጎጎት፣ በወለኔና በጌይታ ዝርያቃል ነው። በውስጣቸው ያለው ልዩነት መጠነኛ ነው—በክስታንኛ *ኢጮር* /icc'or/፣ *እጮር* /ɨcc'or/፣ በዶቢ *እጬወር* /ɨcc'uwër/፣ በሙኸር *ይጬወር* /yɨcc'uwär/፣ በወለኔ *እጮር* /ɨcc'or/፣ እና በጌይታ *ይጭወር* /yɨcc'ɨwär/ ነው። የእነዚህ ተመሳሳይ ቃል በኩሽቲክ ቋንቋዎች ይገኛል። ሌስላው (1963) እና ሀድሰን (2008) ምንጫቸው ከነዚህ ኩሽ ቋንቋዎች እንደሆነ ይገልፃሉ። ይሁን እንጂ በሁለቱ መሀከል ልዩነት አለ። ሌስላው (1979:13) የክስታንኛውን *ኢጮር* /icc'or/ ወይም *እጮር* /ɨcc'or/፣ እና የሙኸሩን *ይጬወር* /yɨcc'uwär/ ይዞ ከቀቤና *ኢጮራ* /icc'oora/ እና ከኦሮምኛ *ሂጬር* /hic'ur/ ይያያዛል ይላል። ሀድሰን (2008:152) ግን ከዚህ ይልቅ፣ በሙኸር ያለው ቃል የሚያመለክተው *ይ-ጬ-ወር* ይመስላል ይላል። በቀቤና *ኢጬ* 'መብላት' ማለት ነው (ዝኒ ከማሁ)። ስለዚህ *ይጬወር* 'የሙብል ወር' የሚል ፍች አለው። የሀድሰን መላምት አሳማኝ ይመስላል። ይህን የሚያፈርስ የተሻለ መረጃ እስከሚገኝ ድረስ ከሀድሰን ጋር መስማማትን እንመርጣለን። ይህ የሀድሰን ትንታኔ ልክ ከሆነ የነክስታንኛው የወር ስም ከግዕዙ በፍቺ ተመሳሳይ ነው ማለት ነው። ሁለቱም ከሙብል ጋር ይያያዛሉና።

በቸሀና በስልጢ መጋቢት ማለት *ወቶ* /wäto/፣ ወይም *ዋቶ* /wato/ ነው። ሌስላው (1979: 13) ይህን ወር ከሀዲይኛው *ዋቶ* 'ሰባተኛ ወር' የመጣ ነው ይላል። ሀድሰን (2008) ከዚህ የተለየ ብያኔ አላቀረበም፤ እኛም ለግዜው የለንም።

3.2.8 ሚያዝያ

ይህ ወር እዚህ በተመለከትናቸው በሁሉም ቋንቋዎች ከአንድ ስር በወጡ ዝርያቃላት ይገለፃል። በአማርኛ፣ በግዕዝ፣ በትግርኛ፣ እና በሰሜን አርጎብኛ *ሚያዝያ* /miyazɨya/ ነው። በክስታንኛ፣ በሙኸር፣ እና በጌይታ *ማዚያ*

/maziya/ ነው። በወለኔ *መዚዬ* /mäziye/፣ በስልጤ *ማእዜ* /maaʔze/፣ በቸሀ ደግሞ *ማ(ን)ዚያ* /ma(n)ziya/ ነው።

ኮንቲ ሮሲኒ (1925:495-6) *ሚያዝያን* ከአረብኛው *ማዛ* /Maza(myz)/ 'ጎዳኘቱ' ጋር የተያያዘ ነው ይላል። ሌስላው (1991:377) የኮንቲ ሮሲኒን ከመጥቀስ በዘለለ የተለየ ነገር አላቀረበም። ሀድሰንም (2008:152) እነዚህ ሁለት ስራዎችን ከመጥቀስ ውጭ ለዚህ ቃል ምንጭ ሌላ ቃል ያቀረበው የለም። በሌሎች ስራዎች ለሚያዝያ ምንጭ ሁለት የተለያዩ ቃላት ተሰጥተው እናገኛለን።

አዕምሮ ጌታሁን ሚያዝያ *ምዕዘ* 'ሸተተ' ከሚለው የግዕዝ ግስ ጋር ይያዛል ይላል። ሚያዝያ "የበልግ ቡቃያ የሚያብብበት የሚሸትበት የፀደይ ዘመን ጥሩ ሽታ መዓዛ እንደማለት ነው" (አዕምሮ ጌታሁን 2000፡103)። ሚያዝያ የሚለው ስያሜ ከተሰጠበት ግዜ ጀምሮ ወሩ አሁን ካለው ወቅት ጋር አንድ ነበር እንኳ ብሎ ቢታሰብ በሚያዝያ ያለን ወቅት ከጥሩ ሽታ ጋር ማያያዝ የማይመስል ነው።

ለሚያዝያ መነሻ ከሽታ ጋር ከተያያዘው ቃል ይልቅ ከስነፍቺ አንፃር በኪዳነወልድ ክፍሌ የቀረበው አሳማኝ ይመስላል። እንደኪዳነወልድ ክፍሌ ከሆነ ሚያዝያ መሐዝ ከሚለው ስር የወጣ ነው፤ "መሐዘ (ምዒዝ፣ ምዕዝ) ጎለመሰ፣ ጎበዘ፣ አደገ፣ ሚዝት ፈለገ፣ ወሸመ፣ ውሽማ ያዘ። ሚዜ፣ መዝ(ስ)ት፣ ሚያዝያ ከዚህ የወጡ ናቸው" (ኪዳነወልድ ክፍሌ 1948:583)። ኪዳነወልድ ሚያዝያን ሲያብራሩት፣ "ሚያዝያ በቁሙ ማዝያ [...] የሚዛዝትና የሙሽሮች ወር፣ መኑ መኑ የሚባባሉበት [...]። በግንቦት ወር ከጥንት ዠምሮ ባገራችን ልማድ ጋብቻና ሰርግ የለምና ሚያዝያን የሚዛዝት ወር ማለት ስለዚህ ነው" (ኪዳነወልድ ክፍሌ 1948:587)። እንደኪዳነወልድ ክፍሌ ከሆነ ሚስት ከሚዝት ነው የመጣው። ሙዜ፣ ሚስት ዘራቸው አንድ ነው። የዚህ ስሩ ደግሞ መሐዘ ነው፤ "መሐዘ [...] የሚዜና የሚዝት ስር መሠረቱ [...] ነው" (ዝኒከማሁ)። ደስታ ተክለወልድም ሚያዝያ "የሙሽራና የሚዜ ወር ማለት ነው" ይላሉ (ደስታ ተክለወልድ 1960: 658)።

በዚህ ወር መጋባት በጣም በብዙ ያገራችን ክፍል የተለመደ ነው። ስርወቃሉም ለተለያየ ፍቺ ላላቸው ቃላት መሰረት ነው። ለምሳሌ፣ መሐዝ በግዕዝ ውሽማ ማለትም ነው። ኪዳነወልድ ክፍሌ ይህን ቃል እንደሚከተለው ይፈቱታል፤ "መሐዝ (ዛን፣ ዛት) ደጎባ፣ ጎልማሳ፣ ጎበዝ፣ ውሽማ የሰው ሴት የሚሰርቅ፣ የሚያማግጥ" (ኪዳነወልድ ክፍሌ 1948: 583)። በሀረሪ *ምሒዝ*

'ምትክ' ማለት ነው። በትግርኛ ደግሞ *መሓዛይ* ዓደኛዬ ማለት ነው። ይህ ቃል በእድሜ ደረጃ የሚቀራረቡ ሰዎች የሚጠቀሙበት ነው። የትግርኛው መሓዛይ በቅርፅ ደረጃ ለሚያዝያ የቀረበ ነው። ሚያዝያ በሂደት የማንቁርት ድምጿን ጎርዶ አሁን ያለውን ቅርፅ በግዕዝ እና በእነአማርኛ ያዘ ማለት ከስነድምፅ አንፃር የሚያስኬድ መላምት ነው።

ከላይ በኪዳነወልድ ክፍሌ በገለፅነው ውስጥ እንደሚታየወ √መሐዘ /√mħz/ የሚለው ስር በተለዋዋጭነት √መዐዘ /√mʕz/ ሆኖም ይገኛል። የማንቁርት ድምፅ የሆነችውን *ዐ* /ʕ/ በጎሮሮዋ *አ* /ʔ/ መተካት ደግሞ በደቡብ (ኢትዮ-ሴማዊ) ቋንቋዎች የተለመደ ነው። በወለኔ *ማእዜ* /maaʔze/ 'ሚያዝያ' ውስጥ ያለችው የጉሮሮዋ ድምፅ *አ* /ʔ/ የምታመልከተው የቃሉ ስር √መአዘ < *√መዐዘ/*√መሐዘ መሆኑን ነው። ይህ የሚያሳየን፣ ሚያዝያ ከግዕዝ ወደ ሌሎች የተዛመተ ሳይሆን፣ ምናልባት በኢትዮ-ሴማዊ ቋንቋዎች ነባር/ቅሪት ስያሜ ሊሆን እንደሚችል ነው። በርግጥ መጠነኛ ልዩነት የነበራቸው አንዳንዶች በግዕዙ ተፅዕኖ ምክንያት በሂደት ከግዕዙ ጋር በንበት እንዲቀራረብ አድርገው ሊሆን ይችላል። ይህ አይነት ተፅዕኖ በሁሉም ቋንቋዎች ከግዕዙ በቀጥታ የመጣ ነው ማለት ግን አይቻልም። ግዕዙ በአማርኛው ላይ ተፅዕኖ ካደረገ በኋላ፣ አማርኛው በበኩሉ በሌሎቹ ላይ ያደረገው ተፅዕኖ ነው። አማርኛ የመንግስት እና የጋራ መግባቢያ ሆኖ ከአንድ ሺህ ዓመት በላይ በማገልገሉ ይህን ተፅዕኖ በሌሎቹ ላይ ለማሳረፍ መንገድ ነበረው።

3.2.9 ግንቦት

ከስልጢ በስተቀር የዚህ ወር ስያሜ በሁሉም ዝርያቃል ነው። በስልጢ ይህ ወር እንታገት/ɨntaggät/ ወይም እንቶጎት /ɨntoggot/ ነው።[54] ገብረየሱስ (1991:127) የጉራግኛ በሚል በዘረዘረው "የቸሀ" የወራት ስያሜ ውስጥ እንተጉጉት (Integʷegʷet) የሚል ከስልጢው ጋር የቀረበ ስያሜ እናገኛለን። ይህ ወር ግን በቸሀ ገብረየሱስ ያስቀመጠው ከ*ይዳር* እና ከ*መሸ* ቀጥሎ ነው። በቸሀ አቆጣጠር ሶስተኛ ወር ሲሆን የወራትን ስያሜ ብቻ በማመሳሰል ከሄድን የጥር ምትክ መሆኑ ነው። የዚህ ቃል ምንጭ ግልፅ አይደለም።

54 ለመረጃዎቹ ሃምንጭ ሀድሰን (2008:152)ን ይመልከቱ።

የተወሰኑ ድምፆች መመሳሰል ቢኖርም በስልጢ ያለውም ሆነ በቸሀ ከግንቦት ዝርያ ቃል ተደርጎ ሊወሰድ አይችልም።

በግዕዝ፣ በትግረ፣ በሰሜን አርጎብኛ፣ በክስታኔ እና በወለኔ ልክ እንደአማርኛው ግንቦት ነው።[55] በሌሎቹ መጠነኛ የስነድምፅ ለውጥ አለ። ይህ ወር በሙኸር ግልመውት /gɨlmʷät/፣ በቸሀ ግርመውት /gɨrmʷät/ ወይም ጉርምት /gurmät/፣ እና በጌይታ ግርመውት /gɨrmʷät/ ነው። ሌስላው (1991: 196)፣ "ይህ ወር ኮንቲ ሮስኒ (1925:495) ከአረብኛ ጀነባ 'ማራቅ፣ ማስወገድ' ከሚለው የመጣ ነው፣ ትርጉሙም 'የመታቀቢያ ወር' ለማለት ነው የሚለው የማይመስል ነው" ይላል። ይህ ወር በርግጥ ብዙም ተወዳጅ አይደለም። ኪዳነወልድ ክፍሌ (1948:587) "ግንቦት [...] የዛር፣ የቡዳ፣ የደበል አንሣ ወር ይባላል" ይሉናል።" በዚ ወር ጋብቻና ሰርግ በተለይ በደገኛው ክርስትያን ዘንድ አይደረግም። ደስታ ተክለወልድ ለዚህ ምክንያቱን ከመጥፎ ወርነት፣ ከአምልኮ ጋር ሳይሆን መጥፎ አየር ከመሆን ጋር ነው ያያዙት፤ "አየሩ ተስማሚ ስላልኾነ ጋብቻ በግንቦት ክልክል ነው" (ደስታ 1960:282)።

በግንቦት ከጥንት በነበረ ልማድ እርኩስ መናፍስት መጥፎ ነገር ያደርጋሉ በማለት እርድና የተለያዩ ነገሮች የሚሰዉበት ግዜ ነው። ጥቁር ዶሮ አርዶ ወይም አንገቷን ጠምዝዞ ወንዝ ዳር መጣል የተለያየ መልክ ያላቸውን በጎች ማረድ ወይም ሌሎች የእህል መስዋዕት በየወንዙ ዳር ማቅረብ በተለይ በዚህ ወር የተለመደ ነው። በግንቦት ልደታ ለዛፍ አድባር የሚደረገው ከዚህ ከጥንት የመጣ ባህል ቅሪት ነው። ይሁን እንጂ፣ ምናልባት ቃሉ በኢትዮጵያ ቋንቋዎች ከመነሻውም ኖሮ በሂደት ሌላው ቅርፅ ሁሉ ጠፍቶ ግንቦት የሚለው ብቻ ቀርቷል ካላልን በስተቀር ከአረብኛው ጋር በቀጥታ ማያያዝ ያስቸግራል። አረብኛ ከመስፋፋቱ በፊት ይህ ቃል በግዕዝም ነበር። በተጨማሪ፣ ቃሉ ከስልጢ በስተቀር እዚህ በተመለከትናቸው በሁሉም ኢትዮ-ሴማዊ ቋንቋዎች መኖሩ በራሱ በኋላ ላይ ከአረብኛ ከመጣ ቃል ተፈጠረ የሚለውን ተቀባይነት ያሳጣዋል።

ለግንቦት የትመጣ በኮኸን (1931:382) የቀረበ መላምት አለ። ኮኸን የቸሀውን ግርመውት በማየት የዚህ ወር ስያሜ √ገረመ /√grm/ ከሚለው ስር ነው የወጣው ይላል። ሌስላው (1991:196) የኮኸንን መላምት የማይመስል በማለት ይተቸዋል። ሌስላው እንደገለፀው የቸሀውና የጌይታው

---

55 ግንቦት በንበት [ግምቦት] ይሆናል።

ግርመውት ከግንቦት የወጣ ነው (ዝኒ ከማሁ)። በርግጥ፣ ይህ በነዚህ ቋንቋዎች የተለመደ የስነድምፅ ለውጥ ያስገኘው ነው። በነዚህና በሌሎች ጉራጌ ቋንቋዎች *ን* /n/ ወደ *ረ* /r/ እንዲሁም *በ* /b/ ወደ *ወ* /w/ ለውጥ ሲያደርጉ በስፋት ይስተዋላል (ሌስላው 1991:196)።

ሁለተኛው አማራጭ √ገነበ /√gnb/ *'መገንባት'* ከሚለው ስር ጋር ማያያዝ ነው። ሀድሰን (2008:152) ይህ ወር የክረምት ዋዜማ በመሆኑ ግድብ መገደብ፣ እና ውሀ መሬትን እንዳይሸረሽር ካብ መካብ የሚደረገበት በመሆኑ ይህን ለማመልከት ነው ይላል። ኪዳነወልድ ክፍሌም ግንቦት ማለት ገቦ ክረምት ነው ካሉ በኋላ "በግንብ ዘይቤ ሲፈቱት ግን ወርኀ ሥራፌ ያሰኛል፥ የባቢሎን ግንብ ሳይቀር 2ቱ መቅደሶች በግንቦት ተመስርተዋል" (ኪዳነወልድ ክፍሌ 1948:322)። አእምሮ ጌታሁንም "ግንቦት ገነባ" የሚል አስቀምጠው ብያኔ ሲሰጡ ግን "የክረምት አቅራቢያ ጎቦ ክረምት ጥግ ማለት ነው" ይላሉ (አዕምሮ ጌታሁን 2000:104)። በእነዚህ ስራዎች ግንቦት ከጎቦ ክረምት ወይስ ከገነባ መጣ ለሚለውም የቀረበ ስነድምፃዊ ማብራሪያ የለም።

የግንቦት ቅርፅ በግዕዝ ምን ያህል እንደሚዘወተር ለግዜው ግልፅ ባይሆንም፣ በአማርኛና በሌሎቹ ኢትዮ-ሴማዊ ቋንቋዎች የተለመደ የስም መመስረቻ ቅርፅ ነው። ለምሳሌ፣ በአማርኛ ስርቆት፣ ቅንጦት፣ ወዘተ የግንቦት ቅርፅ ያላቸው ናቸው። ስርቆት √ሰረቀ /√srq/ እና ቅንጦት *√ቀነጠ /√k'nt'/ ከሚሉት ስሮች የወጡ ናቸው። ግንቦት ምናልባት ሀድሰን እንደገለፀውና በሌሎቹም እንደተጠቀመው √ገነበ /√gnb/ ከሚለው ስር የወጣ ሊሆን ይችላል።

3.2.10 ሰኔ

በትግረ፣ በትግርኛ፣ በሰሜን አርጎብኛ፣ በደቡብ አርጎብኛ፣ በክስታንኛ እንደአማርኛው *ሰኔ* /säne/ ነው። ይህ ወር በሙኸር *ሰንየ* /säniyä/፣ በቸሀ *ሰርያ* /säriya/፣ በስልጢና ወለኔ *ሰኘ* /säñe/፣ እና በጌይታ *ሰርየ* /säriyä/ ነው። ሰኔ በግዕዝ በሁለት መልክ ተፅፎ ይገኛል። አንደኛው ልክ እንደአማርኛው ሰኔ /säne/ ሲሆን፣ ሁለተኛው ደግሞ *ሠኔ* /śäne/ ወይም *ሥኔ* /śine/ ነው። የሁለተኛው አፃፃፍን መሰረት በማድረግ ዲልማን (1865:254)፣ ደስታ ተክለወልድ (1960:887)፣ ኪዳነወልድ ክፍሌ

(1948:672)፣ እና አዕምሮ ጌታሁን (2000:104) √ሠነየ /śny/ 'አማረ፣ ውብ ሆነ' ከሚለው ጋር ያያይዙታል።

ደስታ እንዲህ ይላሉ፤ "ሠኔ ትርጓሜው ሠናዬ፣ ሠናይ ማለት ነው፤ የርሻን መለስለስና የዘርን መዘራት ያሳያል" (ደስታ ተክለወልድ 1960:887)። ኪዳነወልድ ክፍሌም ይህን ወር ሲፈቱ "ሠናየ ዘርዕ ወርኃ ዘርዕ ሠናይ ማለት ነው" ይላሉ (ኪዳነወልድ ክፍሌ 1948:672)። አዕምሮ ጌታሁንም እንደሚከተለው ነው የበየኑት፤ "ሰኔ ሠነየ -አማረ፣ መልካም ወር የዘር ወቅት የክረምት መግቢያ" (2000:104)።

ቃሉ በሁሉም ኢትዮ-ሴማዊ ቋንቋዎች ውስጥ መገኘቱ ብቻ ሳይሆን በሙኸር፣ በቻሀ፣ እና በጌይታ ያለው ቅርፅ እነዚህ ቋንቋዎች ከግዕዝ ስያሜውን የወረሱት እንዳልሆነ ያሳያል። ሠነየ የሚለው የግዕዝ ቃል ደግሞ በልዕለ ኢትዮ-ሴማዊ ቋንቋ ስለመኖሩ አጥጋቢ መረጃ የለም። ከግዕዝ ውጭ ባሉት በሌሎቹ ቋንቋዎች በውሰት የገባ ካልሆነ በስተቀር ያለበት ሁኔታ አላጋጠመንም። የሚመስለው ሠነየ ቅሪት ቃል ሳይሆን የግዕዝ ፍጡር ቃል ነው። ይህ ትክክል ከሆነ ሰኔ ከግዕዙ ሠነየ አልመጣም ማለት ነው።

እንደሀድሰን (2008:152) ከሆነ፣ እራሱ ሰኔ የመጣው √ሠነየ /śny/ 'አማረ፣ ውብ ሆነ' ከሚለው ስር ሳይሆን፣ ከዘር ጋር ከተያያዘ ቃል ነው። ኪዳነወልድ ክፍሌም ይህን ቃል ከኦሮምኛም ጋር ያይዙታል፤ ኦሮሞም "ዘር ሲል ሠኘ ይላል" (ኪዳነወልድ ክፍሌ 1948:672)።

በኩሽቲክ ቋንቋዎች ብቻ ሳይሆን በሴማዊ ቋንቋዎችም ከሰኔ ጋር በድምፅ ተቀራራቢ የሆኑ በፍቺ ደረጃ 'ማረስ'፣ 'ዘር/መዝራት'፣ ወይም 'ስንዴ' የሚሉ አሉ። ለምሳሌ፣ በተሸጋጋሪ ኢትዮ-ሴማዊ ቋንቋዎች—ስልጢ፣ ወለኔ፣ ዛይ፣ እና ሀረሪ—ዘር ማለት *ሰኘ/ሰኝ* ነው። ዘር በኦሮምኛም *ሳኘ* ወይም *ሸኘ*፣ በሱማልኛ *ሹኒ* ነው (ሌስላው 1963፡141)። በኮንሶ *ሰኜታ*፣ በጌድኦ ደግሞ *ሳኔ* ነው። ሌስላው (ዝኒከማሁ) በሴማዊ ቋንቋዎች *ሰኘ/ሰኝ* 'ዘር' ከኩሽቲክ ቋንቋዎች የተወረሰ ነው ይላል።

ሀድሰን (2008:152) በሴሜቲክ ቋንቋዎች፣ በተለይ በእነዛይ እና ስልጢ ያለው *ሰኘ/ሰኝ* ከኩሽቲክ የመጣ ነው የሚለውን የሌስላው አባባል አጠራጣሪ ነው ይላል። ምክንያቱም የዚህ ዝርያቃል የሚገኝባቸው የኩሽቲክ ቋንቋዎች ከሴማዊ ህዝብ የቀደመ ከእርሻ ጋር የተገናኘ ባህል የላቸውምና ይላል። በተጨማሪም፣ ከኩሽቲክ ቋንቋ ተናጋሪዎች ጥንታዊ የእርሻ ባህል እንዳላቸው የማያጠያይቀው የአገው ህዝቦች ናቸው። እንደሀድሰን ገለፃ፣

እነዚህ ህዝቦች በሚናገሯቸው አገው ቋንቋዎች ዘር የሚለው ቃል ሰኘ/ሰነየ የሚል ቅርፅ የለውም። ይልቁንም ይላል ሀድሰን √ዘረ /√zr/ በሴማዊ ቋንቋዎች ከ√ሰነ /√sn/ ይልቅ ልዕለ-ቅርፅ ተደርጎ ሊወሰድ ቢችልም፣ የሁለቱ መነሻ አንድ ሳይሆን አይቀርም (ዝኒከማሁ)።

በጉራጌ ቋንቋዎች ረ /r/ እና ነ /n/ ይለዋወጣሉ። እንደጋኝ *ዝኔ* እና *ዘር*፣ ጌይቶ *ዝኘ* አለው (ሀድሰን 2008:152)። ይህም የሚያሳየን አንድ ስር የነበረ ወደ ሁለት ስር—√ዘረ /√zr/ እና √ሰነ /√sn/—መከፈሉን ነው (ዝኒከማሁ)። ለንፅፅር መረጃ ሀድሰን ላይ ሠንጠረዥ ሁለትን ይመልከቱ። *ሰኔ* ከእነዚህ ቃላት ጋር ያለው ዝምድናም መታየት ይገባዋል ይላል ሀድሰን (ዝኒከማሁ)።

ይህ ወር ከመነሻው ጀምሮ አሁን እንዳለው ዝናብ በሚጀምርበት እና ሰብል በሚዘራበት ወቅት ላይ ያርፍ ነበር ብሎ ሙሉ በሙሉ ለመቀበል ያዳግታል።[56] ከላይ እንደገለፅነው፣ ስያሜው በኢትዮ-ሴማዊ ቋንቋዎች ቅሪት/ነባር ቃል እንጂ በግዕዝ ተፈጥሮ ወደሌሎች የተዛመተ አይመስልም። ይህ ማለት አሁን ያለው አቆጣጠር ሀገራችን ሳይገባ ስያሜው በቋንቋዎቹ ነበረ ማለት ነው። ስለዚህም ሰኔን አሁን ካለው ወቅት ጋርም ሆነ ከግዕዙ *ሠነየ* ጋር ይያያዛል የሚለውን ለመቀበል ያዳግታል።

ለሰኔ መነሻ ነው ተብሎ ሊታሰበ የሚችለው ሌላው እንደሀድሰን ከሆነ (2008:152) በትግረ *ሰነይ* የሚለው ነው። ይህ ቃል 'ሙቀት፣ ፀሃያማ፣ ሞቃት ወቅት' ማለት ነው (ሊትማን እና ሆፍነር 1962:188)። በዚህ ላይ ያለው ጥያቄ ሁለት ነው። አንድ፣ ይህ ወር ትግረ ለግዕዝ አወረሰ ለማለት በጣም አስቸጋሪ ነው። ሁለት፣ ይህ እንኳ ቢሆን፣ መወረሱ ሊሆን የሚችለው ቢያንስ ከሁለት ሺህ ዓመት ወዲህ፣ አሁን ኢትዮጵያ የምትጠቀምበትን የዘመን አቆጣጠር ከወረሰች በኋላ መሆን አለበት። ይህ ከሆነ ወቅቱ አሁን ካለው ጋር አንድ ነው ማለት ነው። በደጋማው ክፍል፣ ግዕዝ ይነገርበት በነበረው ጨምሮ ይህ ወር ፀሀያማ በመሆኑ ሳይሆን ዝናባማ በመሆኑ ነው የሚታወቀው። ይህ ወር ሞቃታማ ቢሆንም ባብዛኛው የሀገሪቱ ክፍል

---

56 እዚህ ላይ ነባር ስያሜዎች ሆነው አሁን ካለው ወቅት ጋር የሚሄድ ፍቺ ያላቸው ሊኖሩ አይችሉም ማለታችን አይደለም። በሚቀጥለው ክፍል እንደምንመለከተው፣ እንደዚህ አይነት ስያሜ የያዘ ከግዕዝ በውርስ ወደሌሎቹ ኢትዮ-ሴማዊ ቋንቋዎች የገባ ሳይሆን ከመነሻው በሁሉም የነበረ ከወላጅ የወረሱት የሚመስል ቅሪት ስያሜ አለ።

በፀሀያማነቱ አይታወቅም። ስለዚህ ሰኔ ከትግረው ሰነይ 'ሙቀት፣ ፀሃያማ፣ ሞቃት ወቅት' ከሚለው ነው የመጣው የሚለው አሳማኝ አይመስልም።

ኪዳነወልድ ክፍሌ ሰኔ በሚለው ስር የቅብጡን ፓዎኒ እና የእብራይስጡን ሲዋን ጠቅሰዋል። ይሁን እንጂ፣ ኪዳነወልድ ሰኔ ከእነዚህ ቋንቋዎች መጣ የሚል ግልፅ ነገር አላቀረቡም።[57] የቅብጥ አቆጣጠርና የኢትዮጵያ አቆጣጠር አንድ ናቸው። በእነዚህ አቆጣጠር ሰኔ የፓዎኒ አቻ ስለሆነ ብቻ ጠቅሰውት ነው እንዳንል ሁለት ነገሮች ያስገድዱናል። አንደኛ፣ የድምፅ መመሳሰል ባለባቸው ወራት እንጂ በሌሎቹ ወራት የቅብጡን ጎን ለጎን ኪዳነወልድ ሲሰጡ አይስተዋልም። ሁለተኛ፣ የእብራውያን አቆጣጠር ከኢትዮጵያዊው ጋር ፈፅሞ የሚዛመድ አይደለም። ሲዋን/ሲቫን ሰኔ ላይ የሚያርፍበት ግዜ ቢኖርም፣ እነዚህ ወራት ሁሌ ይገናኛሉ ማለት አይደለም። ለምሳሌ፣ በኢትዮጵያ ሰኔ 1፣ 2006 ዓም፣ በእብራውያን ሲቫን 10፣ 5774 ዓዓ ነው። ከዓመት በፊት ወደኋላ ብንሄድ፣ ሰኔ 1፣ 2005 ዓም፣ በእብራውያን አቆጣጠር ያረፈው በወሩ መጨረሻ ቀን፣ ማ. ሲቫን 30፣ 5773 ዓዓ ነው።[58] በ2005 ዓም ከሲቫን 29 ቀናት ያረፉት ግንቦት ላይ ነበር ማለት ነው።[59]

የእብራይስጡ ሲዋን/ሲቫን እና የቅብጡ ፓወኒ በፍጥረት ስለመገናኘታቸው የሚታወቅ ነገር የለም። ከላይ እንደገለፅነው፣ ሲዋን ከጥንታዊ አካዲያን ሲማኑ እንደመጣ ይነገራል። የጥንታዊ ባቢሎንያንና የጥንታዊ ግብፆች ዘመን አቆጣጠር የተለያየ ነው። በርግጥ ግብፆች ከፀሀይ አቆጣጠር በተጨማሪ እንደባቢሎንያን የጨረቃ አቆጣጠርም ነበራቸው። ይሁን እንጂ በወራት ስያሜ ደረጃም ሆነ በዘመን አቆጣጠር ሁለቱ ሲወራረሱ አልታየም። ያም ቢሆን የኢትዮጵያዊው ሰኔ ከእብራይስጡ ሲዋን እና ከአካዲያኑ/ባቢሎንያን ሲማኑ ዝርያቃል ነው ለማለት ከስነድምፅ ደረጃ አስቸጋሪ ነው። ከቅብጡ ፓዎኒ የተወረሰ ነው ለማለትም አሳማኝ ምክንያት ከግዕዝ ስነድምፅ አንፃር ማቅረብ አዳጋች ነው። ከነዚህ ወራት ስያሜ ጋር ሰኔ

---

57 "ሡኔ (ቅብጥ ፓዎኒ። ዕብ[ራይስጥ] ሲዋን) የወር ስም፣ አስረኛ ወር በግብፅና በኢትዮጵያ" (ኪዳነወልድ ክፍሌ 1948:672)።

58 ምንጭ፡ Gregorian Calendar 2014 and Date Matrices. http://www.vercalendario.info/en/calendars/gregorian-calendar/compare-2014.html. Accessed 12/29/2014.

59 ስለእብራውያን አቆጣጠር የሚቀጥለውን ምዕራፍ ይመልከቱ።

በውርስም ሆነ ከጥንት ፍጥረት በመጋራት ይገናኛል ለማለት በቂ ማስረጃ ማግኘት ከባድ ነው።

ኮንቲ ሮስኒ (1923:376) በግዕዙ ያለውን ሰኔ የሚለውን አማራጭ አፃፃፍን ዋንኛው/ትክክለኛው አድርጎ በመውሰድ የዚህ ስሩ ምናልባት የሴማዊው 'ሁለት' የሚለው √ስነየ~√ተነየ /√sny~√tny/ ይሆን ወይ ይላል። ሌስላው (1987:531) ይህን መላምት አልተቀበለውም። እንደሌስላው ከሆነ፣ አንደኛ፣ ሰኔ ሁለተኛ ወር ስላልሆነ ከ√ተነየ~√ስነየ 'ሁለት' ከሚለው ስር መጣ ማለት ይከብዳል። ሁለተኛ፣ በቀደምት የግዕዝ ስራዎች ሰኔ የሚፃፈው ሠኔ እንጂ ሰኔ አይደለም (ዝኒከማሁ)። ስለዚህም ሌስላው (ዝኒከማሁ) የኮንቲ ሮስኒ መላምት አጠራጣሪ ነው ይላል።

ሌስላው የኮንቲ ሮስኒን ሀሳብ ትክክል ላይሆን የሚችልበት በማለት ያቀረባቸው ሁለት ምክንያቶች ግን አሳማኝ አይደሉም።

አንደኛ፣ ቃሉ ከመነሻው በግዕዝ በ ሠ ነበር የሚፃፈው የሚለው ትክክል አይደለም። በጥንታዊ ስራዎች ውስጥ እራሱ ሰኔ የሚል እናገኛለን። ከዚህም በላይ፣ ቃሉ በግዕዝ የሠ /ś/ ንበት ኖረው ወይ የሰ /s/ ዋጋ የሚኖረው በመጀመሪያ በግዕዝ ተፈጥሮ በሌሎቹ ቋንቋዎች የተዛመተ ከሆነ ብቻ ነው። ይህ ግን አይመስልም። በእነሙኽር፣ ቸሀ እና ጌይታ ያለው የሚያሳያን ስያሜው በኢትዮ-ሴማዊ ቋንቋዎች ቅሪት/ነባር የወር ስያሜ መሆኑን ነው። ከግዕዝ ይልቅ በእነሙኽር ያለው በቅርፅ ደረጃ ለተፈጠረበት መነሻ ስር ይቀርባል። በግዕዝ ያለው ስነድማፃዊ ሂደት ተካሂዶበታል።

ሁለተኛ፣ ይህ ወር መጀመሪያ ላይ/ከመነሻው ሁለተኛ ወር ሊሆን ይችላል። ይህ አይነት ሁኔታ በጣም የተለመደ ነው። ለምሳሌ ከላይ ያነሳነው የእስራኤል ዘመን አቆጣጠርን ከአካዲያን ጋር ማስተያየት ይቻላል። ከላይ በግርጌ ማስታወሻ እንደገለፅነው፣ የእብራይስጥ የመጀመሪያ ወር ልክ እንደባቢሎንያን/አካዲያን ኒሳን ተደርጎ ቢቆጠርም አዲስ ዓመት የሚጀመርበት ግን ትሽሪ "ሰባተኛው" ወር ላይ ነው። በእብራይስጥ ትሽሪ በዓመት ቆጠራ ረገድ አንደኛ ወር ተደርጎ ይወሰዳል። ምክንያቱም ትሽሪ ዓመቱ የሚለወጥበት ወር ነው። ምናልባትም ሰኔ አሁን ባለው 10ኛ ወር ላይ ማረፉ የቅብጡን ፓወኒ ሲመለከቱ ምንጫቸው አንድ መስሏቸው ወይም ዝም ብሎ መመሳሰላቸውን ለማቀራረብ ሰኔን ፓወኒ ከሚያርፍበት ወቅት ጋር አንድ እንዲሆን አገናኝተውት ሊሆን ይችላል።

3.2.11 ሀምሌ

እዚህ በተመለከትናቸው ሁሉም ቋንቋዎች ሀምሌ ከመጠነኛ የስነድምፅ ቅየራ በስተቀር አንድ ነው። ይህ ወር በግዕዝ፣ በሰሜን አርጎብኛ፣ በትግረ፣ እና በትግርኛ ሐምሌ /ħamle/ ወይም ሐምለ /ħamlä/ ነው። በደቡብ አርጎብኛ እንደአማርኛው ሀምሌ /hamle/ ነው። በክስታንኛ፣ በሙኸር፣ በስልጢ፣ እና በወለኔ አምሌ /amle/ ነው። በቻሀ አምሬ /amre/ እና በጌይታም አምሬ /ʔamɨre/ ነው።[60]

ለዚህ ወር የት መጣ በተለያዩ ስራዎች የተሰጠውም ተመሳሳይ ነው። እዚህ የዳሰስናቸው ስራዎች የዚህን ወር ስያሜ √ሐመለ /√ħml/ ከሚለው ሴማዊ ስር ጋር ያያይዙታል። በዚህ ላይ ለምሳሌ ኪዳነወልድ ክፍሌን (1948:449)፣[61] ደስታ ተክለወልድን (1960:525)፣[62] አዕምሮ ጌታሁንን (2000:104)፣[63] ሌስላውን (1989: 232)፣[64] ሀድሰንን (2008:152) እና በመጨረሻዎቹ ሁለቱ የተጠቀሱ ስራዎችን ይመለከቷል።

ሐመለ በግዕዝ "መፀነስ፣ ማበብ፣ ማፍራት፣ መሸከም [...]፣ መልቀም፣ መዘንጠፍ፣ መመልመል፣ የፍሬ የቅጠል" ማለት ነው (ኪዳነወልድ ክፍሌ 1948:448)። በትግርኛ *ሐምሊ* /ħamli/ እና በአርጎብኛ *ሐምል* /ħaml/ ጎመን ማለት ናቸው። ይህ ቃል ከልምላሜ ጋር በተያያዘ ያለው ፍቺ በልዕለ-ኢትዮ-ሴማዊ ደረጃ ሊዋቀር ይችላል።

ሀምሌ የሚለው ስያሜ በክረምት ምክንያት ምድር አረንጓዴ የሚሆንበትን የልምላሜ ወቅት ለማመላከት ሐመለ 'አረንጋዴ ሆነ' ከሚለው ስርወቃል የወጣ ነው የሚለው አሳማኝ ይመስላል። ይህ ከሆነ ሀምሌ ከጥንት

---

60 በቅንፍ በአለምአቀፋዊ አፃፃፍ እንደሚታየው በቻሀውና በጌይታ መሀከል መጠነኛ የንበት ልዩነት አለ። ልዩነቱ የመጣው መረጃውን የወሰደንባቸው ሰዎች በፈጠሩት የአፃፃፍ ስህተት ወይንም በተለዋዋጭ ንበት ሊሆን ይችላል።

61 "ሐምሌ የወር ስም [...] ቅጠላም" (ኪዳነወልድ ክፍሌ 1948:449)።

62 "ሐምሌ (ሐምል) የወር ስም [...]። (ሐምላዊ) ባለቅጠል፣ ቅጠላም፣ ቅጠል ያለው፣ የልምላሜ ወር ማለት ነው" (ደስታ 1960: 525)።

63 "ሐምሌ ሐመለ-ለመለመ። የልምላሜ ወር ጎመን የሚበላበት፣ ለምለም ወር" (አእምሮ ጌታሁን 2000:104)።

64 "ħamle ሐምሌ, eleventh Ethiopian month (8 July - 6 August); Lit. 'the month of green (cereals)', from haml (see ħamala); so also Conti Rossinr 1923:376. For the transfer of meamngs, cp. Burği yebala 'a green cereal', and the name of month when crop is cut" (ሌስላው 1987:232)።

ስያሜው ከወጣ ጀምሮ ወቅቱን ሳይለቅ የቆየ ወር ነው ብሎ ማሰብ ይቻላል። የሀምሌ የትርጉም ውርርስ በኩሽቲክ ቋንቋዎች በቡርጂና በኮንሶም እንደሚታይ ሀድሰን (2008:152) ገልጿል። ይህ ወር በቡርጂና በኮንሶ ከልምላሜ ጋር በተያያዙ ቃላት ይገለፃል (ዝኒከማሁ)።

በሰሜን አርጎብኛ ሀምሌ *ኸረምት* ነው የሚባለው። የሰሜን አርጎብኛው ቃል ግልፅ ስለሆነ ዝርዝር ውስጥ መግባት አስፈላጊ አይመስለንም። ክረምት የሚሆንበት ወር ለማለት ነው። ሰሜን አርጎብኛ ቀጣዩን ወር፣ ማ. ነሀሴን፣ *በደጃ ኸረምት* ይለዋል። የኋለኛው ክረምት ማለት ነው።

3.2.12 ነሀሴ

ደስታ ተክለወልድ (1960:850) ነሀሴ፣ "*ሥሩ* በግዕዝ ነሐሰ ነው" ይላሉ። ነሐሰን ኪዳነወልድ ክፍሌ (1948:637) "ግንብን፣ መደብን *ሠራ*፣ ገነባ" በማለት ይፈቱታል። አዕምሮ ጌታሁን (2000:104) ይህ ወር ከግዕዙ ነሐሰ ጋር እንደሚገናኝ በማስቀመጥ ነሐሴ "የ*ሥራ* ወር [፣] *ሥራ* የሚደራረብበት ማለት ነው" ይላሉ።[65] ይህ ፍቺ ግን ከግዕዙ አይገኝም። ትርጓሜውን ብንለጥጠውም እምብዛም አይጠቅመንም። ግንብ መገንባትና መደብን መስራት ከነሀሴ ወር ጋር በተለይ የሚያገናኘው ነገር አለ ለማለት በጣም ያስቸግራል። ግንቦት ከገነባ ጋር ይገኛል ሲባል፣ የወቅቱ አየር ጠባይ ከሚጠይቀው በመነሳት ነው ብንል፣ እንደገና ነሐሴን በፍቺ ተመሳሳይ ከሆነ ቃል ጋር ከወቅቱ አየር የሚያገናኘው ነገር ለማግኘት አስቸጋሪ በሆነበት ሁኔታ ይዛመዳል የሚለውን ለመቀበል ትንሽ ያስቸግራል።

ሀድሰን (2008:152) ይህ ቃል ናሕሰየ ከሚለው ከግዕዝ ቃል በድምፅ እንደሚመሳሰል ይገልፃል። ኪዳነወልድ ክፍሌ ይህን ቃል እንደሚከተለው ይፈቱታል፤ "ናሕሰየ (ዐረ[ብኛ] ነሲየ። ሱር[ስት] ንሻእ። ዕብ[ራይስጥ] ናሳህ) ረሳ፣ ዘነጋ፣ ቸል አለ" (1948:637)።[66] የዚህ አድራጊ ቅርፅን ደግሞ ኪዳነወልድ እንደሚከተለው ይፈቱታል፤ "ይቅር አለ፣ ናቀ፣ አቀለለ፣ ቂምን በደልን ተወ፣ ማረ፣ አሳለፈ" (ዝኒ ከማሁ)። ይህ ፍቺ ግን ናሕሰየ የነሐሴ

65 "ነሐሴ ነሐሰ-ሠራ ገነባ። የ*ሥራ* ወር *ሥራ* የሚደራረብበት ማለት ነው" (አእምሮ ጌታሁን 104)።

66 ምንም እንኳ ቃሉ በብዙ ሴማዊ ቋንቋዎች ያለ ቢሆንም ሌስላው (1987: 403) ከአረብኛ የገባ ሳይሆን አይቀርም ይላል። ቃሉ በግዕዝ ብቻ ሳይሆን በትግርኛም አለ። ሌስላው ለምን ይህን እንዳለ ግልፅ አይደለም። ሀድሰንንም (2008:152) ይመልከቱ።

መሰረት ነው ለማለት እምብዛም አይረዳም በማለት ሀድሰን (2008:152) ያልፈዋል።

ሌስላው (1987:395) ይህ የወር ስያሜ በሴማዊ ብቻ ሳይሆን በኩሽቲክ ቋንቋዎች በውርስ እንደሚገኝ ከመግለፅ በዘለለ፣ ስለዚህ ወር ጥንተ መነሻ ስር ያለው ነገር የለም። ኪዳነወልድ ክፍሌም ነሀሴን የ12ኛ ወር ስም ነው ከማለት በዘለለ ስለቃሉ አመጣጥ ያሉት ነገር በቦታው የለም (1948:637)። ነሀሴ ከእብራይስጡ ኒሳን እና ከአካዲያኑ ኒሳኑ ጋር በድምጽ ይመሳሰላል። በ(ግብፅ) አረብኛ በቅብጥ አቆጣጠር ጳጉሜንን ናሴ ይሉታል። ኪዳነውልድ ክፍሌ ነሐሴን "በቁሙ ናሴ" (ዝኒከማሁ) በማለት አስቀምጠውታል። ኪዳነወልድ ክፍሌ ይህን ሲሉ በአረብኛ አጠራር ከቅብጡ ዘመን አቆጣጠር ካለው ናሴ ጋር ይገናኛል ማለታቸው አይመስልም። ምክንያቱም በሌሎቹ ወራት የሚመሳሰሉ ከሆነ በቅብጥ፣ በእብራይስጥ፣ እና በአረብ "እንዲህ" ይባላል፣ ብለው ስለሚያስቀምጡ ነው።

ይህ ወር በክስታንኛ፣ በሙኸር፣ በቸሀ፣ በስልጢ፣ በወለኔ፣ እና በጌይታ ናሴ ነው። የቅብጡ በአረብኛ አጠራር ናሴ ለጳጉሜ በተለዋዋጭነት የሚውል ስያሜ ነው። በአረብኛው አጠራር የቅብጡ 12ኛው ወር መሶሪ/ሜሶሪ ነው። የቅብጡ የአረብኛ አጠራር ናሴ በኢትዮጵያ ቋንቋዎች ለሚገኘው ነሐሴ/ነሀሴ/ናሴ ምንጭ ነው ለማለት ግን አስቸጋሪ ነው። ስያሜው ከቅርቡ አረብኛ ጋር የተያያዘ እንጂ በግብፅ ጥንታዊነት ያለው አይደለም። ይልቁንም ከአካዲያኑ ኒሳኑ እና ከእሱ ከሚዛመደው የእብራይስጡ ኒሳን ሳይገናኝ አይቀርም።

በአካዲያን/ባቢሎንያን አቆጣጠር ወሩ ከኒሳኑ ጀምሮ በአዳሩ ነው የሚያበቃው። ከላይ በህዳር ስር አዳሩ/*ኢዳር እና ህዳር/*ኢዳር ዝርያቃል ሳይሆኑ አይቀርም ብለናል። ህዳር በጉራጌ ቋንቋዎች የመጀመሪያ ወር ነው። የመጨረሻ መሆንና የመጀመሪያ መሆን የሚቃረኑ ቢመስሉም ርቀታቸው የሰፋ ነው ለማለት አይቻልም። ኒሳኑ በባቢሎንያን ምንም እንኳ የመጀመሪያ ወር ቢሆንም በእስራኤል አቆጣጠር የዓመቱ ቁጥር ከሱ አይጀምርም። ኒሳኑ በቁጥር ሰባተኛ ወይም (በሊፕ አመት ደግሞ) ስምንተኛ ወር ነው። በጉራጌ ቋንቋዎች አስረኛ ወር ነው። የኢትዮ-ሴማዊ ቋንቋዎች ያለው ነሐሴ/ነሀሴ ወይም ናሴ ከባቢሎንያኑ/ከአካዲያኑ-ከእስራኤሉ ጋር አይያያዝም ለማለት ይከብዳል። ይህ ወር ልክ እንደ ህዳር ጥንታዊነት ያለው ይመስላል። ስያሜው በግዕዝ ተፈጥሮ ወደሌሎቹ ኢትዮ-ሴማዊ ቋንቋዎች የተዛመተ አይመስልም።

ይህ አስተያየት ትክክል ከሆነ ቃሉ በውርስ የተገኘ አይደለም ማለት ነው። የዚህ አንድምታ ቃሉ ልዕለ-ኢትዮ-ሴማዊ ነው ወደሚል ሊወስደን ይችላል። ይሁን እንጂ ይህን ለማለት ከታሪክ እና ከባህል አንፃር አስቸጋሪ ነው። ቀደም ባሉት ክፍሎች እንደገለፅነው የወራት ስሞች ቋሚነት የሌላቸው በተለያዩ ባህላዊ ምክንያቶች ሊለዋወጡ የሚችሉ በመሆናቸው፣ በልዕለ-ኢትዮ-ሴማዊ እድሜ የዛሬ አምስትና ስድስት ሺህ አመት ገደማ በወር ላይ የተመሰረተ አቆጣጠር የመኖር ያለመኖሩ ጉዳይ እንኳ ወደጎን ቢደረግ፣ ነበሩ ለማለት ያስቸግራል። የስያሜው በበአካዲያን መኖር በተጨማሪም ከኢትዮ-ሴማዊ አልፎ ምናልባት በልዕለ-ሴማዊ ቋንቋ ሊዋቀር መቻሉን የሚያሳይ ቢሆንም ከላይ በገለፅነው ምክንያት ይህን በእርግጠኝነት ለማስረገጥ አስቸጋሪ ነው። በክፍል 3.2.4 እንደገለፅነው በእብራይስጥ ውስጥ የሚገኙት የወራት ስያሜዎቹ የተወሰዱት ከባቢሎንያን ነው። እብራውያን ከባቢሎንያን ስያሜዎቹን ከመውሰዳቸው በፊት ይጠቀሙባቸው የነበሩት የወራት ስሞች ሁሉም ባይታወቁም ስለተወሰኑት ፍንጭ አለ። እነዚያም ከባቢሎንያኑ የተለዩ ናቸው። በሌሎቹም የሚታየው መወራረስ እንጂ የነባርነት ቃል ጉዳይ አይደለምና እዚህ በኢትዮ-ሴማዊ ቋንቋዎች መሀከል ስላለው የዚህ 12ኛ ወር ስያሜ ልንል የምንችለው ከግዕዝ ወደሌሎቹ የገባ አይደለም ብቻ ነው። ቃሉ የግዕዙ አቆጣጠርና የወራት ስያሜ ተፅዕኖ ከማሳደሩ በፊት በቋንቋዎቹ የነበረ ነው።

የሰሜን አርጎብኛውን ስንመለከት ከግዕዝና ከአማርኛ በመጨረሻዎቹ ሶስት ወራት—ጳጉሜንም ጨምረን ነው—ይለያል። እዚህ ከዳሰስናቸው ቋንቋዎች ለነሀሴ የተለየ ስያሜ ያለው ሰሜን አርጎብኛ ብቻ ነው። ከላይ እንደገለፅነው ነሀሴ በሰሜን አርጎብኛ *ቢደጂ ኸረምት* ይባላል። 'የኋለኛው ክረምት' ማለት ነው። ሰሜን አርጎብኛ ሀምሌን *ኸረምት* ስለሚል፣ ነሀሴን የኋለኛው ክረምት ያለበት ምክንያት ለዚህ ነው። የዚህ አይነት ቀዳሚ/ኋለኛ የሚል ስያሜ በበርካታ ቋንቋዎች የወራትና የቀናት ስያሜ ላይ ይገኛል።

3.2.13 ጳጉሜ(ን)

ይህ ስያሜ ከሰሜን አርጎብኛ በስተቀር እዚህ በቃኘናቸው ቋንቋዎች ከተወሰነ የድምፅ ለውጥ በስተቀር በሁሉም ውስጥ አለ። በአማርኛ፣ በትግርኛ፣ በግዕዝ፣ በደቡብ አርጎብኛ፣ እና በትግረ ጳጉሜ/ጳጉሜን ነው። በክስታንኛ፣ በወለኔ፣ እና በጌይታ *ቋግሜ* /q^{w}agme/ ነው። በጌይታ *ቋግሜ*

/k'ʷagɨme/፣ በሙኸር *ጳጉሜ* /p'agume/ ወይም *ቋጕሜ* /qʷagʷme/፣ በቾሀ *ቋጕሜ* /qʷagʷɨme/፣ እና በስልጢ *ቃጉሜ* /qaagume/ ነው።

ጳጉሜ(ን) የመጣው ብዙም የማያጠያይቀው ከግሪኩ ኢፓጎሜናይ 'ተጨማሪ' ከሚለው ቃል ነው። ምንም እንኳ ግሪክ በአክሱማይት ግዜ እንደአለምአቀፋዊ ቋንቋ ሆኖ ያገለግል የነበረ ቢሆንም፣ ግዕዙ ይህን ቃል በቀጥታ ከግሪክ የወሰደው አይመስልም። ይልቁንም ከቅብጥ ነው። ከ12 ወራት በ30 ቀን ሂሳብ በፀሀይ ዓመት የሚተርፉትን ቀናት 5 (በሊፕ ዓመት 6) ቀናት ግብፆች ወደኋላ ላይ በግሪኩ ቃል *ኢፓጎሜኔ*[67] ይሉት ነበር። አሁንም ይኸው አጠራር በቅብጥ አለ።[68] በግብፅ በአረብኛ ይህ ተጨማሪ "ወር" ከላይ እንደገለፅነው ናሴ ይባላል።

በሰሜን አርጎብኛው ጳጉሜ(ን) *ኢያመነሲእ* ይባላል። *ኢያመነሲእ* የተረሳ የሚል ፍቺ ከያዘው ከአርበኛ ቃል የመጣ ይመስላል።

3.2.14 ማጠቃለያ

የኢትዮጵያ ዘመን አቆጣጠር ከግብፅ የተቀዳ ነው (የሚከተለውን ምዕራፍ ይመልከቱ)። ይሁን እንጂ፣ በግዕዝ እና በግብፅ/ቅብጥ ወራት ስያሜዎቹ መሀከል ያለው ዝምድና በጣም አናሳ ነው። ምናልባት ግዕዝ ከግብፅ አዲስ የዘመን መለወጫ ወቅትና ተጨማሪዋን ጳጉሜን ብቻ የወረሰ ይመስላል (ሀድሰን 2008:152)። በርግጥ፣ በዚህ ስራ እንደተመለከትነው ከጳጉሜ በተጨማሪ የግዕዝ የሁለት ወራት ስያሜን ኪዳነወልድ ክፍሌ ከቅብጡ ጋር ለማገናኘት ሞክረዋል—ሰኔን ከፓዎኒ እና ኅዳርን ከኀቱር/አቶር።[69] ስያሜዎች በሁለቱም አቆጣጠር ለተመሳሳይ ወቅት ነው የሚውሉት። እንደቅደምተከተላቸው፣ በሁለቱም አቆጣጠሮች አስረኛ እና ሶስተኛ ወር ናቸው። እነዚህ የግብፁ ወራት ስያሜዎች ግን የግዕዙ አቆጣጠርን ከቅብጡ አቆጣጠር እንዲስማማ ምናልባት የቅደምተከተል ማስተካከያ ከማምጣት

67 *Epagomenê.*

68 ግዕዝ በኢትዮጵያ ኦርቶዶክስ ቤተክርስትያን እንደሚያገለግለው፣ ቅብጥም አሁንም በግብፅ ቤተክርስትያን ያገለግላል።

69 ይህ ወር አናባቢ በሌለው *ኀወተ-ኀረ* /ḥwt-ḥr/ በሚል ተፅፎ ይገኛል። ህዳርን የሚመለከተው ክፍል ስር ይመልከቱ።

በዘለለ ለግዕዙ ስያሜ መነሻ ናቸው ማለት አይቻልም። የግዕዙ ነባር/ቅሪት ቃላት ናቸው።

ባጠቃላይ፣ በዚህ ክፍል እንዳየነው የግዕዝ ወራት ስያሜዎች ከግብፅ ጋር የሚገናኙበት የለም ማለት ይቻላል። ከጳጉሜን በስተቀር የግዕዝ ወራት ስያሜ ከግብፁ ወራት ስያሜ መለየታቸው በበኩሉ የሚያሳየው 12 ወራት የያዘ አቆጣጠር የግብፁ ተፅዕኖ ከመምጣቱ በፊት በኢትዮጵያ እንደነበረ ነው።[70] በጉራጌ ቋንቋዎች ኅዳር የዓመት መጀመሪያ ሆኖ መወሰዱ በራሱ ይህን አባባል ያጠናክራል። በአካዲያን ኢዳር በባቢሎንያን አዳሩ በእብራይስጥ አዳር አስራ ሁለተኛ ወር መሆናቸው በራሱ ለዚህ ወር ጥንታዊነት ምስክር ይመስላል። ይህ ወር በድምፅ ደረጃ ለአካዲያን መቅረቡም ቢያንስ የኅዳርን ስያሜ ጥንታዊነት ያመለክታል። ከአካዲያን በወረደው ባቢሎንያን የወሩ ስያሜ አዳሩ ቢሆንም፣ ህዳርን ባቀረብንበት ክፍል እንደተመለከትነው፣ በአካዲያን ለወሩ መነሻ የሆነው ኢዳር 'ውድማ/አውድማ' የሚለው ነው። ይህ ወር በሙኸር እና በቸሀ ይዳር፣ በስልጢ ኢዳር፣ በወለኔ እና በጌይታ ደግሞ እዳር ነው። በ§3.1 ስር የቀረቡትን ሠንጠረዦች ይመልከቱ።

ኢትዮጵያ ለረጅም ግዜ ከጥንታዊ ደቡብ አረቢያ ሀገራት ጋር ግንኙነት ነበራት። በደቡብ አረቢያ ቋንቋዎች፣ የወራት ስያሜዎች በስፋት ባይታወቅም፣ ካለው መረጃ የሚገናኙ የሚመስሉት ኅደረ እና ፀረረ /ṣrr/ የሚሉት ብቻ ናቸው።[71] ቤስተን (1956:13) በዘረዘራቸው በመዒን ወራት ስያሜ ውስጥ ከግዕዝ ጋር የሚዛመድ የሚመስል ኅደረ *ḥḍr* (wrħ/*ḥḍr*) የሚል እናገኛለን።[72] በሳባ ደግሞ ፀረረ /ṣrr/ ለምሳሌ bwrħ/ṣrr የሚል እናገኛለን (ቤስተን 1956:13)።[73] ይህ የሳባው ስያሜ ከጥር ጋር የሚገናኝ

70 ሀድሰንም (2008:152) በዚህ ጉዳይ ላይ ተመሳሳይ ሀሳብ ሰንዝሯል።

71 በሳባ፣ መዒን፣ ቃታባን ምናልባትም ሀረም እና ሐድራማዉት የወራት ስያሜዎች መጠነኛ ልዩነት ሳይኖራቸው አይቀርም ይላል ቤስተን (1956:10)።

72 የዚህ ወር ስያሜ ተመሳሳይ ተነባቢ ካለው *ኅደረ ḥḍr* ከሚለው ቃል ሳይያዝ አይቀርም ይላል ቤስተን (1956:16)። ይህ ቃል መስዋዕት የሚደረግበት/የሚቀርብበት ቦታን ያመለክታል (ዝኒከማሁ)።

73 በዚህ እና ከዚህ አረፍተ ነገር አስቀድሞ ባለው ውስጥ በደቡብ አረቢያ ቋንቋዎች የቀረቡት ምሳሌዎች ላይ እዝባሩ የቃላት መከፈያ ነው። በጥንታዊ ግዕዝም ይህ ምልክት በሁለት ነጥብ እስከተተካበት ግዜ ድረስ የቃል መከፈያ ነበር። በምሳሌዎቹ ያለው √*wrħ* 'ወር' ማለት ነው። ልዕለ-ሴማዊ ስር ነው። bwrħ/ṣrr ማለት በጥር ወር ማለት ነው። እንዲሁ ከላይ wrħ/*ḥḍr* ሲል በግዕዝ *ወርኃ ኅዳር* ወይም በአማርኛ የህዳር ወር ማለት ነው። ከወራት ስሞች ጋር ወር የሚለውን መጨመር በጥንታዊ

ይመስላል። በቸሀ ልክ እንደ ሳባው ባለሶስት እግር ነው—ጥርር። ይሀም ልክ እንደሳባው የመጨረሻዎቹ እግሮች አንድ ናቸው። በኢትዮ-ሴማዊ ቋንቋዎች ጠ /t'/ እና ፀ /s'/ ነፃ-ልውውጥ ማድረግ መቻላቸው ብቻ ሳይሆን በሳባው ያለችው ṣ ትክክለኛ ንበት አይታወቅም። ግን ለግዕዙ ፀ /s'/ የቀረበች እንደሆነ ይገመታል። ስለዚህም፣ የኢትዮ-ሴማዊ ቋንቋዎች ውስጥ ያለችው ጥ ከሳባው ጋር በመወዳዳር ፀረረ ṣrr እና ጥር/ጥርር የሚዛመዱ አይደሉም ማለት አይቻልም። ጥያቄው ዝምድናው የአጋጣሚ ወይስ ከአንድ ምንጭ በመቀዳት ነው ነው። ለዚህ አፍ ሞልቶ ትክክለኛው ይሄ ነው ብሎ መናገር ባይቻልም፣ መገመት የምንችለው ግን አለ። ሚዛን የሚደፋው ከአንድ ምንጭ መቀዳት የሚለው ላይ ነው። ይህ በራሱ ከሁለት ባንዱ ምክንያት ይሆናል። አንድም በመወራረስ፣ አሊያም ከጥንት አባት ቋንቋ ይዞ በመምጣት። ምንም እንኳ ይህ ወር ስያሜ ምናልባት በልዕለ-ሴማዊ የወራት ስያሜ ሊሆን ቢችልም፣ በሳባ ያለው የውርስ ይመስላል። ውርሱ ምናልባትም ከግዕዙ ሊሆን ይችላል።

የወራት ስያሜዎች ለለውጥ ቅርብ ከመሆናቸውም በላይ ለአንድ ወር የተለያየ ስያሜ ሊኖር ይችላል። ለምሳሌ፣ በባቢሎንያን አንድ ወር በርካታ ስሞች ሊኖሩት ይችላል። አንድ ወር ከሚደረጉ በዓላት፣ በዚያ ወር ውስጥ ብቻ ከሚከናወኑ ድርጊቶች/ስራዎች ወዘተ አንፃር እንደየአካባቢው ህዝብ ፍላጎት የተለያየ ስም ሊሰጠው ይችላል (ሪቻርደስ 1998፡147 እና ጥንታዊ አቆጣጠር)።[74] ባጠቃላይ ግን በጣም የተዘወተሩት እና በተለይ ከ8ኛው መቶ ክፍለዘመን ቅጋአ ጀምሮ በሁሉም ዘንድ በወጥነት ያገለገሉት ሴማዊ መሰረት ያላቸው ባቢሎንያን የወራት ስሞቹ በዚህ ክፍል መግቢያ ላይ የገለፅናቸው ናቸው። ለማስታወስ እዚህ እንደግማቸዋለን፤ ኒሳኑ (Nisanu)፣ አያሩ (Ayaru)፣ ሲማኑ (Simanu)፣ ዱኡዙ (Du'uzu)፣ አቡ (Abu)፣ ኡሉሉ (Ululu)፣ ታሽሪቱ (Tashritu)፣ አርክስሳምና (Arakhsamna)፣ ኪስሊሙ (Kislimu)፣ ቴቤቱ (Tebetu)፣ ሻባቱ (Shabatu)፣ እና አዳሩ (Adaru) ናቸው (ሪቻርደስ 1998፡148)።

ደቡብ አረቢያ ቋንቋዎች ብቻ ሳይሆን በሌሎችም፣ ለምሳሌ በአካዲያንም ነበር። በነዚህ ቋንቋዎች ከቀን ስያሜም ጋር "ቀን" የሚል ቃል መጨመር አለ። ይህ ሁኔታ በቀዳሚው ምዕራፍ እንዳየነው፣ በእብራይስጥና በአረብኛ ውስጥም አለ።

74 ጥንታዊ አቆጣጠር = http://www.webexhibits.org/calendars/calendar-ancient.html Accessed on 11-18-2014.

ከላይ እንደገለፅነው የእብራይስጥ የወራት ስሞች ከባቢሎንያን ጋር ተመሳሳይ ናቸው። በክፍል 3.2.3 እንደገለፅነው ከዚሁ ጋር በአሲሪያን ዘመን አቆጣጠር ያሉት የወራት ስሞችም ይመሳሰላሉ። በአሁኑ ግዜ የአሲሪያን ህዝቦች በተለያየ ቦታ ተበታትነው ስለሚኖሩ በዘዬዎቹ መሀከል ያለው ልዩነት ሰፊ ነው። በሚከተለው ሠንጠረዥ እንደምንመለከተው በወራቱም መሀከል መጠነኛ የስነድምፅ ልዩነት አለ።[75]

ሠንጠረዥ 11: በአሲሪያን/ ሲራይክ/ አረማይክ ወራት ስያሜዎች

የጋራ	ምዕራብ ሲራይክ	ምስራቅ ሲራይክ	ማስታወሻ
Nisan-Nison/ nīsān	nīsōn̦	nīsān	March/April
Yaar-Iyar/ īyār	īyōr̦	īyār	April/May
Khzeeran-Hzirin/ ḥəzīrān	ḥəzīrōn̦	ḥəzīrān	May/June
Tammuz-Tamuz/ tāmūz	tōm̦ūz	tāmūz	June/July
Tdabbakh (Ab)-Tibbax (Ob)/ āḇ	ōḇ̦	āḇ	July/August
Elool-Ilul/ ẹlūl	ēlūl	ēlūl	August/ September
Tishrin I/ tešrī[n] qəḏem; tešrī[n] qəḏīm	tešrī[n] qəḏem; tešrī[n] qəḏīm	tešrī[n] qəḏem; tešrī[n] qəḏīm	September/ October
Tishrin II/ tešrī[n] [']ḥərāy	tešrī[n] [']ḥərōy	tešrī[n] [']ḥərāy	October/ November
Kanoon I (Chisleu)/ kānūn qəḏem; kānūn qəḏīm	kōn̦ūn qəḏem; kōn̦ūn qəḏīm	kānūn qəḏem; kānūn qəḏīm	November/ December
Kanoon II (Tebet)/ kānūn	kōn̦ūn [']ḥərōy	kānūn [']ḥərāy	December/ January
Shwat (Sebat)-	šəḇōṭ	šəḇāṭ	January/

75 መረጃዎቹን የወሰድንው ከሚከተለው ድረገፅ ነው፤ http://geonames.de/months.html#ara

Ishwit/ šəḇāṭ			February
Adaar – Odar/ āḏār	ōḏōṛ	āḏār	February/ March

እንደእብራይስጡና አሲሪያኑ አይሁን እንጂ፣ በርካታ የባቢሎንያን የወራት ስሞች በሶርያ ዘመን አቆጣጠር ውስጥም ይገኛሉ። ከነዚህ ውስጥ ሹባትን /šubāṭ/፣ አዳርን /āḏār/፣ አያርን /ayyār/፣ ኒሳንን /nīsān/፣ ታሙዝን /tammūz/፣ አብን /āb/፣ እና ኤሉልን /aylūl/ መጥቀስ ይቻላል። በቱርክ ዘመን አቆጣጠር ውስጥም የተወሰኑ የባቢሎንያን ስያሜዎች አሉ፤ ለዚህ ሱባት /şubat/፣ ኒሳን /nisan/፣ ቴሙዝ /temmuz/፣ እና ኤሉል /eylül/ ሊጠቀሱ ይችላሉ።[76] የሚከተለውን ሠንጠረዥ ይመልከቱ፤

ሠንጠረዥ 12: የቱርክና የሶሪያ ወራት ስያሜዎች

እንግሊዝኛ	ተርኪሽ[77]	ሲሪያን/ሶሪያን[78]
ጃንዋሪ	ocak	kānūnu ṯ-ṯānī
ፌብሩዌሪ	şubat	šubāṭ
ማርች	mart	āḏār
አፕሪል	nisan	nīsān
ሜይ	mayıs	ayyār
ጁን	haziran	ḥazīrān, ḥuzayrān
ጁላይ	temmuz	tammūz
ኦገስት	ağustos	āb
ሴፕተምበር	eylül	aylūl
ኦክቶበር	ekim	tišrīnu l-awwal
ኖቮምበር	kasım	tišrīnu ṯ-ṯānī
ዲሴምበር	aralık	kānūnu l-awwal

76 ለዝርዝር የሚከተለውን ክፍል ይመልከቱ።

77 http://turkishlanguage.co.uk/ Accessed 9-20-2015.

78 መጠነኛ የሆነ የአፃፃፍ ልዩነት በተለያዩ ምንጮች ውስጥ አለ። እዚህ የሰጠነውን የሶርያውን መረጃ የወሰድነው ከሚከተለው ድረገፅ ነው፤ http://geonames.de/months.html#ara። እነዚህ የወራት ስያሜዎች የሚያገለግሉት በሊቫንት እና በሜሶፖታሚያ በሚገኙት የአረብ ተናጋሪ ሀገራት፣ በዋናነት በኢራቅ፣ በሶሪያ፣ በሊባኖስ፣ በፍልስጤም፣ እና በዮርዳኖስ ነው።

ከላይ የቀረበው የቱርክ የወራት ስያሜ መጠነኛ ለውጥ በ1923 ጋአ ተደርጎበት ነው። ከዚያ በፊት የነበረው ሩሚ አቆጣጠር የሚለው የተወሰኑ ወራት ከዚህ ይለዩ ነበር። በአቆጣጠሩ ላይ ከተደረገው ለውጥ በተጨማሪ በላይኛው ሠንጠረዥ የምናያቸው አራት ወራት ስያሜዎች—Ekim, Kasım, Aralık & Ocak—በቀድሞው የሲቪሉ ህዝብ አቆጣጠር በነበረው በሩሚ አቆጣጠር ውስጥ አልነበሩም። እነዚህ ከራሱ ከተርኪሽ አዲስ የወጡ ስሞች ናቸው። በጉራጌ ቋንቋዎች የምንመለከተው ከዚህ አጠቃላይ ሁኔታ እምብዛም የተለየ አይደለም። የተወሰኑ ወራት ከግዕዝ (በአማርኛ በኩል) የገቡ/የተወረሱ፣ የተወሰኑ ደግሞ ከኩሽቲክ የተወሰዱ ናቸው። ከአካባቢው ደግሞ ከአዝመራ ጋር በተያያዘ የተሰጡ ስያሜዎች አሉ። ከእነዚህ በተጨማሪ ቅሪት/ነባር የወራት ስሞች ተደርገው ሊወሰዱ የሚችሉም አሉ።

3.3 የወራት ስሞች በኩሻዊ ቋንቋዎችና የስም ውርርስ

በኩሽቲክ ቋንቋዎች መሀከል ልክ ከላይ በሴሜቲኩ እንዳየነው የወር ስሞች መወራረስ ይታያል። የወር ስሞች ከባህላዊ ቃላት ውስጥ የሚመደቡ አይደሉምና በርካታ መወራረስ ቢታይባቸው ብዙም የሚያስገርም አይደለም። በአንዳንድ ጥንታዊ ኑሮ በሚኖሩ ህብረተሰቦች እንደውም ለወራት ጭራሹኑ ስያሜ ላይኖራቸውም ይችላል። ለወራት ስሞች መኖር ዋናው የአንድ ህብረተሰብ ባህሉና ኑሮው ግድ ማለቱ ነው። የዘመናዊ ኑሮ ዓመትን፣ ወርን፣ ቀንን ከዚያም አልፎ ሰዓትን ማስላት ግድ ይላልና ውርርስ መኖሩ የሚጠበቅ ነው። ውርርሱ ግን በጣም ወግ አጥባቂ ናቸው በሚባሉ ሀገሮች/ባህል እና ታላቅ ስልጣኔ ባላቸውም ውስጥ ይታያል። በዚህ ክፍል በቅድሚያ የኩሽቲክ ቋንቋዎችን ከዚያም በማስከተል፣ ከላይ በማጠቃለያው ክፍል ካነሳነው በተጨማሪ በሌሎች ሀገሮች ያለ የወራት መወራረስን ጠቅለል አድርገን እናቀርባለን።

3.3.1 የወራት ስሞች በኩሻዊ ቋንቋዎች

በኦሮምኛ ዘዬዎች መሀከል የወራት ስያሜ ልዩነት አለ። አስመሮም ለገሰ (1973:177) በቦረና ኦሮሞ ባህላዊ አቆጣጠር ያቀረባቸው የወራት ስያሜዎች ቺካዋ፣ ሳዳሳ፣ አብራሳ፣ አማጂ፣ ጉራንዳላ፣ ቢቶቴሳ፣ ጫማሳ፣ ቡፋ፣

ዋጫባጂ፣ አቦራ ጉዳ፣ አቦሮ ዲቃ፣ እና ቢራ ናቸው።[79] በመደበኛ ኦሮምኛ ያሉት የሚከተሉት ናቸው፤

1. ፉልባና /fuulbana/ 'መስከረም'፣
2. ኦንኮሌሳ /onkololeessa/ 'ጥቅምት'፣
3. ሰደሳ /sadaasa/ 'ህዳር'፣
4. ሙዴ /muddee/ 'ታህሳስ'፣
5. አማጂ /amağği/ 'ጥር'፣
6. ጉራንዻላ /guraandʼala/ 'የካቲት'፣
7. ቢቶቴሳ /bitooteessa/ 'መጋቢት'፣
8. ኤልባ /Elba/ 'ሚያዝያ'፣
9. ጫምሳ /c'aamsa/ 'ግንቦት'፣
10. ዋጣባጂ /wat'abağğii/ 'ሰኔ'፣
11. አዶሌሳ /adooleessa/ 'ሀምሌ'፣ እና
12. ሀጋያ /hagayya/ 'ነሀሴ'።[80]

የኦሮምኛን ቋንቋ መደበኛ ስርዓት ለማስያዝ የተቋቋመው ኮሚቴ ከላይ የተዘረዘሩትን የመደበኛ ኦሮምኛ ዘዬ የወራት ስያሜዎች ለመደበኛ ዘዬነት የመረጣቸው ከተለያዩ ዘዬዎች በማውጣጣት ነው (መኮንን 2002:340)። ስያሜዎቹ የተወሰዱበትን ዘዬ ዝርዝር መኮንን (ዝኒከማሁ) እንደሚከተለው ሰጥቷል፤

1. ፉልባና 'መስከረም' (ሜጫ)፣
2. ኦንኮሌሳ 'ጥቅምት' (አርሲ-ባሌ)፣
3. ሰደሳ 'ህዳር' (አርሲ-ባሌ)፣
4. ሙዴ 'ታህሳስ' (ቱለማ፣ ሜጫ)፣

---

79 አስመሮም የእነዚህን የቦረና ወራት ስሞች በሚከተለው መልኩ ነው የፃፉቸው፤ "Cikawa, Sadasa, Abrasa, Ammaji, Gurrandhala, Biottottessa, Ch'amsa, Bufa, Wach'abajji, Obora Gudda, Obora Diqqa and Birra" (አስመሮም 1973:177)።

80 መረጃዎቹ የተወሰዱት ከሚከተለው ድረገፅ ነው፤ http://geonames.de/months.html#ara

5. አማጄ 'ጥር' (አርሲ-ባሌ)፣
6. ጉራንዳላ 'የካቲት' (ቦረና)፣
7. ቢቶቴሳ 'መጋቢት' (አርሲ-ባሌ)፣
8. ኤልባ 'ሚያዝያ' (ቱለማ፣ አርሲ-ባሌ))፣
9. ጫምሳ 'ግንቦት' (አርሲ-ባሌ፣ ቱለማ፣ ሜጫ፣ጉጂ)፣
10. ዋጣባጂ[81] 'ሰኔ' (አርሲ-ባሌ፣ ቱለማ፣ ሜጫ)፣
11. አዶሌሳ 'ሀምሌ' (አርሲ-ባሌ፣ ቱለማ፣ ሜጫ፣ ጉጂ)፣ እና
12. ሀጋያ 'ነሀሴ' (አርሲ-ባሌ፣ ቱለማ፣ ሜጫ)

በሲዳማ፣ በጌድኦ፣ እና በቦረና ኦሮሞ የወራት ስሞች መሀከል በርካታ መመሳሰል አለ። በስያሜዎቹ ውስጥ ያለው ልዩነት በጣም ትንሽ ነው ለማለት ይቻላል።[82] የጌዲኦኛን እና የሲዳምኛን ስያሜዎች በሚከተለው ሠንጠረዥ ይመልከቱ፤

ሠንጠረዥ 13: የጌዲኦኛና የሲዳማ ወራት ስያሜዎች

ወር	ቋንቋ	
	ሲዳማ	ጌዲኦኛ
መስከረም	ዋጫዋሮ /woc'awaaro/	ቢራአ /birraʔa/
ጥቅምት	ቢራ /birra/	ኦንኮሌሳ /onkoleessa/
ህዳር	ቦጫሳ /boc'aasa/	ሰዳሳ /sadaasa/
ታህሳስ	ሰዳሳ /sadaasa/	አርፋሳ /arfaasa/
ጥር	አርፋሳ /arfaasa/	በዴሳ /baďeessa/
የካቲት	አማጄ /ammağğe/	ቢቲዶቴሳ /bitidotteessa/
መጋቢት	በዴሳ /baďeessa/	ጫንሳ /c'aansa/
ሚያዝያ	ዶቴሳ /dotteessa/	ወጨባጄ /woc'ibaağğe/

81 መኮንን የፃፈው ይህን ወር ዋታባጂ /watabağği/ ነው።

82 ወር የሚለው ቃል በሲዳምኛ እና በጌዲኦኛ ዝርያቃል ነው። በሲዳምኛ አጋና /aganna/፣ እና በጌዲኦኛ አጋኚዋ /agañña/ ነው። ይህ ቃል በኦሮምኛ ግን የእነዚህ ዝርያ ከሆነ ስርወቃል የወጣ አይደለም። የኦሮምኛው ጂያ ነው (ፉት 1913:89)።

ግንቦት	ኦንኮሌሳ /onkoleessa/፣ ጫንሳ /c'aansa/	ኤላ /ella/
ሰኔ	ኤላ /ella/	አዶሌሳ /adooleessa /
ሀምሌ	ማጃ /mağğa/፣ አዶሌሳ /adooleessa/	ሀጌያ /hageya/
ነሀሴ	ዋጫዋጄ /woc'awaağğe/	ኦሪቶ /ʔorito/
ጳጉሜ	ፎቃ /fook'a/	ቆዴንሻ /k'odenša/ [83]

የወራቱን ቅደም ተከተል ወደጎን ትተን ስያሜዎቹን ብንመለከት፣ በጌዲኦኛ ውስጥ ያሉት ስያሜዎች አስሩ ከመጠነኛ የስነድምፅ ልዩነት በስተቀር በሲዳምኛ ውስጥ ካሉት ጋር ተመሳሳይ ናቸው። በመደበኛው የኦሮምኛ ዘዬ ውስጥ ካሉት ደግሞ ስምንቱ ከጌዲኦኛዎቹ ጋር ተመሳሳይ ናቸው። እነዚህ የጌዲኦኛ ወራት ስያሜዎችን ከቦረና ኦሮምኛ ጋር ስናነፃፅራቸው ደግሞ ሰባቱ ተመሳሳይ ሆነው እናገኛቸዋለን። ይህ የሚያሳየን የእነዚህ ተመሳሳይ የወራት ስያሜዎች ምንጭ አንድ እንደሆነ ነው። ይህ ሊሆን የሚችለው ከሁለት ባንዱ ምክንያት ነው። አንድም፣ የወራት ስያሜው ከጥንት ሲወርድ መጥቶ፣ ቋንቋዎቹ በየራሳቸው ከወላጃቸው የወረሱት ሊሆን ይችላል። አሊያም በውሰት ከአንዱ ወደ ሌላው ተወስዶ ሊሆን ይችላል።

በጌዲኦኛና በሲዳምኛ መሀከል ብዙ ቅርርብ አለ። እነዚህ ሁለት ቋንቋዎች የደጋማው ምስራቅ ኩሽቲክ በሚለው ንዑስ የቋንቋ ቤተሰብ ስር የሚመደቡ ናቸው። ቋንቋዎቹ ካላቸው የዘር ቅርርብ አንፃር እድሜያቸውን ብናሰላ ከአንድ ሺህ ዓመት ባልዘለለ ወደ አንድ ወላጅ ቋንቋ ልናመጣቸው እንችላለን። የዚህ አንድምታው በጌዲኦኛና በሲዳምኛው የወራት ስያሜዎች መሀከል ያለው (የበርካታ ስያሜዎች) መመሳሰል ከውሰት ይልቅ ከወላጅ ይዘውት በመመጣት ሊሆን ይችላል ነው። ይሁን እንጂ፣ ይህን መላምት አፍ ሞልቶ ለማስረገጥ በሌሎቹ የደጋማው ኩሽቲክ ቋንቋዎች ያለውን የወራት ስያሜ መመርመር ያስፈልጋል። ወደዚህ ከማለፋችን በፊት ግርታን ለማስወገድ የምስራቅ ኩሽቲክ የቋንቋ ቤተሰብን ጠቅለል ባለ መልኩ መግለፅ አስፈላጊ ይመስለናል።

83 እንደ መረጃ ሰጪያችን ከሆነ ቆዴንሻ ማለት ማካፈል ነው።

ምስራቅ ኩሽቲክ በአብዛኛው ስራዎች አከፋፈል ሶስት ቡድኖችን ይይዛል። ከነዚህ ውስጥ ሁለቱ፣ ብዙ ቋንቋ ተናጋሪ ያላቸው ናቸው። አንደኛው ደጋማው ምስራቅ ኩሽቲክ የሚል ሲሆን፣ ሁለተኛው ደግሞ ቆላማው ምስራቅ ኩሽቲክ የሚል ነው። የመጀመሪያው ሲዳምኛን፣ ከምባትኛን፣ ሀዲይኛን፣ ጌዲኦኛን፣ እና ቡርጂን ይይዛል። ቡርጂ ከሁሉም ይልቅ ጥንታዊ 'አርካይክ'[84] ተደርጎ ይቆጠራል (ዛቦርስኪ 1984:133)። ቆላማው ምስራቅ ኩሽቲክ ሶማልኛን፣ ኦሮምኛን፣ ኮንሶን፣ አፋርኛን እና ሌሎች በርካታ በቁጥር አናሳ ተናጋሪ ያላቸውን ቋንቋዎች ይይዛል። ይህ የቋንቋ ቡድን ከሌሎቹ የኩሽቲክ ቤተሰቦች ይልቅ በርካታ ቋንቋዎችን የሚይዝ ነው። የምስራቅ ኩሽቲክ ቋንቋዎችን የዘር ምደባ አስመልክቶ እስካሁን ድረስ በሁሉም ተቀባይነት ያለው የተረጋጋ አከፋፈል የለም።[85] በጣም ተዘውታሪው የነበረውና አሁንም በስፋት በተለያዩ ስራዎች የሚታየው አከፋፈል በሚከተለው ሠንጠረዥ የቀረበው ነው።[86] አከፋፈሉን የወሰድነው ቶስኮ (2000:89) *ዘ ክላሰፊኬሽን ኦፍ ኩሽቲክ፣ ዘ ትራዲሺናል ቪው*[87] በሚል ካቀረበው ነው።

ሠንጠረዥ 13: የምስራቅ ኩሽቲክ ተዘውታሪ አከፋፈል

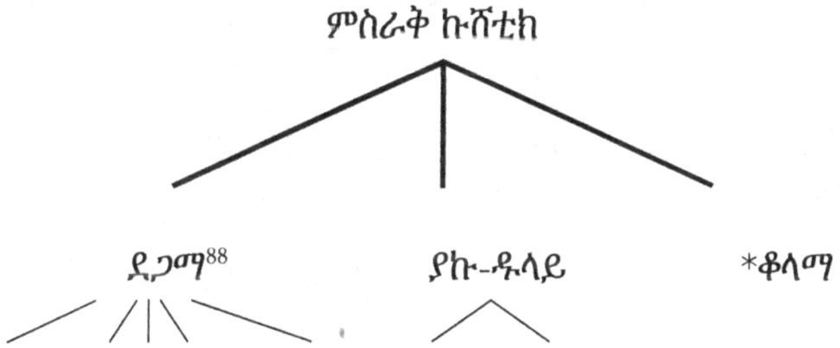

---

84 Archaic.

85 ለአጠቃላይ ግንዛቤ ሄትዝሮን (1980)ን፣ ዛቦርስኪ (1984)ን፣ ቶስኮ (2000፣ 2003)ን እና በእነዚህ ስራዎች የተጠቀሱትን ይመልከቱ።

86 ይህ አከፋፈል በሁሉም ደረጃ ተቀባይነት ያለውና ያለቀለት ነው ማለት እንዳልሆነ ልብ ማለት ይገባል። ቦታው አይደለምና ዝርዝር ውስጥ አንገባም። ለተጨማሪ ግንዛቤ በቀዳሚው ግርጌ ማስታወሻ ላይ የዘረዘርናቸውን ስራዎች ይመልከቱ።

87 The classification of Cushitic: the traditional view.

88 የደጋማውን አከፋፈል ቶስኮ ያቀረበው ሀድሰንን (1981:120) መሰረት አድርጎ ነው። በዚህ ስር የቀረቡት ቋንቋዎች ቅርርብ ሁሉም አንድ ደረጃ ነው ማለት አይደለም። ለምሳሌ ቡርጂ ከሌሎቹ ትንሽ ይርቃል። ከዚህ በላይ ከከምባትኛ እና ሀዲይኛ ጋር የሚቀራረቡ በዘዬ ደረጃ ሊታዩ የሚችሉ ሌሎች የንግግር አይነቶች አሉ።

ዘመን አቆጣጠር፣ የቀናትና የወራት ስያሜ

ሀዲይኛ ከምባትኛ ሲዳማ ጌዲኦኛ ቡርጂ ያኩ ዱላይ (ስብስብ)

*ቆላማው እንደሚከተለው ይከፋፈላል፤

*ቆላማ (ምስራቅ ኩሽቲክ)

ሳሆ-አፋር[89] አሞ-ጣና** ኦሮሞይድ[90]

**የአሞ-ጣና ቡድን በበኩሉ ምዕራባዊ፣ ማዕከላዊ፣ እና ምስራቃዊ በሚል እያንዳንዳቸው በሚከተለው ዛፍ ምስል የቀረቡትን ቋንቋዎች በያዙ ንዑሳን ቡድኖች ይከፋፈላል፤

አሞ-ጣና

ምዕራባዊ ማዕከላዊ ምስራቃዊ

ደሳነች አርቦሬ ኤልሞሎ ባይሶ ሬንዴሌ ቦኒ ሶማልኛ

ለጌዲኦኛ እና ለሲዳምኛ ቅርብ በሆኑት በሌሎቹ የደጋማ ምስራቅ ኩሽቲክ ቋንቋዎች ያለን መረጃ የተሟላ አይደለም። በቡርጂ እንደውም ምንም መረጃ የለንም። የተሟላ መረጃ ያለን የሀዲይኛው ነው።[91] በዚህ ቋንቋ ያሉት ስያሜዎች የሚከተሉት ናቸው፤ ሞሶሮኦ 'መስከረም'፣ ጥቅምቴ/ፊቴ 'ጥቅምት'፣ ህዳራ/ሶሙሮ 'ህዳር'፣[92] ተሳሳ/ካሎኦ 'ታህሳስ'፣ ጥርሬ 'ጥር'፣[93]

89 ይህ ቡድን የሳሆ ቋንቋን፣ አፋርኛን፣ እና የኢሮብ ቋንቋን ይይዛል።
90 ይህ ቡድን ኦሮምኛ እና ኮንሶይድ (ስብስብ) በሚል በሁለት ምድብ ይከፈላል።
91 ለመረጃው ፕሮፌሰር ኃብታሙ ወንድሙን እናመሰግናለን።
92 ሌስላው (1991:259) ለዚህ ወር የሰጠው /idaara/ ነው።

ሰኮቲቴ 'የካቲት'፣ መገዊዴ/ዎቶአ[94] 'መጋቢት'፣ መጇኤ/ሻሸጋ 'ሚያዝያ'፣ ጉኖዳ 'ግንቦት'፣ ሰኔኢ 'ሰኔ'፣ ሐምሌኤ 'ሀምሌ' ፣ ናሴኤ 'ነሀሴ'፣ እና ቃቁሙኤ 'ጳጉሜን'። ግዕዝን መሰረት ካላደረጉት በተጨማሪነት ከቀረቡት አምስት ስሞች—ፊቴ 'ጥቅምት'፣ ሶሙሮ 'ህዳር'፣ ካሎአ 'ታህሳስ'፣ ዎቶአ 'መጋቢት'፣ እና ሻሸጋ 'ሚያዝያ'—ውስጥ ከሲዳምኛውና ጌዲኦኛው ጋር የሚመሳሰል አንድም የለም።

የጌዲኦኛው እና የሲዳምኛው ከኦሮምኛው ጋር ያለው ትንሽ የማይባል መመሳሰል የውሰት ይመስላል። ምንም እንኳ እነዚህ ቋንቋዎች በምስራቅ ኩሽቲክ ውስጥ ቢመደቡም ያላቸው ቅርርብ በቅርብ ዘመን የሚለካ አይደለም። ቢያንስ የወላጅ ቋንቋቸው እድሜ እስከ 8000 ዓመት ሊሄድ ይችላል። የወራት ስያሜዎቹን ይዘው ቆይተዋል አልቆዩም ለማለት በሁሉም የምስራቅ ኩሽቲክ ቋንቋዎች ያለውን ስያሜ መመርመር ያስፈልጋል። የምስራቅ ኩሽቲክ ቡድንነትም በእራሱ ጥያቄ አለበት።

ሲዳማ የዘመን መለወጫ ፍቼ በሚል ያከብራል። ቀኑ የሚወሰነው በኮከብ ቆጣሪዎች ነው። በቦረና አረሞም ዘንድ የቀን አቆጣጠሩን የሚወስኑት ኮከብ ቆጣሪዎች ናቸው። በሁለቱም አቆጣጠሮች ወራቱ በጨረቃ ላይ ቢመሰረቱም፣ የአዲስ ዓመት በሲዳማ የሚወሰነው ኮከብ ቆጣሪዎች ኮከቦችን ካዩ በኋላ ተስማሚ ወይም ጥሩ ቀን ነው የሚባለውን ከሀገር ሽማግሌዎች ጋር በመሆን ከመረጡ በኋላ ነው። የሲዳማው የዘመን መለወጫ አካባበር ግን ከሁሉም ለየት ይላል። በዓሉ እስከአንድ ወር ድረስ ሊዘልቅ ይችላል። የሲዳማ አይነት የደመቀ የዘመን መለወጫ አከባበር በሌሎቹ ስለመኖሩ የምናውቀው የለም። ይህ የሚያሳየን ሲዳማ የዘመን አቆጣጠሩ አብሮት የቆየ መሆኑን ነው። በቅርብ ከሌሎች ወስዶት ቢሆን የዚህ አይነት ሰፊ አከባበር ሊኖር የመቻል እድሉ በጣም አናሳ ነው። በደጋማው ምስራቅ ኩሽቲክ ቋንቋዎች ያሉት ተመሳሳይ የወራት ስያሜዎች ሁሉ ነባር/ቅሪት ናቸው ካላልን በስተቀር፣ ስያሜዎቹ በውርስ ከአንዱ ወዳንዱ ተዛምተው ከሆነ መነሻው ሊሆን የሚችለው የሲዳማው ይመስላል።

በበርካታ የኩሽቲክ ቋንቋዎች ውስጥ ከአማርኛ/ግዕዝ የተወረሱ የወራት ስያሜዎች እናገኛለን። ለአብነት፣ የሚከተሉትን ብቻ እንመልከት፤ ከምባትኛ

---

93 በሌስላው (1991:596) ለዚህ ወር ስያሜ የተመዘገበውም /t'irire/ ነው።

94 ሌስላው (1991:331) ለዚህ ወር የሰጠው መጋዊቴ /maggaawiite/ የሚል ነው። የንበቱ መለያየት የዘዬ ልዩነት ሊሆን ይችላል። የሁለቱም መሰረቱ የግዕዙ መጋቢት ነው።

መሶሮማ /mosorooma/ ‘መስከረም‘ (ሌስላው 1991:364)፣ ቀቤና *መስካሮማ* /mäskarooma/ ‘መስከረም’ (ዝኒከማሁ)፣ ከምባትኛና ቀቤና *ጥቅምታ* /t’ɨqɨmta/ ‘ጥቅምት‘ (ዝኒከማሁ፣ ገፅ 596)፣ ቀቤና እና ጠምባሮ *ኺዳራ* /xidaara/፣ ሀዲይኛ *ኢዳራ* /idaara/ (ዝኒከማሁ፣ ገፅ 259)፣ ከምባትኛ እና ጠምባሮ *ጢራ* /t’irra/ ‘ጥር‘ (ዝኒከማሁ)፣ ሀዲይኛ *ጥርሬ* /t’ɨrɨre/ ወይም እንደሌስላው (ዝኒከማሁ) መረጃ *ጢሪሬ* /t’irire/ ‘ጥር’፣ ከምባትኛ *መጋቢታ* /magaabitaa/ ‘መጋቢት‘ (ዝኒከማሁ፣ ገፅ 331)፣ እና ሀዲይኛ *መጋዊዴ* /maggaawiide/ ወይም ሌስላው እንደዘገበው (ዝኒከማሁ) *መጋዊቴ* /maggaawiite/ ‘መጋቢት’፣ ቀቤና እና ጠምባሮ *ግምቦታ* /gɨmboota/፣ ከምባትኛ *ጊምቦታ* /gimboota/ (ሌስላው 1991:196)፣ እና ሀዲይኛ *ሰኔኢ* ‘ሰኔ’።[95]

3.3.2 የወራት ስያሜ ውርርስ በውጭ ቋንቋዎች

የሀገሪቱን የዘመን አቆጣጠር መሰረት አድርገው የግዕዝ ስያሜዎች በኩሽቲክም ሆነ በሌሎች የኢትዮጵያ ቋንቋዎች የተወሰነ የስነድምፅ ለውጥ በማድረግ ማግኘት የሚያስገርም አይመስለንም። የአለም ሀገራት የግሪጎሪያን አቆጣጠር ለአፊሳል ተግባሮች በየአገሮቻቸው ሲወስዱ ትንሽ የማይባሉት የወራት ስያሜዎችንም እንዳለ ተቀብለዋል። ይህ ምንም በማያጠያይቅ መልኩ የራሳቸው የወራት ስያሜ እና በህብረተሰባቸው ዘንድ በጣም የተለመደ የዘመን አቆጣጠር ያላቸውንም ሀገሮች ይጨምራል። ለምሳሌ፣ በርካታ የአረብ ሀገራት የራሳቸውን የአረብኛ አቆጣጠር ለሀይማኖት ተግባር በመተው ለአፊሳል ተግባር የግሪጎሪያንን አቆጣጠር መጠቀም ሲጀምሩ የወራቱንም ስያሜ የተቀበሉት የአረብኛ ሰዋስው በሚፈቅደው መሰረት መጠነኛ የንበት ለውጥ ከማድረግ በስተቀር እንዳለ ነው።[96] የሚከተለውን ሠንጠረዥ ይመልከቱ፤

95 ለተጨማሪ በአባሪ የቀረበውን የወራት ስያሜ ዝርዝር ይመልከቱ።

96 ከአረብ ሀገራት ለሲቪሉም ለሀይማኖቱም ተግባር የእስልምና አቆጣጠርን በመጠቀም የምትታወቀው ሳውዲ አረብያ ነች። ሳውዲ ለሲቪል አገልግሎቱም ያው የእስልምና አቆጣጠሩ ቢሆንም ለዚህ ተግባር ወር የሚጀምረው ጨረቃ መውጣቷን በየወቅቱ እያዩ አይደለም። ሳውዲ አረብያ ለዚህ ለሲቪሉ ተግባር የጨረቃ መውጫን አስቀድሞ በማስላት በተቀመረ አቆጣጠር ትጠቀማለች። ለአጠቃላይ ግንዛቤ፣ ከብዙ በጥቂቱ ካህን (2001)ን እና “ዘ ኢስላሚክ ካላንደር” የሚለውን መጣጥፍ ይመልከቱ፤ (The

ሠንጠረዥ 14: የግሪጎሪያን የወራት ስሞች የተወረሱባቸው የአረብ ሀገራት

እንግሊዝኛ	ሱዳን፣ ግብፅ፣ እና የመን	ሞሮኮ	ሞሪታንያ	ማልታ	አልጄርያ እና ቱንዚያ
Januray	yanāyir	yannāyir	yannāyir	jannar	ǧānfī
Feburary	fibrāyir	fibrāyir	fibrāyir	frar	fīfrī
March	māris	mārs	mārs	marzu	mārs, māris
April	abrīl	abrīl	ibrīl	april	afrīl
May	māyū	māy	māyū	mejju	māy
June	yūniyū	yūniyū	yūniyū	ġunju	ǧuwān
July	yūliyū	yūliyūz	yūliyūz	lulju	ǧuwīlyâ
August	aġusṭus	ġušt	aġušt	awwissu	ūt
September	sibtambar	šutanbir	šutambir	settembru	sibtambir
October	uktūbar	uktūbir; ūktūbir	uktūbir	ottubru	uktūbir
Novomber	nūfambar	nuwanbir	nūfambir	novembru	nūfambir
December	dīsambar	duǧanbir	duǧambir	diċembru	dīsambir

አንዳንዱ ደግሞ በራሳቸው ከነበራቸው ጥንታዊ አቆጣጠር የወራት ስሞች ጋር በማቀናጀት አቆጣጠሩን ብቻ ወስደው እናገኛለን። ለዚህ ለሁለተኛው በቀዳሚው ክፍል 3.2.14 የጠቀስነውን በሊቫንቴ እና በሜሶፖታሚያ በሚገኙት የአረብ ተናጋሪ ሀገራት፣ በዋናነት በኢራቅ፣ በሶሪያ፣ በሊባኖስ፣ በፍልስጤም፣ እና በዮርዳኖስ የሚያገለግለውን የሶሪያ አቆጣጠር 'ሲሪያን ካላንደር' በመባል የሚታወቀውን መጥቀስ ይቻላል። በዚህ አቆጣጠር ያሉት የወራት ስሞች በርካታዎቹ ከአረማይክ የተወሰዱ ሲሆን አረማይክ በበኩሉ ከባቢሎንያን የወሰዳቸው ናቸው። በሚቀጥለው ምዕራፍ እንደምንመለከተው የባቢሎንያን አቆጣጠር የጨረቃ አቆጣጠር ሲሆን ወራቱ ከግሪጎሪያኑ ጋር የሚስማሙ አይደለም። ይሁን እንጂ፣ ይህ የሶሪያ አቆጣጠር የሚባለው የግሪጎርያን አቆጣጠር ላይ የተመሰረተ ሲሆን ጥንታዊ የወራቱ ስሞች ከግሪጎሪያኑ እንዲስማሙ ተደርገዋል። በክፍል 3.2.14 በሠነጠረዥ አስራ ሁለት እንደቀረቡት፣ kānūnu ṯ-ṯānī 'ጃንዋሪ'ን፣

Islamic Calendar. http://www.webexhibits.org/calendars/calendar-islamic.html Accessed 11-18-2014)።

šubāṭ 'ፌብሩዌሪ'ን፣ āḏār 'ማርች'ን፣ nīsān 'ኤፕሪል'ን፣ ayyār 'ሜይ'ን፣ ḥazīrān/ḥuzayrān 'ጁን'ን፣ tammūz 'ጁላይ'ን፣ āb 'ኦገስት'ን፣ aylūl 'ሴፕተምበር'ን፣ tišrīnu l-awwal 'ኦክቶበር'ን፣ tišrīnu ṯ-ṯānī 'ኖቬምበር'ን፣ እና kānūnu l-awwal 'ዲሴምበር'ን ይወክላሉ።[97]

በክፍል 3.2.14 የተመለከትነው የቱርክ አቆጣጠርም በግሪጎሪያን አቆጣጠር ላይ የተመሰረተ ነው። ይህ በ1923 በሩሚ አቆጣጠር ላይ ለውጥ የተደረገበት አዲስ አቆጣጠር ለጃንዋሪ፣ ኦክቶበር፣ ኖቬምበር እና ዲሴምበር በድምሩ ለአራት ወራት አዳዲስ ስሞች (Ocak፣ Ekim፣ Kasım እና Aralık እንደቅደምተከተላቸው የተሰኙ) ከራሱ ከቋንቋው ቢሰይምም፣ የተቀሩት በበፊቱ ሩሚ በሚባለው አቆጣጠር የነበሩት ናቸው።[98] በዚህ አቆጣጠር mart 'ማርስ'፣ mayıs 'ሜይ'፣ እና ağustos 'ኦገስት' ከላቲን የተወሰዱ ናቸው። የተቀሩት ከሲራይክ የተወሰዱ ናቸው። የሩሚን አቆጣጠር ከሚከተለው ሠንጠረዥ ይመልከቱ። አቆጣጠሩ የጁሊየስ ካላንደር ላይ የተመሰረተ ሲሆን ዓመቱ የሚጀምረው ደግሞ ከማርች ነበር (ጆርጆን 2011)።[99]

ሠንጠረዥ 15: በሩሚ አቆጣጠር የወራት ስያሜዎች

እንግሊዝኛ	ተርኪሽ	ማስታወሻ
ጃንዋሪ	Kânûn-ı Sânî	11ኛ ወር
ፌብሩዌሪ	Şubat	12ኛ ወር
ማርች	Mart	1ኛ ወር
ኤፕሪል	Nisan	2ኛ ወር
ሜይ	Mayıs	3ኛ ወር
ጁን	Haziran	4ኛ ወር
ጁላይ	Temmuz	5ኛ ወር
ኦገስት	Ağustos	6ኛ ወር

97 የወራቱ ስያሜ ምንጭ በበርካታ የአለማችን ቋንቋዎች የወራት ስያሜዎችን ዝርዝር የያዘው የሚከተለው ድረገፅ ነው፤ http://geonames.de/months.html# ara።

98 ስለቱርክ አቆጣጠር ሰፋ ላለ የታሪክ ትንታኔ ጆርጆን (2011)ን ይመልከቱ።

99 ከታች በሠንጠረዡ የቀረበው የጁሊያን አቆጣጠርን መሰረት ያደረገ የኦርቶዶክስ አቆጣጠር ነው። በቱርክ በራካታ አቆጣጠሮች በተለያየ የህብረተሰቡ ክፍል ነበሩ። ለአጠቃላይ ግንዛቤ፣ ጆርጆን (2011)ን ይመልከቱ።

ሴፕተምበር	Eylül	7ኛ ወር
ኦክቶበር	Teşrin-i Evvel	8ኛ ወር
ኖቬምበር	Teşrin-i Sânî	9ኛ ወር
ዲሴምበር	Kânûn-ı Evvel	10ኛ ወር

በተርኪሽ ላይ የተደረገው አይነት ለውጥ በሊቢያ የዘመን አቆጣጠር ላይ በ1986 ጋአ ተደርጓል። ሙአመር ጋዳፊ በስልጣን ዘመናቸው የላቲን ስያሜዎችን በመሻር አዳዲስ ስያሜ እንዲወጣ አድርገዋል። በወቅቱ፣ ጁን 23፣ 1986 አጀንስ ፍራንስ ፐረስ እንደዘገበው ለውጡ የባህል አብዮት አካል ሆኖ የወራት ስያሜዎቹ የአረቦችን ታላቅ ታሪክ እና የአረብን አካባቢያዊ ተፈጥሮ የሚያንፀባርቁ ለማድረግ ነው።[100]

ሠንጠረዥ 16: የሊቢያ ወራት ስያሜ በጋዳፊ ወቅት

እንግሊዝኛ	ሊቢያ	ትርጓሜ
ጃንዋሪ	aynu n-nār/ Ayy an-Nār	እሳቱ የት ነው ?[101]
ፌብሩዋሪ	an-nuwwār	በጣም ብሩህ[102]
ማርች	ar-rabīʿ	ስፕሪንግ[103]
ኤፕሪል	aṭ-ṭayr/ aṭ-Ṭayr	ወፍ
ሜይ	al-māʾ	ውሀ
ጁን	aṣ-ṣayf/ aṣ-Ṣayf	ሰመር[104]
ጁላይ	nāṣir/ Nāṣir	የግብፁ መሪ የነበረውን ጀማል አብድል ናስርን ለመዘከር የተሰጠ ስያሜ ነው[105]
ኦገስት	hānībāl	ታዋቂው በሮማን ግዜ የነበረው

100 Libya Changes Names of Months on Calendar. June 23, 1986|Agence France-Presse ዜናው ከሚከተለው ድረ ገፅ ይገኛል፣ http://articles.sun-sentinel.com/1986-06-23/news/8602060902_1_arab-libyan-news-agency-calendar Retrived on 6/12/2015.

101 Where is the fire?

102 Very bright.

103 Spring.

104 Summer.

105 Nasser (commemorating the coup d`etat of July 23, 1952, that brought the late Gamal Abdel Nasser to power in Egypt)

		የሊቢያው ጀነራል ሀኒባልን ለመዘከር ነው
ሴፕተምበር	al-fātiḥ/ al-Fātiḥ	አሸናፊ[106]
ኦክቶበር	at-tumūr; at̲-t̲umūr	ቴምር[107]
ኖቨምበር	al-ḥart̲/ al-Ḥarth	እርሻ[108]
ዲሴምበር	al-kānūn	ምድጃ[109]

ከላይ የቀረበውን የሌሎች ሀገራት የወራት ስያሜዎችን ጉዳይ ያነሳነው፣ የወራት ስያሜ በይሁንታ ጭምር በየግዜው ሊለወጥ እንደሚችልና ውስት በጣም የተለመደ መሆኑን ለማሳየት ነው። በቀዳሚ ክፍል እንዳየነው የጥንታዊ ባቢሎንያን የወራት ስያሜ ሙሉ በሙሉ ማለት ይቻላል በእብራይስጥም ይገኛሉ። የአረማይክም ከባቢሎንያን ጋር በርካታ መመሳሰል አላቸው። የተወሰኑት የባቢሎንያን ወራት ስያሜዎች ደግሞ በሌሎች ቋንቋዎችም ይገኛሉ። ለዚህ የቱርክን እና የሶሪያን ለአብነት ጠቅሰናል። ባሁኑ ግዜ መላው ጀርመኒክ ህዝብ የሚጠቀምበት ከላቲን የመጣ ነው። ኦገስትና ጁላይ ሁለቱም ከሮማ መሪዎች ስም የመጡ ስያሜዎች ናቸው። በኩሽቲክ ቋንቋዎች ብቻ ሳይሆን በላይኛው ክፍል እንደተመለከትነው፣ በኢትዮ-ሴማዊ ቋንቋዎችም ውስት በስፋት ይታያል።

3.4 መደምደሚያ

ኢትዮጵያ ክርስትናን የመንግስት ሀይማኖት አድርጋ የተቀበለችው በአራተኛው መቶ ክፍለዘመን በንጉሥ ኢዛና ግዜ ነው። ኢዛና የነገሠበት ዘመን ከ320 እስከ 360 ጋአ አካባቢ ነው ተብሎ ይገመታል። ክርስትናንም የመንግሥቱ ሀይማኖት ያደረገው 330 ጋአ ነው።[110] ይህ፣ ኢትዮጵያ ከአርሜኒያን ቀጥሎ በአለማችን ክርስትናን በመንግሥት ደረጃ በመቀበል ሁለተኛዋ ሀገር ያደርጋታል። ኢምፐረር ኮንስታንቲን ክርስትና አለማቀፋዊ ቅርፅ እንዲኖረው የኒቅያውን ኮንፈረንስ በ325 ጋአ በማዘጋጀት ትልቅ

106 Conqueror.

107 Dates.

108 Tilling/tillage.

109 Fireside.

110 በዚህ ጉዳይ ላይ የተወሰነ ልዩነት ይታያል። ሰፋ ላለ ትንታኔ ሰመረ ኃብተማርያም (2017)ን ይመልከቱ።

አስተዋፅኦ ቢያበረክትም፣ ክርስትናንን የመንግሥቱ ሀይማኖት አላደረገውም ነበር። እራሱም የተጠመቀው ታሞ ለሞት በተቃረበበት ወቅት አልጋ ላይ ሆኖ ነው። ክርስትና በሮማን ግዛት የመንግሥት ሀይማኖት የሆነው በአፄ ቲዎዶሲዩስ ቀዳማዊ በ380 ጋእ ነው።[111]

ኢትዮጵያ ክርስትናንን የመንግሥት ሀይማኖት ማድረጓ ወጥ የዘመን አቆጣጠርን እንድትከተል ተጨማሪ ምክንያት እንደሆናት መገመት ይቻላል። በዓላቱን እና አፅዋማቱን እንዲሁም የቅዱሳን ቀኖችን ለይታ ማወቅ ሀይማኖቱ ግድ ይላልና። ሀይማኖቱን በመንግሥት ደረጃ በተቀበለችበት ወቅት የመንግሥት መግባቢያ ቋንቋው ግዕዝ ነበር። የግዕዝ የወራት ስያሜ ከተወሰነ የንበት ለውጥ በስተቀር አሁን በአማርኛው ውስጥ ያለው ነው። ይህ (ሙቶ ፐርሰንት ማለት ይቻላል) መመሳሰል የመጣው አማርኛ ከመነሻው የነበረው የወራት ስያሜ ከግዕዙ ጋር ሙሉ በሙሉ አንድ ስለነበር ነው ለማለት ይከብዳል። አማርኛ በቀጥታ ከግዕዝ የመንግሥት መግባቢያ ቋንቋነትን በመውረሱ፣ የወራት ስያሜዎቹንም ከእነዘመን አቆጣጠሩ የወሰደ ይመስላል። ይህ የወራት ስያሜ በአማርኛ አማካኝነት ወደሌሎች ቋንቋዎች እንደተዛመተ መገመት ስህተት አይሆንም። ይህ ማለት ግን፣ አማርኛም ሆነ ሌሎች ቋንቋዎች ምንም የወራት ስያሜ በራሳቸው አልነበራቸውም ማለት አይደለም። ወደሌሎቹ እንኳ ሳንሄድ በአማርኛ የእነህዳር እና ሰኔ መነሻ ግዕዝ ተደርጎ ሊወሰድ አይችልም። ነህሴም እንደዚሁ።

በሌሎች ሀገራትም እንደሚታየው በኢትዮጵያ ቋንቋዎችም ውርስ እና ከራስ ጋር ማቀላቀል የተለመደ ነው። አንዳንድ ቀደምት የነበሩ ስያሜዎች ከአውራሽ ቋንቋ ተመሳሳይ ስያሜ ሲገኝ በዚያ መልክ ንበት የማስተካከል ሁኔታ ይታያል። ለዚህ የግዕዙ ኅዳርን መጥቀስ ይቻላል። ምናልባት ይህ ስያሜ በቅድመ-ግዕዝም በጉራጌ ቋንቋዎች እንደሚገኘው *ኢ/ይዳር ሳይሆን አይቀርም ብለናል። ኅ (በኅዳር ውስጥ ያለችው) የመጣችው ምናልባትም በቅብጡ ተፅዕኖ ይመስላል። ሙቶ በሙቶ እርግጠኛ መሆን ባይቻልም ይህ ወር ሶስተኛ ወር መሆኑ ከቅብጡ በንበት ተመሳሳይ ከሆነው ኅቱር ጋር ለማገኛት ነው ብሎ መገመቱ ስህተት አይደለም። ኅቱር ልክ እንደህዳር ሶስተኛ ወር ነው። በሚቀጥለው ምዕራፍ እንደምንመለከተው የኢትዮጵያ ዘመን አቆጣጠር ከግብፅ የመጣ ነው። በሁለቱም አቆጣጠሮች የወራት አከፋፈሉ እና የዘመን መለወጫው አንድ ነው።

---

111 ለአጠቃላይ ግንዛቤ ከብዙ በጥቂቱ ዱድሊይ (1880)ን፣ ሰመረ ኃብተማርያም (2017)ን፣ እና ኤፍሬም ይስሐቅ (2012)ን ይመልከቱ።

ዘመን አቆጣጠር፣ የቀናትና የወራት ስያሜ

የዘመን መለወጫ በሲዳማ ባህላዊ አቆጣጠር በደመቀ ሁኔታ ይከበራል። ታላቅ በዓል ነው። ወራትን እና የዓመት መድረሻን መለየት በራሱ ታላቅ ሙያ ነው። የሲዳምኛው የወራት ስያሜ በእነጌዲኦኛ እና ኦሮምኛ የመገኘቱ ሚስጥር የመወራረስ ይመስላል። የነዚህ ባህለዊ ወራት ጨረቃን መሰረት ያደረጉ ናቸው። ይህ አይነት አቆጣጠር በሚቀጥለው ምዕራፍ እንደምንመለከተው የጨረቃ አቆጣጠር ይባላል። እያንዳንዱ ወር የሚጀምርበትና የሚያልቅብት ከጨረቃ መውጣትና መግባት ጋር የተያያዘ ነው። በርግጥ ይህ ማለት በሁሉም የጨረቃ አቆጣጠሮች የወር መጀመሪያ ጨረቃ የምትወጣበት ቀን ነው ማለት አይደለም። አንዳንድ የጨረቃ አቆጣጠሮች ለምሳሌ ቲቤቶች እና ሰሜን ህንድ ያሉ ህዝቦች ወሩን የሚጀምሩት ጨረቃ ሙሉ ከምትሆንበት ጀምሮ ነው (ሆልፈርድ-ስትሪቨንስ 2005:20፣ ፓርከር 1950፡9)። እንደ ማሳይ ያሉ ደግሞ ጨረቃ ከምትጠልቅበትም ይጀምራሉ። ለተጨማሪ ፓርከር (1950፡9)ን እና በዚያ የተጠቀሱ ስራዎችን ይመልከቱ።

ምዕራፍ አራት. የዘመን አቆጣጠር ቅኝት

4.1 መግቢያ

በአለማችን በተለያዩ ህዝቦች ያሉት የዘመን አቆጣጠሮች ባብዛኛው ጨረቃን ወይም ፀሀይን መሰረት ያደረጉ ናቸው። ጨረቃን መሰረት ያደረገው አቆጣጠር በእንግሊዝኛ ሉናር ካላንደር[1] 'የጨረቃ ዘመን አቆጣጠር'፣ ፀሀይን መሰረት ያደረገው ደግሞ ሶላር ካላንደር[2] 'የፀሀይ ዘመን አቆጣጠር' ወይም ትሮፒካል ካላንደር[3] 'ትሮፒካል ዘመን አቆጣጠር' ይባላል። ሁለቱንም በማቀናጀት የሚጠቀሙ አቆጣጠሮችም አሉ። ለዚህ አብነት የይሁዲዎችን፣ የባቢሎንያንን፣ እና የቻይናዎችን አቆጣጠሮች መጥቀስ ይቻላል። በዚህ ስራ ሉነር ካላንደርን 'የጨረቃ (ዘመን) አቆጣጠር'፣ ሶላር/ትሮፒካል ካላንደርን 'የፀሀይ (ዘመን) አቆጣጠር' በማለት መጠቀማችንን እንቀጥላለን።

---

1 Lunar calendar.

2 Solar calendar.

3 Tropical calendar.

የጨረቃ አቆጣጠር ሲባል ጨረቃ መሬትን ለመዞር የምታደርገው ጉዞ ላይ ተመስርቶ ወራቱን ከማደራጀት በተጨማሪ የተወሰኑ ወራትን አንድ ላይ አድርጎ ዓመት ብሎ መቁጠርንም ይመለከታል። በብዙ የጨረቃ አቆጣጠሮች ዓመት የሚባለው፣ አብዛኛውን ግዜ አስራ ሁለት የጨረቃ ወራትን በመቁጠር ነው። በመግቢያው ምዕራፍ ላይ እንደገለፅነው፣ ለዚህ ጥሩ ምሳሌ የሚሆነው የእስልምናው አቆጣጠር ነው።

የፀሀይ/ትሮፒካል አቆጣጠር ሲባል ፀሀይ መሬትን ለመዞር ከሚፈጅባት ግዜ የሚዛመድ ቢሆንም፣ መጠነኛ ልዩነት ግን አለ። ዝርዝሩን ወደኋላ ላይ እንመለስበታለን። ትሮፒካል/ፀሀይ ዓመትን ማስላት የመጣው በወቅቶች መፈራረቅ ምክንያት ነው። ይህ የወቅቶች መፈራረቅን በትክክለኛ ለመገንዘብ በጨረቃ ላይ የተመሰረተ አቆጣጠር ያላቸው ሳይቀሩ፣ በተለይ እንደአሁኑ ወጥ የሆነ ቋሚ አቆጣጠር ሳይኖር በጥንታዊ ህብረተሰብ ዘንድ ከዋክብትን ይመለከቱ ነበር። በዚህ ደረጃ በጣም የሚታወቀው የጥንታዊ ግብፅ የጨረቃ አቆጣጠር ነው።[4] በዚህ አቆጣጠር ዓመቱ የሚወሰነው አባይ የኢትዮጵያን አፈር በብዛት ይዞ መምጣት ከሚጀምርበት ከክረምት ትንሽ ቀደም ብሎ ሲሩስ የተባለው ኮከብ ንጋት ላይ ከምታትይበት ቀን በመነሳት ነበር (ፓርከር 1950)።[5] ሲሩስ በዓመት የምትታይበት ግዜ ሲሰላ 365.2507 ቀን ነው።[6] ይህ ደግሞ ለፀሀይ ዓመት እጅግ የቀረበ ነው። የጋራ ስምምነት ያለው የፀሀይ/የትሮፒካል ዓመት ደግሞ በአማካይ 365.24219 ቀናት ወይም 365 ቀናት 5 ሰዓት፣ 48 ደቂቃ፣ 46 ሰከንድ ነው።[7] ከላይ የቀረቡትን ብናሰላቸው፣ አንድ የኮከብ ዓመት 1.0000232996 የፀሀይ ዓመት አካባቢ ይሆናል። እዚህ ላይ በስራዎች መሀከል መጠነኛ የስሌት ልዩነት መኖሩን ማስተዋል ይገባል።

---

4 የግብፅ ጥንታዊ የጨረቃ አቆጣጠርን በተመለከተ የተለየ ሀስብ በቅርቡ ይዘው ብቅ ያሉ አሉ። የሚከተለውን ክፍል ይመልከቱ።

5 ይህ ኮከብ በተለያየ ስም ይታወቃል። ለምሳሌ፣ በእንግሊዝኛ ሰርፐት (Serpet)፣ ሲሩስ (Sirius)፣ እና ዶግ ስታር (Dog Star) የሚል እናገኛለን። በግብፅ ይህ ኮከብ ሶፐደት (Sopdet) ይባላል። በግሪክ ደግሞ ሶቲስ (Sothis) ነው። ሶቲስ መነሻው ግሪክ ይሁን እንጂ በአሁኑ ወቅት በእንግሊዝኛ በስፋት የተለመደ ነው፤ ሲሩስም እንዲሁ። በዚህ ስራ ይህን ኮከብ ሲሩስ በሚለው መጠሪያ እንጠቀማለን። በእርግጥ የእንግሊዝኛው ንበት /siriəs/ ነው። ይሁን እንጂ ለአማርኛው ንበት እንዲስማማ ሲሩስ በሚል በዚህ ፅሁፍ ቀርቧል።

6 ለምሳሌ ሪቻርደስ (1998፡152)ን ይመልከቱ።

7 የፀሀይ/የትሮፒካል ዓመት በአማካይ 365.24219 ቀናት ይይዛል የሚለውን በአሁኑ ግዜ በስፋት የሚገኘውን ስሌት ያወጣው ስምኦን ኒውኮምብ (Simon Newcomb) የተባለ ሰው በ1895 ነው (ሞስሻመር 2008፡153)።

ሆኖም በየትኛው ብናሰላው ልዩነቱ፣ በዓመት የ20 ደቂቃ አካባባቢ ነው። በመግቢያው ምዕራፍ ላይ እንደገለፅነው፣ በትሮፒካል/ፀሀይ ዓመት እና በኮከብ ዓመት፣ ልዩነት ሊኖር የቻለው መሬት በተፈጥሮዋ ሙሉ በሙሉ ክብ አለመሆኗ ነው።

በጨረቃ ላይ የተመሰረተ የወራት አቆጣጠር ቢኖራቸውም ጥንታዊ የባቢሎንያን የስነከዋክብት ሊቃውንትም ከ800 ቅጋአ ጀምሮ ለፀሀይ ዓመት በጣም የቀረበ ቀመር አቅርበው ነበር። ከነዚያ ውስጥ ኪዲኑ ወይም ኪደናስ[8] የተባለውን ሊቅ መጥቀስ ይቻላል። ይህ የስነፈለክ ሊቅ በ375 ቅጋአ ከፀሀይ ዓመት 4 ደቂቃ ከ32.65 ሰከንድ ብቻ ልዩነት ያለው ቀመር አዘጋጅቶ ነበር (ሮክስ 1980:337-338)።

አመታዊ ኮከብን በማስላት ያለ አቆጣጠር ከጨረቃ ጋር ያልተያያዘ የወር አከፋፈልም ሊኖረው ይችላል። ለምሳሌ፣ ዘመናዊ የደቡብ አረቢያን ቋንቋዎች በሚናገሩ ህብረተሰቦች ዘንድ ለእርሻ ተግባር የሚጠቀሙበት አቆጣጠር በከዋክብት ላይ የተመሰረተ ሲሆን 13 ቀናት የያዙ በዓመት 28 “ወሮች” አሉት (ቤስተን 1956:4-5)። ይህ አቆጣጠር በዓመት 364 ቀናት ይኖሩታል ማለት ነው።[9] ኮከብን በማየት የሚደረግ አቆጣጠር የኮከብ ዘመን አቆጣጠር፣ በእንግሊዝኛ ‘ሲድሪል ካላንደር’ በሚልም ይታወቃል።[10]

በሀገራችን ያሉትም አቆጣጠሮች ጨረቃን ወይም ፀሀይን መሰረት ያደረጉ ናቸው። በጣም የሚታወቁትን እንኳ ወደጎን ብንተው የሲዳማ ዘመን አቆጣጠር በጨረቃ ላይ የተመሰረተ ነው። ዓመቱ የሚወሰነው በኮከብ ቆጣሪዎች አማካይነት ነው።

በሀገራችን ባሁኑ ግዜ ያለው የሲቪል ዘመን አቆጣጠር የጁሊያን ዘመን አቆጣጠር እየተባለ በተለምዶ ቢጠቀስም ከጁልያን ዘመን አቆጣጠር ይልቅ ለግብጽ (የቅብጥ ዘመን አቆጣጠር/እስክንድርያዊ ዘመን አቆጣጠር) ይቀርባል። የጁሊያን አቆጣጠር ካሁኑ የግሪጎሪያን ዘመን አቆጣጠር ጋር ከሞላ ጎደል አንድ ነው። የተወሰነ መለያየት ባንዳንድ ሀገሮች ሊኖር ቢችልም የዓመቱ መጀመሪያ ጃንዋሪ አንድ ሲሆን ማብቂያው ዲሴምበር ሰላሳ አንድ ነው። ወራቱም ያላቸው ቀን ልክ እንደግሪጎሪያኑ ነው። ከኢትዮጵያ ዘመን

8 የዚህ ሰው ስም በላቲን ፊደል እንደሚከተለው ተፅፎ ይገኛል፤ Kidinnu፣ Kidunnu፣ Kidenas፣ Kidynas፣ እና Cidenas።

9 ለተጨማሪ ዝርዝር ቤስተንን (1956:4-5) ይመልከቱ።

10 Sidereal calendar. ሲድሪል ከላቲኑ ሲዱስ ‘sidus’ የመጣ ነው። ትርጉሙም ኮከብ ማለት ነው።

አቆጣጠር ጋር በቀጥታ የሚያገናኘው ነገር የለም። የቅብጥ ዘመን አቆጣጠር ግን ወራቱ እንደኢትዮጵያ አስራሁለቱ እኩል ሰላሳ ቀን የያዙና ተጨማሪ 5 በሊፐ ዓመት ደግሞ 6 ቀናት የያዘች ጳጉሜን አላቸው። ዓመቱ የሚጀምረው ልክ እንደኢትዮጵያ አቆጣጠር መስከረም አንድ፣ በቅብጥ የወራት ስያሜ ቶት አንድ ነው።

በቅድምያ የእነዚህን ዘመን አቆጣጠሮች በማስከተል የኢትዮጵያን ዘመን አቆጣጠር እንቃኛለን። እዚህ የምንቃኛቸው አቆጣጠሮች ከኢትዮጵያ ዘመን አቆጣጠር ጋር በቀጥታም ይሁን በተዘዋዋሪ ግንኙነት ያላቸውን ብቻ ነው። የኢትዮጵያ ዘመን አቆጣጠር ስንል የሲቪል አቆጣጠሩን ማለታችን ነው። በዚህ ምዕራፍ ስራ ዋናው ጉዳያችን ይህ አቆጣጠር ነው። በኢትዮጵያ ኦርቶዶክስ ተዋህዶ ቤተክርስትያን እና በግዕዝ ስላሉ የተለያዩ አቆጣጠሮች ከብዙ በጥቂቱ የአለቃ ያሬድ ፈንታን (2005) *ባሕረ ሐሳብ፤ የቀመርና የስነ ፈለክ ምሥጢር፣* የጌታቸው ኃይሌን (2006) *ባሕረ ሐሳብ፤ የዘመን ቈጠራ ቅርሳችን ከታሪክ ማስታወሻ ጋር* የሚሉትን እና የኦቶ ኒውጌባወር በርካታ ስራዎችን ይመልከቱ።[11]

11 ከዚህ ሰው ስራዎች ውስጥ ለምሳሌ፣ ኒውጌባወር (1964)ን፣ (1979)ን፣ እና (1988)ን ይመልከቱ። ሆኖም፣ የኒውጌባወርን ስራዎች በጥንቃቄ ማየት ይገባል። ይህ ሰው ስለኢትዮጵያ አቆጣጠር እና ስነፈለክ ብቻ ሳይሆን ከባቢሎን ጀምሮ በጥንታዊ ስልጣኔዎች የነበሩ አቆጣጠሮች እና ስነፈለክ በማጥናት በመስኩ በአለም ላይ ትልቅ አስተዋፅኦ ያበረከተ ታዋቂ ምሁር የነበረ ቢሆንም፣ ከአውሮፓ ውጭ ያሉ ስራዎችን ማጣጣል፣ ስልታዊ በሆነ መንገድ መንቀፍ ዋናው መለያው ነው። ለምሳሌ፣ በግዕዝ ስላሉ ከአቆጣጠርና ስነፈለክ ጋር የተያያዙ ስራዎችን በሶስት—ሔኖክ-አይነት፣ ባሕረ ሐሳብ፣ እና አቡ ሻከር በማለት ባስቀመጠበት፣ መርሀ ዕውርን በተመለከተ ከባሕረ ሐሳብ የተወሰኑ ሕጎችን እና ከአቡሻከር ከአውዳቸው ውጭ ከእዚህ ከዚያም የተቀነጫጨቡ ፅሁፎችን የያዘ የማይረባ ስራ ይለዋል፤ “they [texts of ‘Giude to the Blind’] consist only of hotchpotch of Hasab rules and some fragments from Abu Shaker, taken out of context and totally useless” (ኒውጌባወር 1988፡9)። በሌሎቹም ላይ ቢሆን ኒውጌባወር ያለው አስተያየት ሚዛናዊ አይደለም።

በስነፈለክ ላይ ብቻ ሳይሆን በአጠቃላይ በሳይንስ ከአውሮፓ ውጭ ያሉ ጥንታዊ ስልጣኔዎች ያበረከቱትን አስተዋስፅኦ ከ19ኛው ክፍለዘመን ጀምሮ ዘረኛ ነጮች የራሳቸው ግኝት በማድረግ ታሪክን እንደፃፉት ይታወቃል። ይህ ታሪክን ማዛባት እና ሌላውን ማንቋሸሽ አሁንም ቆሟል ማለት አይደለም። የምናነበውን እንዳለ መውሰድ ሳይሆን፣ ቁምነገሩን አንጥሮ መመልከት ይገባል። በስነፈለክና በአጠቃላይ ሳይንስ ከአውሮፓ ውጭ ስለነበረው ጥንታዊ ስልጣኔ በሳልና ሚዛናዊ ትንታኔ ቴሬሲን (2002) ይመልከቱ።

4.2 የግብፅ ዘመን አቆጣጠር

ግብፆች ታሪክ ከመዘገበው ግዜ ጀምሮ ለሲቪል አስተዳደር የሚጠቀሙበት አቆጣጠር አላቸው። ይህ የሲቪል አቆጣጠር ከመነሻው በዓመት 365 ቀናት የያዘ ነበር። በአራት ዓመት አንድ ቀን እየተጨመረ ዓመቱ በአማካይ 365.25 ቀናት እንዲኖረው አዋጅ የወጣው በግሪኮች አስተዳደር በሶስተኛው መቶ ቅጋአ ቢሆንም፣ ተግባራዊ የሆነው በሮማኖች አስተዳደር ወቅት በአንደኛው መቶ ቅጋአ ነው። ይህ የተለወጠው አቆጣጠር ቅብጥ ወይም እስክንድርያ አቆጣጠር በመባል ይታወቃል። ይህ አቆጣጠር በቀጥታ ከኢትዮጵያው አቆጣጠር ጋር የሚገናኝ በመሆኑ ብቻ ሳይሆን፣ በሰው ልጆች ግኝት በታሪክ ትልቅ ቦታ የሚሰጠው አቆጣጠርም ነውና፣ አንፃራዊ በሆነ መልኩ እዚህ ዘርዘር አድርገን እናቀርባለን።

4.2.1 የ365-ቀን ሲቪል አቆጣጠር አመጣጥ/ታሪክ

ከሀያኛው ክፍለዘመን አጋማሽ ወዲህ በግብፅ አቆጣጠር ላይ መሰረታዊ ተፅእኖ የፈጠረ ጥናት ብዙም በማያጠያይቅ መልኩ የፓርከር (1956) ስራ ይመስለናል። ከጥቂት ስራዎች በስተቀር ስለግብፅ አቆጣጠሮች የሚያወሱ ስራዎች አብዛኞቹ ከፓርከር ስራ ጋር የተስማሙ ናቸው። በዘመን አቆጣጠር ላይ አጠቃላይ ስራ የሆኑትም በቀጥታ ጠቀሱም አልጠቀሱም የሚያስተጋቡት የፓርከርን እሳቤ ነው። ለምሳሌ፣ ስለአጠቃላይ የዘመን አቆጣጠር ከተሰሩት ውስጥ ሪቻርደስ (1998)ን እና ሆልፈርድ-ስትሪቨንስ (2005)ን ይመልከቱ።

እንደፓርከር (1956) እምነት ጥንታዊ ግብፆች ለተለያዩ ተግባሮች የሚጠቀሙባቸው የተለያዩ የዘመን አቆጣጠሮች ነበሯቸው። እነዚህ አቆጣጠሮች የጨረቃ እና ሲቪል በመባል ይታወቃሉ። የጨረቃ አቆጣጠሮቹ ጨረቃ-ፀሀይ በእንግሊዝኛ 'ሉኒሶላር' በመባልም ይገለፃሉ።[12] ዋናው ምክንያቱ ዓመቱ የሚወሰነው የጨረቃ ወራቱን በመቁጠር ብቻ ሳይሆን ሲሩስ ከተባለ ኮከብ በንጋት ላይ በዓመት አንዴ መታየት ጋር የተያያዘ በመሆኑ ነው።[13] ይህ የኮከብ ዓመት ደግሞ ከፀሀይ ዓመት ጋር በጣም የቀረበ ነው።

---

12 Lunisolar.

13 ከላይ እንደገለፅነው ሲሩስ (Sirius) የተባለው ኮከብ ሰርፐት (Serpet)፣ ዶግ ስታር (Dog Star) እና በግሪኮች ዘንድ ደግሞ ሶቲስ (Sothis) በመባል ይታወቃል።

የግብፆች ህይወት ከአባይ ጋር ለመያያዙ መፅሀፍ እየገለጡ ዋቢ መቁጠር የሚያስፈልግ አይመስለንም። ከኢትዮጵያ ደጋማ መሬቶች በክረምት አባይ ሲሞላ እየተሸከመ የሚሄደው ደለል ለእርሻቸው መሰረታዊ ግብአት ነው። በአባይ ላይ በመመስረት እርሻ በስፋት ማካሄድ መጀመራቸው ለጥንታዊ ግብፆች ስልጣኔ መሰረት እንደሆነ ይነገራል። እርሻውን ለማካሄድ አባይ የሚሞላበትን ትክክለኛ ወቅት ማወቅ ግድ ይላልና ይህን በማስላት በመጀመሪያ በጨረቃ ላይ የተመሰረተ ከፀሀይ ዓመት ጋር የተስካከለ አቆጣጠር እንደፈጠሩ ይገመታል (ፓርከር 1956)። ይህን ለማድረግ ያስቻላቸው ሲሩስ የተባለው ኮከብ ነው።

ጥንታዊ ግብፆች የአባይ ሙላት ከመጀመሩ ጥቂት ሳምንታት በፊት በተደጋጋሚ ያስተዋሉት ንጋት ላይ የሲሩስ መታየትን/መውጣትን ነው (ዊንሎክ 1940፡447)። የአባይ ሙላት ሁልግዜ የሲሩስ ኮከብ ንጋት ላይ ከታየ በኋላ በተመሳሳይ ቀን ባይመጣም፣ ልዩነቱ ከሳምንታት በላይ የሚወስድ አልነበረም። “ከቴቤስ የዚህ የሲሩስ ንጋት ላይ መታየት በዓመት 365.2507 ቀን ነው። ይህ ደግሞ የአባይ ሙላትን ከሚቆጣጠረው ከትሮፒካል ዓመት በአስራሁለት ደቂቃ አካባቢ ይረዝማል” (ሪቻርደስ 1998:152)።[14] ይህ ልዩነት ግን ሪቻርድስም (ዝኒከማሁ) እንደገለፀው ወቅቱን በማስላት ረገድ እምብዛም ተፅዕኖ አይኖረውም። ምክንያቱም፣ የአንድ ቀን ልዩነት ለማምጣት እንኳ 120 ዓመት ይፈጃልና።

እንደፓርከር (1956) እምነት ከሲቪሉ አቆጣጠር በፊት የነበረው የጨረቃ አቆጣጠር ነው።[15] ይህ አቆጣጠር መቼ እንደተጀመረ በትክክል ማስቀመጥ ይከብዳል። ይሁን እንጂ፣ ከላይ እንደገለፅነው፣ በተለይ ሲሩስን በማየት ከፀሀይ ዓመት ጋር የቀረበ የጨረቃ አቆጣጠርን ግብፆች ያበጁት በአባይ ሙላት ላይ የተመሰረተ የእርሻ ተግባር ማካሄድ እንደጀመሩ እንደሆነ ይገመታል።[16] በጨረቃ ላይ የተመሰረተ የፀሀይ ዓመት አለ ማለት 12

---

14 “At the latitude of Thebes this interval was about 365.2507 days—about 12 minutes longer than the tropical year which governed the flooding of the Nile” (ሪቻርደስ 1998:152)። እዚህ ላይ ልብ ማለት ያለብን የእዚህ ኮከብ መታየት በሁሉ ቦታ በአንድ ቀን አይደለምና፣ በጥንታዊ ግብፅ አዲስ ዓመትን የሚያበስረው የሲሩስ መታየት ከሜምፊስ ላይ ነው። ዊንሎክ (1940:458)ን ይመልከቱ።

15 ከላይ የጠቀስናቸውን ስራዎች ለአብነት ያህል ይመልከቱ።

16 “It is not know when this calendar was developed; presumably it was after the Egyptians had become dependent on the inundation, but

የጨረቃ ወራት ጋር ሁሌ አብሮ አይሄድም ማለት ነው። ከዚህ ለማስተካከል ምናልባት ቀናትን ወይም በተወሰነ ዓመት ደግሞ ወርን ሳጋ ያስገቡ ይሆናል (ፓርከር 1956)። ይህ የተዘበራረቀ የወራት ምደባ ግብር ለመሰብሰብ እንዲሁም የንጉሳውያኑ መሬትን ለሚቆጣጠሩት አስተዳዳሪዎች እና መዝጋቢዎች አስቸጋሪ ሳይሆንባቸው አልቀረም (ዊንሎክ 1940፡262)። ሪቻርደስም (1998:153) እንደገለፀው፣ ጥንታዊ ግብፆች ከሚዘከሩባቸው ውስጥ ትተውለን ያለፉት በርካታ ሀውልቶች እና የስነህንፃ ውጤቶች ተጠቃሽ ናቸው። ለምህንድስና ስራዎቹ በርካታ የሰው ኃይል እንደሚያስፈልግ እሙን ነው። ድንጋይ የሚጠርበው አለ፣ የሚያጓጉዘው አለ፣ ግንባታውን የሚያካሂደው አለ። ይህን ሁሉ ለማስተዳደር እና ክፍያ ለማካሄድ፣ ወጥ አሰራር እና የማያሻማ ምዝገባ ማካሄድ ግድ ይላል። ባጠቃላይ በግንባታ ስራ ለሚተዳደረው ሰራተኛ፣ ለቀረጥ ከፋዩ እና ይህን ለሚያስተዳድረው መንግሥትም ወጥ የሆነ ወራት የያዘ አቆጣጠር ማውጣት ግድ ያለ ይመስላል (ሪቻርደስ 1998:153)። በሲሩስ ዓመት የቀኑ ብዛት በአማካይ 365 ስለሆነ ከረጅም ግዜ ማስተዋል በኋላ ዓመቱን 30 ቀናት በያዙ 12 ወራት እና ተጨማሪ አምስት ቀናት እንደ አደራጁት ይገመታል (ዊንሎክ 1940፡262)። ይህ የሲቪል አቆጣጠር በመባል የሚታወቀው ነው። ስለዚህ አቆጣጠር አንዳንድ ስራዎች ከዚህ የተለየ ታሪክ ያቀርባሉ። በዚህ ጉዳይ ላይ በስተኋላ እንመለስበታለን።

4.2.2 የ365-ቀን ሲቪል አቆጣጠር ባህርይና አገልግሎት

በሲቪሉ ዓመት 30 ቀናት የያዙት 12 ወራቶች ከጨረቃ ጋር ምንም ግንኙነት አልነበራቸውም። እነዚህ ወራት እያንዳንዳቸው 10 ቀናት በያዙ ሳምንታት ይከፈሉ ነበር።[17] ይህ አቆጣጠርም በዋናነት መደበኛ የመንግስት የሲቪል አስተዳደር መጠቀሚያ ነበር። የሲቪሉ አቆጣጠር፣ በእንግሊዝኛው ሲቪል ካላንደር የተባለበትም ዋናው ምክንያት ይኼው ነው። ጥንታዊ ግብፆች፣ አንዳንድ የሀይማኖት በዓላትን ግን በጨረቃ ላይ በተመሰረተ አቆጣጠር ያከብሩ ነበር። እንደኒውጌባወር (1942:399) ከሆነ "በግብፆች ታሪክ

---

before the fourth dynasty in the middle of the third millennium BC—the date of the earliest documentary evidence" (Richards 1998:153).

17 በዚህ ላይ ሪቻርደስ (1998:154)፣ ዘሩባቬል (1985፡11) እና በዚያ የተጠቀሱ ስራዎችን ይመልከቱ።

በሁሉም ዘመን የጨረቃ ወራት ከእምነት ጋር በተያያዘ መሰረታዊ ቦታ ነበራቸው"፡፡[18] ከእምነት ጋር በተያያዘ ምክንያት በጥንታዊ ግብፅ መሪም በማንኛውም ቀን አይነግስም ነበር። ንግሥና የሚደረግበት ቀን ሙሉ ጨረቃ መሆን ነበረበት። ከብዙ በጥቂቱ ዊንሎክ (1940)ን፣ ኒውጌባወር (1942)ን፣ ፓርከር (1950)ን፣ እና ሪቻርደስ (1998)ን፣ እንዲሁም በግብፅ የነበረው አንድ የሲቪሉ አቆጣጠር ብቻ ነው ያለውን ቤልሞንቴ (2009)ንም ጭምር ይመልከቱ። ይህ ሰው ከሀይማኖት ጋር በተያያዘ (በግብፅ) የጨረቃ አቆጣጠርን መጠቀም ሊኖር መቻሉን አልካደም።

4.2.3 የ365-ቀን ሲቪል አቆጣጠር መነሻ/እድሜ

የሲቪሉ ዘመን አቆጣጠር በርግጠኝነት መቼ እንደተጀመረ መናገር ይከብዳል። በየስራዎቹ የተለያየ ሀሳብ እንጂ ሙሉ በሙሉ ስምምነት አይታይም። የሚከተለው የሪቻርደስ ገለፃ ሁኔታውን በአግባቡ ያስቀመጠው ይመስለናል፤ "ያሉት ዶክመንቶች ሲቪል አቆጣጠሩ መቼ እንደተጀመረ አይገልፁም [...]። በደንብ ሲሰላ በ2937 ቅጋአ እና በ2821 ቅጋአ መሀከል ባለው ግዜ እንደተፈጠረ ያመለክታል። ይሁን እንጂ፣ ለዚህ ጥያቄ አጋዥ ማስረጃ የለም" (ሪቻርደስ 1998:153)።[19] ሪቻርደስ ዋቢ አይጥቀስ እንጂ፣ ወደበኋላ ላይ እንደምንመለከተው፣ ይህን አኃዝ ለመጀመሪያ ግዜ ያመለከተው ፓርከር (1950) ነው። እንደፓርከር (1950፡53) ከሆነ የሲቪል አቆጣጠሩ በ2937 ቅጋአ እና በ2821 ቅጋአ መሀከል በስራ ላይ የዋለ መሆን አለበት።

በ20ኛው ክፍለዘመን የመጀመሪያ አመታት ላይ በግብፅ ጥናት ላይ ትልቅ ተፅዕኖ ያሳደረው ኤዱዋርድ ማየር (1904) ያቀረበው ስራ ነበር። ማየር ለ365-ቀን አቆጣጠር መነሻ ያለው ዓመት 4241 ቅጋአ ነው። እንደማየር እሳቤ በጁላይ 19፣ 2781 እስከ 2778 ድረስ የዓመቱ መጀመሪያ ከሲሩስ መውጣት ጋር ስለተጋጠመ እና አቆጣጠሩ ደግሞ ከዚያ በፊት ስለነበረ፣

18 "At all periods of Egyptian history the real lunar months had their well-defined religious significance" (Neugebauer 1942:399).

19 "Serviving records do not mention when the civil calendar was first set up… Detailed calculations [...] point to a time of origination between 2937 BC and 2821 BC—but there is no corroborative evidence for this question" (Richards 1998:153).

የተፈጠረበት 4241 እስከ 4238 ቅ.ጋ.አ መሆን አለበት (ማየር 1904፡41)። ማየር ከአራቱ ሲሩስ ዓመት አንድ ቀን ከሚያርፍበት 2781 በመውሰድ የ365-ቀን አቆጣጠሩ የተፈጠረበት የመጀመሪያ ዓመት ሊሆን የሚችለው 4241 ነው ይላል (ዝኒከማሁ፡43)። ለዚህ ስሌት መነሻ የሆነው አቆጣጠሩ መጀመሪያ ሲታሰብ ከሲሩስ መውጣት ጋር ተያይዞ ነው ከሚል እሳቤ ነው (ኤድዋርድ ማየር 1904፡41)።[20] የሲሩስ መውጣት ደግሞ ከሲቪሉ አቆጣጠር በየአራት ዓመቱ አንድ ቀን ወደፊት ስለሚሄድ አቆጣጠሩ ወደኋላ እየቀረ ይሄዳል ማለት ነው። ተመልሶ ከሲሩስ መውጣት ጋር ሊገጥም የሚችለው ከ1460 ዓመት በኋላ ይሆናል።

በወቅቱ ታዋቂ የነበረው የግብፅ ተመራማሪ ብሬስታድም (1905፣ 1908) የተወሰነ ማሻሻያ በማድረግ በግሪጎሪያን ዓመት ስሌት የ365 ቀኑ አቆጣጠር በ4236 ቅ.ጋ.አ እንደጀመረ በመግለፅ የሜየር ስሌት ስላጠናከረለት ይህ አስተሳሰብ ከፍተኛ ተቀባይነት እንዲኖረው አስተዋፅኦ እንዳደረገ ፓርከር (1950:51) ይገልፃል።[21] ኦቶ ኒውጌባወርም (1938) የ365-ቀን አቆጣጠሩ የተፈጠረበትን ግዜ 4200 ቅ.ጋ.አ አካባቢ ያደርገዋል።

ይሁን እንጂ ጥንታዊ የግብፅ መንግሥት ምስረታ ድሮ እንደሚታሰበው 4000 ዓመት ገደማ ሳይሆን፣ አሁን ያለው ስምምነት 3100 አካባቢ ነው። ይህም ከቀዳሚው የግብፅ ስርወመንግሥት ዘመን 'ኧርሊ ዳይናስቲክ ፔሬድ'[22] ጀምሮ ያለውን ይዞ ነው። ከስራ ስራ የተወሰነ ልዩነት ቢኖረውም የቀዳሚው የግብፅ ስርወመንግሥት መነሻ 3100 ቅ.ጋ.አ ሲሆን፣ የሚያበቃውም 2686 ቅ.ጋ.አ ጥንታዊ መንግሥቱ 'ኦልድ ኪንግደም'[23] ሲጀምር ነው። ጥንታዊ መንግሥቱ የሚጀምረው ከ2686 ቅ.ጋ.አ ነው። ይህም ማለት ቀዳሚው የግብፅ ስርወመንግሥት ዘመን 3100-2886 ቅ.ጋ.አ መሆኑ ነው።[24] ኤድዋርድ ማየር ባቀረበው አቆጣጠሩ ተፈጠረበት ባለው 4241 ቅ.ጋ.አ ሰነድ ከመዘገበው የግብፅ የመጀመሪያ መንግሥት በሺህ ዓመት በላይ ወደኋላ የሄደ ብቻ ሳይሆን፣ በዚያን ወቅት፣ በግብፅ ፅሁፍም ዳበሯል/ተፈጥሯል ተብሎ

---

20 ዊንሎክ (1940፡448)ን እና ፓርከር (1950፡51)ንም ይመልከቱ።

21 በዚህ ጉዳይ ላይ ዊንሎክ (1940፡448)ንም ይመልከቱ።

22 Early dynastic period.

23 Old Kingdom.

24 ከላይ በግርጌ ማስታወሻዎቹ እንዳመለከትንው ቀዳሚ የግብፅ ስርወመንግሥት በእንግሊዝኛ 'ኧርሊ ዳይነስቲ' (Early Dynasty) እና ጥንታዊ መንግሥት ደግሞ በእንግሊዝኛ 'ኦልድ ኪንግደም' (Old Kingdom) የሚሉትን ይመለከታሉ።

አይታሰብም። በርግጥ ዊንሎክ (1940:448) እንደገለፀው "ኤድዋርድ ማየር በኋላ ላይ የመጀመሪያው የግብፅ ታሪካዊ ንጉሥ ሜነስ ሁለቱን ግዛቶች [የላይኛው እና የታችኛው ግብፅን] ያዋሀደው ከ3200 ቅጋአ በፊት እንዳልነበረ ገልጿል። ይሁን እንጂ፣ ለአቆጣጠሩ መጀመሪያ ነው ብሎ ያቀረበውን ቀመር ሊለውጠው አልፈለገም"።[25]

ኦቶ ኒውጌባወር (1938)፣ ግብፆች ኤድዋርድ ማየር ባቀረበው 4241 ቅጋአ የተደራጀ የዘመን አቆጣጠር ለማውጣት የሚችሉበት ደራጃ አልነበሩም በማለት የሰላ ትችት ካቀረበ በኋላ ዊንሎክ (1940) የሲቪሉ አቆጣጠር መነሻን ወደ ሶስተኛው ሚሊኒየም ቅጋአ አወረደው። ኒውጌባወር (1938) በወቅቱ የሰላ ትችት ቢያቀርብም፣ ከላይ እንዳሳየነው፣ ለ365-ቀን አቆጣጠሩ መነሻ ማየር (1940) ካቀረበው 4200 ቅጋአ አካባቢ የተለየ አልሰጠም ነበር። ይሁን እንጂ በቀጣይ ባወጣው ጥናቱ ላይ—ኒውጌባወር (1942)—የነዊንሎክን ሀሳብ ወደመቀበል አዘንብሏል።

እንደዊንሎክ (1940:457) ከሆነ፣ ጥንታዊ ግብፆች 12 የጨረቃ ወራቶች አንድ የአባይ ዓመት እንደሚሆኑ ቢያውቁም በጨረቃ ላይ የተመሰረተው የወራት ቆጠራ በአባይ ቀመር ላይ ላለው ሁለተኛ ነበር። በ3200 መቶ ዓመት ገደማ ሲሩስ በንጋት ላይ መታየት አባይን የሚሞላበትን ቀን መቃረብ እንደሚያመለክት በመረዳታቸው፣ የሲሩስ የምትታይበትን ቀን የዓመቱ መጀመሪያ አደረጉት (ዊንሎክ 1940:457)። በዚህም ግዜ ዓመቱን 30 ቀናት በያዙ ወራትና ሲሩስ እስከምትታይበት ድረስ ተጨማሪ አምስት አካባቢ ቀናት አደራጁት። እንደዊንሎክ ከሆነ ይህ አቆጣጠር ለረጅም ዘመናት ሲያገለግል ከቆየ በኋላ፣ በ2773 ቅጋአ ዓመቱን በ365 ቀናት በማደራጀት ወጥ አደረጉት። ይህን ሊያደርጉ ያስቻላቸው ምክንያት የረጅም ግዜ ልምዳቸው አንድ ዓመት 365 ቀናት የያዘ እንደሆነ መገመት ስላስቻላቸው ነው (1940:447)። የዊንሎክን ትንታኔ የተከተሉ በቅርብ ግዜ የወጡ አጠቃላይ ስራዎችም አሉ። ለምሳሌ፣ ሪቻርደስ (1998:153)ን መጥቀስ ይቻላል።

25 "Eventually Meyer concluded that it was not until 3200 B.C. that Menes, the firsth istoricalk ing of Egypt, united the Two Lands, yet he never altered his date for the invention of the calendar" (Winlock 1940:448).

ሪቻርደስ ስለግብፅ አቆጣጠር በዘገበበት ክፍል ያቀረበው ገለፃ ከዚህ ከዊንሎክ ሀሳብ ጋር ተመሳሳይ ነው።[26]

በጥንታዊ ግብፅ የመጀመሪያው ስርወመንግሥት ትቶልን ባለፈው አንድ ታብሌት ላይ "ሲሩስ የአዲስ ዓመትና የአባይ ጎርፍ/ሙላት አምጪ" የሚል ተፆፎ እንደሚገኝ ዊንሎክ (1940፡457) ይገልፃል።[27] የሲሩስን ከአዲስ ዓመት ጋር መያያዝ መካድ የማይቻል ቢሆንም፣ ሁሉም የሲቪሉ አቆጣጠር ከሲሩስ ጋር ይገናኛል የሚለውን ተቀብለውታል ማለት አይደለም። በዚህ እሳቤ ላይ ከቀደምት ስራዎች ጠንካራ ተቃውሞ አቅርቦ የነበረው አቶ ኒውጌባወር (1938) ነው። ይህ ሰው የ365-ቀን አቆጣጠር የተፈጠረው አባይ በየዓመቱ የሚሞላበትን ወቅት በተደጋጋሚ በማስተዋል እንጂ የሲሩስን መውጣት በማየት አይደለም ይላል። ይህ አቆጣጠር ከሲሩስ መውጣት ጋር ይገናኛል የሚለውን ከኒውጌባወር (ዝኒከማሁ) በማስከተል የወጣው በጣም ተጠቃሽ የሆነው የፓርከር (1950) ስራም አልተቀበለውም። ፓርከር (1952፡52) "የ365-ቀን ዓመት ከሲሩስ መውጣት ጋር መቼም ቢሆን ተገናኝቶ አያውቅም" ይላል።[28] እንደፓርከር (ዝኒከማሁ) ከሆነ ከሲሩስ ኮከብ ጋር በዋናነት የሚያያዘው በጨረቃ ላይ የተመሰረተው አቆጣጠር ነው። የሲቪል ዓመቱ አጀማመር በሲሩስ መውጣት የሚመራው የጨረቃ ዓመትን አማካይ በማስላት ነው። ፓርከር በማከል ሲገልፅ፣ ይህ የሲቪል አቆጣጠር በ2937 ቅጋአ እና በ2821 ቅጋአ መሀከል በስራ ላይ የዋለ መሆን አለበት (ፓርከር፡ 1952፡53)።

በሌላው በኩል ቤልሞንቴ (2009) በዋናነት ግብፆች የሚጠቀሙት ከጥንት ጀምሮ የሲቪሉን አንድ አቆጣጠር ብቻ ነው ይላል።[29] እንደቤልሞንቴ

26 የሚከተለውን ይመልከቱ፤ "This [i.e. civil calendar] was founded on their observation that the period between successive heliacal risings of Serpet was usually 365 days. Each year of this new calendar contained exactly 365 days and was divided into 12 months and, each of 30 days. The excess five days, called epagomenal days by the Greeks, were attached at the end of the year and were considered to be very unlucky" (ሪቻርደስ 1998:153).

27 ዊንሎክ (1940:457) በማከል ይህ ታብሌት በአሜሪካ ሀገር በፊላደልፍያ ባለ ሙዚየም እንደሚገኝም ገልጿል።

28 "The 365-day year never tied to Sothis" (ፓርከር፡1952፡52)።

29 የሚከተለውን ይመልከቱ፤ "Throughout Egyptian history, from the very creation of the civil calendar to the Roman conquest, the Egyptians

ከሆነ ጥንታዊ ግብፆች፣ የጨረቃ አቆጣጠር ለተወሰነ የሀይማኖት ተግባር ይጠቀሙ የነበሩ ቢሆንም፣ በመንግሥትም ሆነ በህዝቡ ዘንድ ግዜን የሚለኩበት፣ ከሲቪሉ አቆጣጠር በተጨማሪ ሌላ የጨረቃ አቆጣጠር የለም። ከሲቪል አቆጣጠሩ በፊት የጨረቃ አቆጣጠር ኖረም አልኖረም፣ አሁን ስምምነት ያለበት የሚመስለውና ከተገኘው ታሪካዊ መረጃ አንፃር መካድ የማይቻለው ሁለቱ ግብፆች፣ ማ. የታችኛውና እና የላይኛው፣ ተዋህደው አንድ መንግሥት ከመሰረቱበት ግዜ ጀምሮ የሲቪል አቆጣጠሩ መኖሩን ነው።

4.2.4 የቅብጥ/እስክንድርያ አቆጣጠር አመጣጥ

ዝርዝሩን ወደጎን ብለን ስንመለከት፣ ብዙም የማያጠያይቀው፣ ፐቶለሚ 3ኛ በ238 ቅጋአ ማስተካከያ እንዲደረግበት እስከወሰነበት ድረስ የሲቪል አቆጣጠሩ የያዘው የቀን ብዛት 365 ነበር። ይህ ደግሞ በአራት ዓመት በአማካይ ከፀሀይ ዓመት አንድ ቀን ልዩነት ያመጣል። በዚህም ምክንያት የሲቪል ዓመቱ ወደኋላ እየተጎተተ ይሄድ ነበር። ማለትም ወራቱ ከወቅቱ እየሸሹ ይሄዱ ነበር። ይህም በ1460 ዓመት የግብፁ ሲቭል አቆጣጠር አንድ ዓመት ወደኋላ ይጎተታል ማለት ነው። ጥንታዊ ግብፆችም በወቅቱ ዓመቱ ከ365 ቀናት ትንሽ የዘለለ ግዜ እንደሚኖረው አውቀውት እንደነበር ይታመናል። ይህ ብዙም የሚያስገርም አይመስለንም። ምክንያቱም ጥንታዊ ግብፆች ከላይ እንደገለፅነው የሲሩስ መታየትን (እንደፓርከር ከሆነ በጨረቃ አቆጣጠሩ) የዓመት መጀመሪያ አድርገው ስለነበር የሲቪሉ አቆጣጠሩ በየአራት ዓመቱ ሲሩስ በንጋት ከምትታይበት ቀን እየተለየ ሲመጣ በቀላሉ ማስተዋል ይቻላቸው ነበርና ነው። ከዚህም በላይ በመግቢያችን እንደገለፅነው ጥንታዊ የባቢሎንያን የስነከዋክብት ሊቃውንትም ከ800 ቅጋአ ጀምሮ ለፀሀይ ዓመት በጣም የቀረበ ቀመር አቅርበው እንደነበር ይታወቃል። ለምሳሌ፣ ሮክስ (1980:337-338)ን ይመልከቱ። በሁለቱ መንግሥታት መሀከል ደግሞ ግንኙነት ነበር።

ጥንታዊ ግብፆች የሲቪል አቆጣጠሩ ከወቅቱ እየሸሸ መሄዱን ቢያውቁም፣ ወዲያው ለማስተካከል አልሞከሩም ነበር። ይልቁንም ይህ ትርፍ

---

had only one calendar, the civil one, despite the fact that some of their feastes could be established according to the moon" (ቤልሞንቴ 2009:76)።

ሰዓት ዝም ብሎ እንዲከማች ትተውት ነበር። ይህን ጉዳይ ችላ ያሉበት ዋናው ምክንያት፣ የእርሻ ተግባራቸውን ለመወሰን ከሲሩስ መታየት ጋር ወቅቱን ስለሚያሰሉ እንደችግር ሳይወስዱት ቀርተው ይመስላል። ሁለተኛው ምክንያት ደግሞ ሀይማኖታዊ ነው። ቤልሞንቴ (2009፡77) እንደገለፀው "የግብፅ ንጉሶች በንግሥናቸው ቀን መዓት የተባለው አምላክ/ጣኦት ምድር ላይ እንዲቆይ የዓመቱን አቆጣጠር ላለመለወጥ መሀላ ይፈፅሙ ነበር"።[30] ለለ ሲመጡ ፓርከር፣ ሲሩስ ከጥንትም ጀምሮ ከሲቪሉ አቆጣጠር ጋር የተያያዘ አይደለም ለማለት ያበቃውና ከሲቪሉ አቆጣጠር ጎን ለጎን፣ (የሲቪሉ አቆጣጠር ከተፈጠረ በኋላም ማለት ነው)፣ የጨረቃ አቆጣጠር ነበር ለማለት ያስቻለው አንደኛው ምክንያት ይኸው የሲቪሉ አቆጣጠር ከሲሩስ/ፀሀይ ዓመት እየሸሸ የመምጣቱ ነገር ነው።

ከላይ እንደገለፅነው፣ ግብፆች በሲቪል ዓመቱ ላይ በ238 ቅጋአ በየአራት ዓመቱ አንድ ቀን እንዲጨመር ወሰኑ። ይህን ውሳኔ ያስተላለፈው ፕቶለሚ 3ኛ እንደነበር ይነገራል። ፕቶለሚ 3ኛም በግብፅ ሲቪል ዓመት ላይ በየአራት ዓመቱ አንድ ቀን እንዲጨመር የወሰነው የኪኒዱሱ ኤዶክስ (405-355 ቅጋአ)[31] የተባለውን ታዋቂ የሂሳብ ሊቅ ስራ ከተመለከተ በኋላ ሳይሆን አይቀርም ተብሎ ይገመታል። ዊንሎክ (1950451)ን ይመልከቱ።

ፕቶለሚ በሲቪል አቆጣጠሩ ላይ ያደረገው ለውጥ በህዝቡ ዘንድ ተቃውሞ ስለገጠመው በወቅቱ ተግባራዊ ሊሆን አልቻለም ነበር። አንዳንድ መረጃዎች ተቃውሞ የነበረው በዋናነት ከቀሳውስቱ ነው ይላሉ።[32] ሪቻርደስ (1998:156) እንደሚለው ከሆነ የእስክንድሪያው ንጉሥ ፕቶለሚ ሶስተኛ ለውጡን እንዲቀበሉ ቀሳውስቱን ለማግባባት ሞክሮ ነበር። ይሁን እንጂ፣ ቀሳውስቱ ሊቀበሉት ፈፅሞ አልፈለጉም። ሪቻርደስ (ዝኒከማሁ) ይህን

30 "The Egyptian kings swore at the moment of their accession not to alter the year (*rnpt*) as one of their duties to keep *m3ʿt* on Earth" (ቤልሞንቴ 2009፡77)። የአማርኛው መዓት ከዚሁ የጥንታዊ አማልክት ጋር የተያያዘ ነው። ምንም እንኳ በክርስትናው እምነት ምክንያት ቃሉ የጥንት ትርጉሙን ቢያጣም ቅሪት ፍቺዎች ይህን ያመለክታሉ። ለምሳሌ መዓት ያምጣብህ ሲባል፣ ቁጣ፣ ሀይለኛ ችግር ይድረስብህ ማለት ነው። ጥንታዊ ግብፆች ቁጣና ከፋት እንዳይመጣ መዓት በምድር ላይ መቆየት አለበት ብለው ያምኑ ነበር። ይህን ለማድረግ አንደኛው መዓትን ላለማስከፋት አቆጣጠሩን እንደነበረ ማቆየት ነው።

31 Eudoxes of Knidus (405-355 BC).

32 ለምሳሌ፣ ሆልፈርድ-ስትሪቨንስን (2005:26) እና ከታች የጠቀስነውን ሪቻርደስ (1998:156) ይመልከቱ። ምናልባት፣ ከሁለቱም ወገን ተቃውሞ ኖሮ ሊሆን ይችላል።

አስመልክቶ፣ ቀሳውስቱ ፕቶለሚ የጠየቃቸውንም ሆነ ያልጠየቃቸውን በርካታ ነገሮች ለማድረግ ፍቃደኛ ቢሆኑም በአቆጣጠሩ ላይ በሊፕ ዓመት አንድ ቀን ለመጨመር ግን ፈፅሞ ፈቃደኛ አልነበሩም ይላል። ለምሳሌ፣ "ቀሳውስቱ አዋጁን ባወጣበት በዚያኑ ዓመት ንጉሥ ፕቶለሚ የሞተችበትን ህፃን ልጅ ጣኦት ለመድረግ ደስተኞች ነበሩ። ለእሱም የበላይ ጠባቂ የሚል ማዕረግ ሰጥተውት ነበር" (ሪቻርደስ 1998: 156)።[33] ቀሳውስቱ ይህን ሁሉ ነገር ለማድረግ ፍቃደኛ ቢሆኑም አቆጣጠሩን ለመለወጥ ባለመፈለግ አዋጁን ወደጎን ገሸሽ አደረጉበት። እንደሆልፈርድ-ስትሪቨንስን (2005:26) ከሆነ ቀሳውስቱ በአቆጣጠሩ ላይ የተደረገውን ለውጥ ሊቀበሉት ያልቻሉት ታላቁ እስክንድር ግብፅን ከተቆጣጠረ በኋላ የግሪክ አስተዳደር ተመስርቶ ስለነበር ፕቶለሚ ሳልሳዊም የግሪክ ዝርያ በመሆኑ ነበር።[34] ለውጡ ተግባሪዊ የሆነው ከሁለት መቶ ክፍለዘመን በኋላ፣ በ22 ቅጋአ ነው።[35] ይህም የሮማኑ ገዢ አጉስተስ ግብፅን ማስተዳደር ከጀመረበት በኋላ መሆኑ ነው።[36] አፄ አጉስተስ በበኩሉ ይህን ማስተካከያ ያደረገው ከሱ በፊት የሮማን ገዢ የነበረው ጁሊየስ ቄሳር የጥንቱ የሮማን ዘመን አቆጣጠርን አስተካክሎት ስለነበር ያን መሰረት በማድረግ ነው (ከታች ክፍል 4.7ን ይመልከቱ)። ይህ የተስተካከለው የዘመን አቆጣጠር የእስክንድርያዊ ዘመን አቆጣጠር ወይም የቅብጥ/ቅብጣዊ ዘመን አቆጣጠር በመባል ይታወቃል። ይህ ዘመን አቆጣጠር እስካሁን ድረስ በግብፅ ኦርቶዶክስ ቤተክርስትያን እያገለገለ ይገኛል።

---

33 "The pristes were happy to turn Ptolemys little daughter (who had died in the same year) into a god and to bestow the title of 'benefactor' on the king, who was known henceforth Ptolemy Euergetes ('do gooder'), but they were too conservative to change the calendar and merely ignored the decree" (ሪቻርደስ 1998: 156)።

34 በርግጥ በየትኛውም ህብረተሰብ ቢሆን በታሪክ በዘመን አቆጣጠር ላይ የተደረገ ለውጥ አለተቃውሞ የተካሄደበት ግዜ ማግኘት ይከብዳል።

35 ሪቻርደስ (1998፡156) አጉስተስ አንቶኒን እና ኪሎፓትራን አሸንፎ እራሱን በግብፅ ላይ የሾመበትን ግዜ 31 ቅጋአ በማድረግ በሊፕ ዓመት ስድስተኛዋ ቀን እንድትጨመር የወሰነው በአገስት 29፣ 23 ቅጋአ ነው ይላል። ይሁን እንጂ በብዙ ስራዎች የምናገኘው፣ ለውጡ የተደረገው በ22 ቅጋአ እንደሆነ የሚገልፅ ነው። ለምሳሌ፣ ሆልፈርድ-ስትሪቨንስ (2005:26)ን እና በዚህ ሰው ስራ ውስጥ የተጠቀሱ ሌሎች ስራዎችን ይመልከቱ።

36 አጉስተስ የግብፅ ንጉሥ አድርጎ እራሱን የሾመው በ30 ቅጋአ ነው።

4.2.5 በቅብጥ/እስክንድርያ አቆጣጠር የወራት አደረጃጀት

የቅብጥ ዘመን አቆጣጠር ወራቱ ከግሪጎሪያን አቆጣጠር ወራት ጋር በንፅፅር በሚከተለው ሠንጠረዥ ቀርበዋል። በቀዳሚው ምዕራፍ እንደገለፅነው የወራቱ ስያሜዎች በበርካታ ስራዎች ማለት ይቻላል (በተለይ በአፃፃፍ ረገድ) መጠነኛ ልዩነት ያሳያሉ። እነዚሁ የወራት ስሞች በአረብኛም የተለየ አቀራረብ አላቸው። በየወሮቹ በተለያዩ ስራዎች ከሚገኙት አንዳንዶቹን በሠንጠረዡ በነጠላ ሰረዝ በመለየት አቅርበናል።

ሠንጠረዥ 17: የቅብጥ ዘመን አቆጣጠር

ቀናት	ቅብጥ	ግሪጎርያን[37]	
		መደበኛ ዓመት	ሊፕ ዓመት/ ዘመነ ዮሐንስ
30	Thuout, Thoth	11 ሴፕቴምበር -10 አክቶበር	12 ሴፕቴምበር -11 አክቶበር
30	Paopi, Phaophi	11 አክቶበር- 9 ኖቬምበር	12 አክቶበር – 10 ኖቬምበር
30	Hathor, Athor, Athyr	10 ኖቬምበር – 9 ዲሴምበር	11 ኖቬምበር- 10 ዲሴምበር
30	Koiak, Khoiak, Choiak	10 ዲሴምበር – 8 ጥር	11 ዲሴምበር – 9 ጥር
30	Tobi, Tybi	9 ጥር – 7 ፌብሯሪ	10 ጥር - 8 ፌብሯሪ
30	Meshir, Mekhir, Mecheir	8 ፌብሯሪ - 9 ማርች	9 ፌብሯሪ – 9 ማርች
30	Paremhat, Fameno, Pharamhat, Phamenoth	10 ማርች – 8 አፕሪል	10 ማርች – 8 አፕሪል
30	Parmouti, Farmou, Pharmuthi	9 አፕሪል – 8 ሜይ	9 አፕሪል – 8 ሜይ

37 የግሪጎሪያኑ አቻ የሚያገለግለው ላለንበት ክፍለዘመን ነው። የግሪጎሪያን አቆጣጠር በአራት መቶ ዓመት ውስጥ ከቅብጡ አቆጣጠር የሶስት ቀን ልዩነት አለው። ለዝርዝር ምክንያቱ ከታች ክፍል 4.8ን ይመልከቱ።

30	Pakhon, Pashons, Pachons	9 ሜይ – 7 ጁን	9 ሜይ – 7 ጁን
30	Paony, Payni, Paoni	8 ጁን- 7 ጁላይ	8 ጁን- 7 ጁላይ
30	Epep, Epiphi, Epip	8 ጁላይ - 6 ኦገስት	8 ጁላይ - 6 ኦገስት
30	Mesori, Mesore	7 ኦገስት- 5 ሴፕቴምበር	7 ኦገስት- 5 ሴፕቴምበር
5/6	Pi Kogi, Enavot, Epagomenai	6 ሴፕቴምበር - 10 ሴፕቴምበር	6 ሴፕቴምበር - 11 ሴፕቴምበር

የእስክንድርያ አቆጣጠር አሁንም በቅብጥ ቤተክርስትያን እያገለገለ ይገኛል። አቆጣጠሩን ለእርሻ ተግባር የግብፅ ገበሬ እስካሁን እንደሚጠቀምበትም ይነገራል። በክፍል 4.9 በዝርዝር እንደምንመለከተው፣ ይህ አቆጣጠር ዓመት ከሚለወጥበት ቀን ጀምሮ የወራቱ አደረጃጀት ከኢትዮጵያ አቆጣጠር ጋር አንድ ነው። ልዩነቱ ዘመን 'ኢራ'[38] የሚጀምርበት ወቅት ነው። በዚህ ጉዳይ ላይ በኋላ የምንመለስበት ይሆናል።

4.3 የጥንታዊ ደቡብ አረቢያ ዘመን አቆጣጠር

የጥንታዊ ደቡብ አረቢያ ዘመን አቆጣጠር ልክ እንደግብፁ እያንዳንዳቸው 30 ቀናት ባሉት 12 ወራት የተከፈለ ሳይሆን እንደማይቀር ይገመታል። ይህም በዓመት 360 ቀን ማለት ነው። ምናልባት ለተቀረው ተጨማሪ ቀን ጳጉሜን ወይም በስድስት ዓመት አንዴ ሳጋ ወር ያስገቡ ሳይሆን አይቀርም ይላል ቤስተን (1956:18)።[39] ይህ ግን ግምት ነው። እርግጠኛ ሆኖ ለመናገር የሚያስችል መረጃ እስከምናውቀው ድረስ እስካሁን አልተገኘም። ስለጥንታዊ ደቡብ አረቢያ ያለው መረጃ አጥጋቢ ባይሆንም፣ የቤስተን ግምት ትክክል ከሆነ፣ አቆጣጠሩ ከግብፅ ጋር በተወሰነ ደረጃ ይመሳሰላል። የግብፅ ዘመን

38 Era.

39 "There seems to be a likelihood that the ESA [Epigraphic South Arabain] calendar was based on a 360-day year divided into twelve 30-day months. Clearly, some method of intercalation must have been adopted to bring this into a reasonable approximation with the natural year. The system may either have been that of introducing a group of 'epagomenal' days in each year, or that of inserting an intercalary month roughly once in six years" (ቤስተን 1956:18)።

አቆጣጠር በበርካታ ሀገሮች ላይ ተፅዕኖ አምጥቶ ነበር። በዚህ ጉዳይ ላይ በማጠቃለያው ክፍል እንመለስበታለን።

የቤስተን ግምት ትክክል ከሆነ፣ የደቡብ አረቢያው አቆጣጠር ከግብፅ መመሳሰሉ በሳምንት አከፋፈልም ነው። ምናልባት እነዚህ ህዝቦችም 30 ቀን የያዙ በ10 ቀናት የተከፈሉ ሳምንታት ሳይኖራቸው እንደማይቀር ቤስተን (1956:5) ይገልፃል። አቆጣጠሩ በየአስርቱ አንድ ብሎ የሚጀምር ሊሆን እንደሚችልም ቤስተን (ዝኒከማሁ) ግምቱን ሰጥቷል።

ዘመናዊ የደቡብ አረቢያን ቋንቋዎች የሚናገሩ ህብረተሰቦች ከላይ ከቀረበው ጋር ተመሳሳይ የሆነ አቆጣጠር ባይኖራቸውም፣ ለእርሻ ተግባር የሚጠቀሙበት የፀሀይ ዓመት አላቸው። ይህ ዓመት 13 ቀናትን በያዙ 28 ወራት የተደራጀ ነው (ቤስተን 1956:4-5)።[40] ከዚህ አቆጣጠር ጋር የበሀይ አቆጣጠር በተወሰነ ደረጃ ይመሳሰላል። በበሀይ አቆጣጠር ዓመቱ 19 ቀናት በያዙ 19 ወራት እና አራት ተጨማሪ ቀናት ወይም በሊፕ ዓመት 5 ቀን የተከፈለ ነው (ሆልፈርድ-ስትሪቨንስ 2006፡101)።

4.4 የባቢሎንያን ዘመን አቆጣጠር

ጥንታዊ ባቢሎንያን ከሚታወቁባቸው ውስጥ አንዱ በስነፈለክ ደረጃ ያላቸው የመጠቀ ስልጣኔ ነው። ለምሳሌ፣ በአራተኛው ክፍለዘመን ያወጡት የጨረቃ ውደት ቀመር በሚያስገርም ሁኔታ የተስተካከለ ነበር (ኦልምስቴድ 1948:206 በሮክስ 1980:337 ውስጥ)። የባቢሎንያን ወራቸው በጨረቃ ላይ የተመሰረተ ሲሆን የሚጀምረው ጨረቃ ከታየችበት/ከወጣችበት ቀን በመነሳት ነው። መደበኛ ዓመት 12 ወራትን ይይዝ ነበር። አቆጣጠሩ ሙሉ በሙሉ የጨረቃ አቆጣጠር የሚባል ግን አልነበረም። ወራቱ ከወቅቱ እየሸሹ ሲሄዱ በመሀል በንጉሥ ትእዛዝ/በአዋጅ ሳጋ ወር አንዳንዴም ወራት ያስገቡ ነበር። ይህ ባብዛኛው ግምታዊ ስለነበር የተወሰነ መዘበራረቅ ከመፍጠሩም በላይ አቆጣጠሩ ከፀሀይ ዓመት ሙሉ በሙሉ የተስተካከለ አልነበረም። የስነፈለክ ሊቃውንት በ8ኛው መቶ ክፍለዘመን ቅጋአ ችግሩን በመገንዘብ ባደረጉት ጥናት 19 የፀሀይ ዓመት 235 የጨረቃ ወራት የያዘ መሆኑን አወቁ (ሮክስ 1980:337)። ሮክስ እንደገለፀው በስነፈለክ ሊቃውንቱ ምክር

---

40 ለእርሻ ተግባር የሚያገለግል ተመሳሳይ አቆጣጠር በሀገራችን በሀረሬዎች ዘንድ አለ (አህመድ ዘካሪያ፣ ግል ግንኙነት)።

መሰረትም ንጉሥ ናቡ-ናስርን በ747 ቅጋአ በ19 ዓመት ውስጥ ሰባት ወራት እንዲጨመሩ አወጀ (ዝኒከማሁ)። ይህ ስሌት መደበኛ ቅርፅ የያዘው ግን ቆይቶ በ4ኛው መቶ ቅጋአ፣ በፋርሱ ንጉሥ ነበር (ሮክስ 1980፡337 እና ጥንታዊ ዘመን አቆጣጠር[41])። በ380 ቅጋአ ተጨማሪ ሰባቱ ወራት የሚገቡት በዓውደ አበቅቴ[42] በ3ኛ፣ 6ኛ፣ 8ኛ፣ 11ኛ፣ 14ኛ፣ 17ኛ፣ እና 19ኛ ዓመት ላይ ነበር (ሪቻርደስ 1998፡148 እና ጥንታዊ ዘመን አቆጣጠር)።[43] ዓመቱ የሚጀምረው ከኒሳኑ 1 ሲሆን፣ ከዓውደ አበቅቴ 17ኛው ዓመት በስተቀር ተጨማሪው ወር የመጨረሻው ወር፣ አዳሩ ነው። 17ኛው ዓመት ላይ ግን የሚደገመው ኡሉሉ የሚባለው ወር ነው (ሪቻርደስ 1998፡ 148)። የሚደገሙት ወራት አንድና ሁለት ወይም ቀዳሚ እና ሁለተኛ በሚል ይለዩ ነበር።

በቀዳሚው ምዕራፍ እንደገለፅነው፣ በባቢሎንያን የተለያዩ ስያሜዎች ቢኖሩም፣ ባብዛኛው የሚዘወተሩት እና እንደመደበኛ የሚቆጠሩት የወራት ስሞች የሚከተሉት ናቸው፤ ኒሳኑ፣ አያሩ፣ ሲማኑ፣ ዱዑዙ፣ አቡ፣ ኡሉሉ፣ ታሽሪቱ፣ አራክሃሳማ፣ ኪስሊሙ፣ ቴቤቱ፣ ሻባቱ፣ አዳሩ። በእነዚህ ስሞች አፃፃፍ ረገድ ከስራ ስራ የተለያየ ማግኘት የተለመደ ነው። እዚህ የዘረዘርናቸው በሪቻርደስ (1998፡148) እና በጥንታዊ ዘመን አቆጣጠር ከቀረቡበት በመነሳት ነው። በሪቻርደስ እና ጥንታዊ ዘመን አቆጣጠር በሚለው መጣጥፍ በቀረቡበት በላቲኑ ከታች በግርጌ ማስታወሻ ተሰጥተዋል።[44]

በ19 ዓመት ሰባት የጨረቃ ወራትን የማስገባት ስሌት እጅግ ለፀሀይ ዓመት የቀረበ ነው። በዚህ ዑደት ውስጥ ያሉት 235 የጨረቃ ወራት 6,939.6887 ቀናት ይይዛሉ—ማ. 235 X 29.53059 = 6,939.68865።[45] ይህ የባቢሎንያኑ የ19-ዓመቱ ዑደት አቆጣጠር በዓመት በአማካይ

41 ጥንታዊ ዘመን አቆጣጠር = Ancient calanders http://www.web-exhibits.org/ calendars/calendar-ancient.html Accessed 11-18-2014.

42 ስለዚህ ቃል ምንነት ከታች እንመጣበታለን።

43 ዝኒከማሁ።

44 Nisanu, Ayaru, Simanu, Du'uzu, Abu, Ululu, Tashritu, Arakhsamna, Kislimu, Tebetu, Shabatu, Adaru (ሪቻርደስ 1998፡ 148፣ ጥንታዊ ዘመን አቆጣጠር፡ ዝኒከማሁ)።

45 ቀደም ባሉት ክፍሎች እንደገለፅነው አንድ የጨረቃ ወር በአማካይ 29.53059 ቀናት ነው።

365.24677 ቀናት ሲይዝ 365.24219 ከሚይዘው ትሮፒካል/ፀሀይ ዓመት ያለው ልዩነት (በዝርዝር በኋላ ላይ እንደምንመለከተው) የኢትዮጵያ፣ የእስክንድርያው እና የጁሊየስ አቆጣጠሮች ከትሮፒካል ዓመት ካላቸው ልዩነት ያነሰ ነው። ለምሳሌ፣ በ19 ትሮፒካል/ፀሀይ ዓመት (19 X 365.24219 = 6,939.60161) እና በ19 ዓመቱ የባቢሎንያኑ የጨረቃ ዓመት ዓውደ ስሌት ልዩነቱ የ0.08704 ቀናት (6,939.68865-6,939.60161 = 0.08704) ነው። ይህም በሰዓት ስሌት የሁለት ሰዓት ከአምስት ደቂቃ፣ ከ20 ሰከንድ አካባቢ ልዩነት ይሆናል። በዓመት ደግሞ በአማካይ ልዩነቱ 0.00458 ቀናት ወይም ስድስት ደቂቃ እና 36 ሰከንድ አካባቢ ነው። ይህም የባቢሎንያን የ19-ዓመቱ ዓውደ ጨረቃ አቆጣጠር በ199 ዓመት አንድ ቀን ከትሮፒካል ዓመት ወደኋላ ይቀራል።[46]

የባቢሎንያን የ19-ዓመቱ ዑደት ክርስትና ከመነሻው አካባቢ ተንቀሳቃሽ በዓላትን፣ በተለይ ፋሲካን ለማስላት ይጠቀምበት ነበር። ይህ አሁንም በኢትዮጵያ ተዋህዶ ኦርቶዶክስ ቤተክርስትያን ተንቀሳቃሽ በዓላትን ለመለየት ከሚገለገሉበት አንደኛው መንገድ ነው። ይህ በእንግሊዝኛው ኤፓክት[47] ወይም ዓውደ ሜቶኒክ፣[48] በግዕዝ ደግሞ አበቅቴ ይባላል። ዑደቱም በግዕዝ ዓውደ አበቅቴ ይባላል። በእንግሊዝኛው ግን ዓውደ ሜቶኒክም ይባላል። ሜቶኒክ የሚለው ስያሜ የመጣው በ5ኛው መቶ ክፍለዘመን ቅጋአ ከነበረው ሜቶን ከተባለው ሰው ነው። ሜቶን (432 ቅጋአ) እራሱ ቀመሩን[49] ከባቢሎንያን አይቶ የወሰደው ሳይሆን አይቀርም ተብሎ ይገመታል (ሆልፈርድ-ስትሪቨንስ 2006፥23፣ ሪቻርደስ 1988፥215)።

የባቢሎንያን ዘመን አቆጣጠር እና/ወይም ቀመር ከራሱ አልፎ በሌሎች ሀገሮች አቆጣጠር እና ቀመር ላይ ተፅዕኖም አድርጓል። በሚቀጥለው ክፍል እንደምንመለከተው፣ ለምሳሌ፣ እብራውያን አሁን የሚጠቀሙበትን አቆጣጠር ከነወራት ስሞቹ ከዚሁ ከባቢሎንያን አቆጣጠር ከስድስተኛው

46 እዚህ ካቀረብነው መጠነኛ የስሌት ልዩነት በአንዳንድ ስራዎች ይገኛል። ለምሳሌ ሪቻርደስ (1998:224) በዓመት ያለውን ልዩነት ስድስት ደቂቃ በማድረግ የአንድ ቀን ልዩነት የሚከሰተው በ216 ዓመት ነው ይላል። ለተጨማሪ መረጃ ሞስሻመር (2008:55)ን እና በዚያ የተጠቀሰውን ስራ ይመልከቱ።

47 Epact.

48 Metonic cycle.

49 ቀመር በግዕዝ ከዘመን ስሌት ጋር በተያያዘ የተለየ ፍቺ አለው። በዚህ ስራ ይህን ቃል የተጠቀምንበት በመደበኛ አማርኛ ባለው አገባብ 'ስሌት' የሚለውን ፍቺ ይዞ ነው።

መቶ ቅጋአ ወዲህ ሀገራቸው በባቢሎንያን ተወሮ ባቢሎን ከተጋዙ በኋላ የወሰዱት ነው። ለክርስትያኖቹም ጭምር ፋሲካን ለማስላት የሚያገለግለው ከላይ እንደገለፅነው ዓውደ ሜቶኒክ ወይም ዓውደ አበቅቴ የዚሁ የባቢሎንያን አቆጣጠር ውጤት ነው። በዚህ ጉዳይ ላይ፣ ጠቅለል ላለ መረጃ ከብዙ በጥቂቱ “ጥንታዊ ዘመን አቆጣጠር” የሚለውን መጣጥፍ[50] እና ሪቻርደስን (2008:212ቀ7) ይመልከቱ። ስለእብራውያን አቆጣጠር በቀጣዩ ክፍል ትንሽ ዘርዘር አድርገን እንመለከታለን።

4.5 የእብራውያን ዘመን አቆጣጠር

የእብራውያን ዘመን አቆጣጠር በአሁኑ ግዜ የእስራኤል ኦፊሻል አቆጣጠር ነው። በመላው ዓለም የሚኖሩ የአይሁድ እምነት ተከታዮችም ለሀይማኖት ተግባራት ይጠቀሙበታል። ይህ አቆጣጠር እዚህም እዚያም እንደገለፅነው ከወራት ስያሜዎቹ ጭምር ከባቢሎን ግዞት/ስደት በኋላ በ6ኛው ቅጋአ አካባቢ እንደተወረሰ ይገመታል።[51] የእብራውያን አቆጣጠር የመጀመሪያው ወር ልክ እንደባቢሎንያን ኒሳን ነው። ሆኖም አዲስ ዓመት የሚለወጠው በትሽሪ፣ 7ኛ ወር ላይ ነው።[52]

ባቢሎንያን በ587 ቅጋአ የይሁዳን መንግሥት ከወረሩ በኋላ እብራውያን ወደ ባቢሎን ተግዘው ነበር። በባቢሎንያን ከተወረሩ በዓመቱ በሰለሞን የተገነባው የመጀመሪያው ቤተመቅደስ ‘ቴምፕል’ በ586 ከወደመ በኋላም እብራውያን በብዛት እንደገና ወደ ባቢሎን ተሰደዋል። ይህ ስደት በየግዜው ቀጥሎ ነበር። በተለይ በ2ኛው መቶ ጋአ በሮማን አስተዳደር ላይ አምፀው ከፍተኛ እልቂት ከደረሰባቸው በኋላ እጅግ በርካታ ቁጥር ያላቸው እብራውያን ወደባቢሎን ተሰደዋል። በዚህም ምክንያት በባቢሎን የሚኖሩ የእብራውያን ቁጥር ከፍተኛ ነበር። ሰለሞን ግርያዜል (1968:137) እንደዘገበው፣ በ200 ጋአ እስከ 500 ጋአ ባለው ግዜ ውስጥ በባቢሎን የነበሩት እብራውያን በቁጥር ደረጃ 2,000,000 ይገመቱ ነበር። ይህ በወቅቱ 1/6 ኛው የእብራውያን ህዝብ እንደሆነ ይገመታል። ባቢሎንም የእብራውያን ታላቅ መኖሪያና የሀይማኖታቸው ትምህርት ማስፋፊያ ማዕከል ነበረች።

---

50 ጥንታዊ ዘመን አቆጣጠር = Ancient calanders http://www.webexhibits.org/calendars/calendar-ancient.html Accessed 11-18-2014.

51 ጠቅለል ላለ መረጃ ሆልፈርድ-ስትሪቨንስ (2006፡86)ን፣ እና ሪቻርደስ (1988፡221)ን ይመልከቱ።

52 ስለወራት ስሞቹ ቀዳሚውን ምዕራፍ ይመልከቱ።

የእብራውያን እምነት መሰረት የያዘው ከሺህ ዓመት በላይ በኖሩበት በዚያው በባቢሎን ነው ማለት ይቻላል። የባቢሎንያን ታልሙድንም የፃፉት እዚያው በግዞት/በስደት በነበሩበት ግዜ ነው።

የእብራውያን አቆጣጠር አሁን ያለውን ቅርጽ ከመያዙ በፊት፣ አዲስ ወር የሚጀመርበት የሚወሰነው በጉባኤ 'ሳንሀድሪን'[53] ነበር። ሪቻርደስ (1998፡ 221) እንደዘገበው ወሩ የሚጀመርበት ወቅት ሲደርስ ኢየሩሳሌም አካባቢ/አጠገብ ያለ ኮረብታ ላይ የቀሳውስት ጉባኤው ተመልካች ይላካል። መልከተኛውም የጨረቃን መወለድ እንዳየ ለጉባኤው መጥቶ እንዲነግር ይጠየቃል። ያየውን በምስል ያሳይና ቀሳውስቱ ካመኑበት አዲስ ወር መጀመርን ያበስራሉ። ይህም ጡሩምባ እየነፉ እና በከተማው ሙሉ ሊታይ የሚችል እሳት በማንደድ ነበር (ሪቻርደስ 1998፡221)።[54] ወራቱ ከወቅቱ እየሸሹ ሲሄዱም ሳጋ ወር የሚያስገቡበት የቀሳውስቱ ጉባኤ 'ሳንሀድሪን' ሲወስን ነበር (ሆልፈርድ-ስትሪቨንስ 2006፡86 እና ሪቻርደስ 1988፡221)።

በተለምዶ የእብራውያን አቆጣጠር አሁን ያለውን ቅርፅ የያዘው በሂለል ዳግማዊ 359 ጋአ አካባቢ እንደሆነ ይነገራል። ይሁን እንጂ፣ ለዚህ የተጨበጠ ታሪካዊ ማስረጃ ስለሌለ ሁኔታውን አጠራጣሪ አድርጎታል። የተለያዩ ጥናቶች እንዳመለከቱት ከሆነ አስረኛው መቶ ጋአ ድረስ አሁን ያለው አይነት ወጥ አጠቃቀም በታሪክ አልነበረም (ስተርን 2001፡170ቀገ፣ ሆልፈርድ-ስትሪቨንስ 2006፡88)። በአቆጣጠሩ ላይ ራሱን የቻለ ትልቅ ጥናት ያቀረበው ስተርን (2001፡170ቀገ) ወጥ አጠቃቀሙ በሂደት የተጀመረ ነው ይላል። በሚቀጥለው ክፍልም እንደምንመለከተው በእብራውያን ዘንድ ቢያንስ ከሁተለኛው መቶ ቅጋአ እስከ አንደኛው ጋአ ድረስ ከጨረቃ አቆጣጠሩ በተጨማሪ የ364-ቀን የፀሀይ አቆጣጠር ነበር። በአንደኛው መቶ ጋአ የፀሀይ አቆጣጠሩ ካከተመ በኋላ በእብራውያን ዘንድ የጨረቃ አቆጣጠሩ በተለያየ ቅርፅ ያገለግል እንደነበር ስተርን (ዝኒከማሁ) ይገልፃል።

የእብራውያን አቆጣጠር ከባቢሎን የተቀዳ ነው ብለናልና ልክ እንደባቢሎንያን አቆጣጠር ከፀሀይ ዓመት ለመጠበቅ የዓውደ አበቅቴን ስሌት ይጠቀማል። በዚህም በ19 ዓመቱ ዓውድ የሚጨመሩት ሰባት ወራት በላይኛው ክፍል እንደአየነው ልክ እንደባቢሎንያን በ3ኛው፣ በ6ኛው፣ በ8ኛው፣ በ11ኛው፣ በ14ኛው፣ በ17ኛው እና በ19ኛው ላይ ነው። ይህም

53 Sanhedrin.

54 ሆልፈርድ-ስትሪቨንስ (2006፡86)ንም ይመልከቱ።

ማለት በአንድ ዓውደ አበቅቴ 12 ተራ ዓመት (እያንዳንዱ 12 ወራት የያዘ ማለት ነው) እና 7 (13 ወራት የያዙ) ሊፕ ዓመት ይኖረዋል። ሊፕ ዓመቱም በእብራይስጥ 13 ወር በሚይዝበት ግዜ *ሻህናሕ ሜሆኡቤሕረህት*[55] ይባላል። ቀጥታ ትርጎሙ እርጉዝ ዓመት ማለት ነው።

ተራ አመት በአማካይ 354 ቀናት ሲኖሩት ሊፕ ዓመት ደግሞ 384 ቀናት ይኖሩታል። በሊፕ ዓመት ሳጋ የሚገባው ወር፣ ማለትም የሚደገመው አዳሩ ነው። አዳሩ በመደበኛው ዓመት 29 ቀናት ቢይዝም፣ በሊፕ ዓመት የሚጨመረው አዳሩ 30 ቀናት ይይዛል። ይህ ተጨማሪ ወርም አዳሩ 1 ይባላል። መደበኛው ወር አዳሩ 2 በሚል ይለያል።

አቆጣጠሩ ከእምነት ጋር እጅግ የተያያዘ ነውና፣ የአዲስ ዓመት ጅማሬን የጨረቃ መውጣት ብቻ አይወስነውም። በትሽሪ 10 ዮምኪፑር ከሻባት ዋዜማም ሆነ ማግስት እንዲውል አይደገፍም። ይህም ማለት እሁድ ወይም ዓርብ ላይ መዋል አይችልም። እንደዚሁም 21 ትሽሪ የሚከበረው *ሆሻናህ ራባ*[56] የተባለው በዓል ቅዳሜ እንዲሆን አይፈቀድም። ስለዚህም አዲስ ዓመት ዕሮብ፣ አርብ ወይም እሁድ ማረፍ አይችልም። ይህ እንዳይሆን ጨረቃ በእነዚህ ቀን ብትታይም፣ ቀኑ መተላለፍ ይጠበቅበታል። ወይ አንድ ቀን ከኪስሌቭ ላይ ይቀነሳል ወይም አንድ ቀን በሄሽቫን ላይ ይጨመራል። አቆጣጠሩ ከዚህም በላይ ትንሽ ውስብስብ ነው።

አቆጣጠሩን የሚወስኑ ከላይ ከቀረበው ውጭ ሌሎች ተጨማሪ ህጎችም አሉ። የጨረቃ መውጣት ቀትር ላይ ወይም ከቀኑ 12 ሰዓት በፊት ተሲያት ላይ ከሆነ አዲስ ዓመት ወደሌላኛው ቀን ይተላለፋል። ይህ የተላለፈው ቀን ከላይ ባቀረብነው በማይፈቀድ ቀን ካረፈ ወደሌላኛው ይተላለፋል። ያም ቢሆን ተራ ዓመት ቢበዛ 355፣ ቢያንስ 353 ቀናት፣ ሊፕ ዓመት ደግሞ ቢበዛ 385፣ ቢያንስ 383 ቀናት ውጭ ሊሆኑ አይችልም። ይህ እንዲሆን ሌሎች ተጨማሪ ህጎችም አሉ። አንደኛው የመጀመሪያው ህግ በቀጣዩ ተራ ዓመት ላይ ሲተገበር ቀኑ 356 የሚመጣ ከሆነ የመጀመሪያውን ዓመት ቀን ማስተላለፍ፣ ሲሆን፣ ሌላኛው ደግሞ በሊፕ ዓመት ሁለት ዓመቶች የሚኖራቸው ልዩነት 382 ቀናት ከሆነ፣ የአዲስ ዓመትን በአንድ ቀን ማዘግየት

55 Shanah Me'uberet (http://www.jewfaq.org/calendar.htm። Accessed 9-21-2015)።

56 Hoshanah Rabbah

ነው። ለተጨማሪ ግንዛቤ ከብዙ በጥቂቱ ሪቻርደስ (1998፡226ቀገ)ን እና ሆልፈርድ-ስትሪቨንስ (2006፡89)ን ይመልከቱ።

የሊፕ ዓመቱም ሆነ የተራው ዓመት ከአማካዩ በሚያንሱበት ግዜ (ማ. 353 በተራ ዓመት እና 383 በሊፕ ዓመት በሚሆኑበት ግዜ) "ጎደሎ አመት"፣ በሚበልጡበት ግዜ (ማ. 355 በተራ ዓመት እና 385 በሊፕ ዓመት በሚሆኑበት ግዜ) ደግሞ "ሙሉ ዓመት" ይባላሉ። አማካዩን በሚሆኑበት ግዜ ደግሞ "መደበኛ ዓመት" ይባላሉ። በመደበኛው ዓመት የወራቱ ቀናት ብዛትን የሚከተለው ነው፤ ኒሳን 30፣ ኢያር 29፣ ሲቫን 30፣ ታሙዝ 29፣ አቭ 30፣ ኤሉል 29፣ ትሽሪ 30፣ ሔሽቫን 29፣ ኪስላቭ 30፣ ተቬት 29፣ ሼቫት 30፣ (በሊፕ ዓመት ብቻ—አዳር አንድ 30፣) እና አዳር (ሁለት) 29። ከላይ እንደገለፅነው ሙሉ ዓመት ሲሆን፣ የሚጨመረው አንድ ቀን ሄሽቫን ላይ ነው። ጎደሎ ሲሆን ደግሞ የሚቀነሰው፣ ከኪስሌቭ ነው። ስለዚህም እነዚህ ወራት እንደዓመቱ አይነት 29 ወይም 30 ቀናት ይይዛሉ ማለት ነው።

ዓመት የሚቆጠረው፣ ዓለም ተፈጠረች ብለው ከሚያስቡበት 3761 ቅጋአ ነው። እዚህ ቁጥር ላይ የተደረሰው ከታች እንደምንመለከተው በመፅሀፍ ቅዱስ ላይ የተጠቀሱ ሰዎች እድሜን እና ታሪካዊ ሁኔታዎችን በመደመር ነው። አቆጣጠሩም ዓመተ ዓለም ነው ማለት ነው። የዚህ የእብራውያን ዓመተ ዓለም ስሌት በሪቻርደስ (1998፡225) በቀረበበት መልኩ የሚከተለው ነው፤ (1) ከኦሪት ዘፍጥረት (5፡ 1 – 32) በመነሳት ከአዳም እስከ ልደተ ኖህ 1056 ዓመት፣ (2) ከልደተ ኖህ እስከ ልደተ አብራሀም ደግሞ ዘፍጥረት (11፡ 10 – 29)ን መሰረት በማድረግ 892 ዓመት ይቆጠራል። (3) ከልደተ አብራሀም እስከ ልደተ ይስሐቅ 100 ዓመት (ዘፍጥረት 21፡ ፡ 5)፣ (4) ከልደተ ይስሐቅ እስከ ልደተ ያዕቆብ 60 ዓመት (ዘፍጥረት 25፡ ፡ 26)፣ እና (5) ከልደተ ያዕቆብ እስከ ግብፅ ጉብኝት/ጉዞ 130 ዓመት (ዘፍጥረት 25፡ 26) በሚል ተወስኗል። በስድስተኛ ደረጃ የሚቀርበው ትንሽ ችግር አለው። ይህ በግብፅ በባርነት ከቆዩበት እስከ ወጡበት ያለውን 210 ዓመት በሚል ያስቀምጠዋል። ለዚህ መሰረቱም ኦሪት ዘፀዓት (12፡ 40–41) እንደሆነ በተለያዩ ስራዎች ቢሰጥም፣ ሪቻርደስም (1998፡225) እንደገለፀው በኦሪት ዘፀአት መፅሀፍ ቅዱስ ላይ የተጠቀሰው

ዓመት 430 ነው።[57] ይህን የተጋጨ ነገር ለማስወገድ 210 በሚል የቀረበው በከነዓን ያሳለፉትን ግዜ የሚመለከት እንደሆነ የሚጠቅሱ ሌሎች ምንጮች እንዳሉ ሪቻርደስ (ዝኒከማሁ) ይገልፃል። ሰባተኛው (መፅሐፈ ነገሥት ቀዳማዊ 6፡ 1) በመያዝ እብራውያን ከግብፅ ከወጡበት እስከ የመጀመሪያው ቤተ መቅደስ 'ቴምፕል' በሰለሞን ግዜ እስከተሰራበት ያለውን 480 ዓመት የሚመለከት ነው።[58] ስምንተኛው ደግሞ መፅሐፈ መሣፍንትንና መፅሐፈ ሳሙኤልን በመያዝ የመጀመሪያው ቤተ መቅደስ ከተሰራበት እስከ ፈረሰበት ያለውን 410 ዓመት ይመለከታል። (9) በባቢሎን ግዞት 70 ዓመት እና (10) ወደሁለተኛው ቤተመቅደስ እስከጠፋበት ያለው 420 ዓመት ናቸው። የእነዚህ ከአንድ እስከ አስር የዘረዘርናቸው ድምር 3828 ዓመት ይሆናል።[59] ሁለተኛው ቤተመቅደስ 'ቴምፕል' በሮማኖች የጠፋው 67 ጋአ ነው ከሚል እምነት ሲሰላ አዳም የተፈጠረው (3828-67=) 3761 ጋአ መሆኑ ነው።

ከላይ በስድስተኛው ላይ ካቀረብነው ከመረጃው ጋር የተጣረሰ ቆጠራ በተጨማሪ እዚህ ላይ ትኩረት ሊደረግባቸው የሚገቡ አንዳንድ ነጥቦች እንዳሉ ሪቻርደስ (1998፡225) አመልክቷል። በሁለተኛው ላይ ከልደተ ኖህ እስከ ልደተ አብራሀም የተሰጠው አሀዝ የሁለት አመት ልዩነት ሊኖረው ይችላል። በ10ኛው ላይ የተጠቀሰው ደግሞ ከመፅሀፍ ቅዱስ መረጃ ለመደገፍ አስቸጋሪ እንደሆነ ሪቻርደስ (ዝኒከማሁ) በማከል ይገልፃል። ዋናው ነጥባችን የእብራውያን የዘመን ስሌት እንዴት መጣ እንጂ ትክክል ነው ትክክል አይደለም የሚለው ላይ አይደለምና ወደትችትና ግምገማ እዚህ አንገባም። የዚህ ዓመተ ዓለም ቆጠራ ከክርስትያን አቆጣጠሮች ያለውን ልዩነት ወደፊት በዚሁ ምዕራፍ ውስጥ እንመለከታለን።

በዓመተ ዓለም መቁጠር እብራውያን የጀመሩት በቅርብ ግዜ 14ኛው ክፍለዘመን ካለቀ በኋላ ነው። በዓመተ ዓለም መቁጠር በእብራውያን ዘንድ

---

57 በኦሪት ዘፀአት ላይ በምዕራፍ 12 ቁጥር 40 እና 41 የተጠቀሰው የሚከተለው ነው፤ "40፤ የእስራኤልም ልጆች በግብፅ ምድር የተቀመጡት ዘመን አራት መቶ ሠላሳ ዓመት ነው። 41፤ እንዲህም ሆነ፤ አራት መቶ ሠላሳ ዓመት ከተፈፀመ በኋላ በዚያ ቀን የእግዚአብሔር ሠራዊት ሁሉ ከግብፅ ምድር ወጣ።" የአማርኛው ቃል የተወሰደው በ1962 ዓም ከታተመው የአማርኛው መፅሐፍ ቅዱስ ነው።

58 መፅሐፈ ነገሥት ቀዳማዊ ምዕራፍ 6፣ ቁጥር 1 እንደሚከተለው ይነበባል፤ "የእስራኤል ልጆች ከግብጽ ምድር ከወጡ አራት መቶ ሰማንያ ዓመት በሆነ ግዜ፥ ሰለሞን በእስራኤል ላይ በነገሠ በአራተኛው ዓመት፥ ዚፍ በሚባለው በሁለተኛው ወር የእግዚአብሔርን ቤት መሥራት ጀመረ።"

59 1056+892+100+60+130+210+480+410+70+420=3828

ለመጀመሪያ ግዜ ሀሳቡን ያቀረበው ሞሰስ ቤን ማይሞን[60] የተባለ ከ1135-1204 የኖረ ራባይ/ቄስ እንደሆነ ይነገራል (ሪቻርደስ 1998፡226)።[61] ከዚያ በፊት በስፋት የሚታወቀው የሴሉሲድ ዘመን ነው። ከታላቁ እስክንድር 312 ቅጋአ ሞት በኋላ በታሪክ እንደተዘገበው ሴለዩሲስ ኔከታር[62] በ311 ግዛቱን መስርቶ ነበር (ሪቻርደስ 1998፡222)። ሪቻርድስ እንደሚለው "ከዚህ ግዜ በኋላ ሴሉሲድ ዘመን ዓመትን ለመቁጠር ያገለግል ጀመር። የሴሉሲድ ባለስልጣናት ማናቸውንም ህጋዊ ዶክመንቶች/ውሎች በራሳቸው ዘመን እንዲፃፉ ያስገድዱ ስለነበር፣ ሴሉሲድ ዘመን አንዳንዴ የኮንትራክት ዘመን 'ኢራ ኦፍ ኮንትራክት' በመባልም ይታወቃል" (ዝኒከማሁ)።[63] አሁን ድረስ የተወሰኑ እብራውያን በዚህ ዘመን የሚቆጥሩ እንዳሉ ሪቻርደስ በማከል ገልጿል።

ዓውደ አበቅቴን እብራውያን ከላይ እንደገለፅነው ከባቢሎንያን የወረሱት ለመሆኑ ብዙም ክርክር የለውም። አንዳንዶች ክርስትያኖች በበኩላቸው በሶስተኛው ክፍለዘመን ከእብራውያን ነው የቀዱት የሚሉትን አባባል ግን ሞስሻመር (2008፡87) ጨርሶ የማይመስል ይለዋል። እንደ ሞስሻመር ከሆነ፣ "የእብራውያን ዓመተ ዓለምም ሆነ የ19-ዓመት ዓውድ፣ የክርስትያን ቀመር ላይ ተፅዕኖ ለማሳደር የሚያስችለው ቀዳሚነት የለውም። ለዚህ ምንም ማስረጃ የለም" (ዝኒከማሁ)።[64]

እስራኤሎች ከጨረቃ ዓመቱ ምናልባትም ጎን ለጎን፣ ሌላ አቆጣጠር ሳይጠቀሙ አይቀርም የሚል ግምት አለ። ለዚህ በመፅሀፍ ቅዱስ ላይ እዚህም እዚያም የተጠቀሱ አንዳንድ ምዕራፎች፣ እንዲሁም መፅሐፈ ሄኖክ እና

---

60 Rabbi Moses ben Maimon። ይህ ሰው በብዙ ስራ ማይሞኒደስ 'Maimonides' በመባል ይታወቃል።

61 "The use of the mundane era for counting the years was first suggested by the Jewish philosopher, Rabbi Moses ben Maimon (1135-1204), some times known as Maimonedes, but was not genrally applied till the end of the fourteenth century" (ሪቻርደስ 1998፡226)።

62 Seleucis Necator.

63 "From this date the Seleucid era was used to number the years. The era is sometimes known as the era of contracts, beacuse the Selucid authorities required legal documents to be dated by their era." (ሪቻርደስ 1998፡222)።

64 "There is [...] no evidence that either the Jewish era of creation or the Jewish 19-year cycle existed early enough to have influenced the Christian calculations" (ሞስሻመር 2008፡87)።

መፅሐፈ ኩፋሌ ከማስረጃዎቹ ውስጥ ዋንኛዎቹ ናቸው። መፅሐፈ ሄኖክ እና መፅሐፈ ኩፋሌ ሙሉ ቅጂያቸው የተጠበቀው በግዕዝ ብቻ ነው። እነዚህ ስራዎች በተለይ ከ19ኛው ክፍለዘመን ጀምሮ ወደ አውሮፓ ቋንቋዎች ከግዕዙ ተተርጉመዋል። የተለያዩ የግዕዝ ቅጂዎችን በመያዝ ንፅፅራዊ ጥናቶችና አንድምታዎችም በየግዜው ቀርበውባቸዋል። በመፅሐፈ ሄኖክ ቀደም ካሉት ትርጉሞች ውስጥ ሎሬንስ (1838)ን እና ቻርለስ (1906)ን፣ እንዲሁም በዚህ መፅሐፍ ላይ ስለተሰሩ ስራዎች ዝርዝር እና የግዕዝ ቅጂዎች ንፅፅር ኤፍሬም ይስሐቅ (1983)ን ይመልከቱ። በመፅሐፈ ኩፋሌ ላይ ከግዕዝ እንግሊዝኛ ትርጉምና አንድምታ ቫንደርካም (1989)ን እና ከቀዳሚ ስራዎች ውስጥ ደግሞ ቻርለስ (1902)ን ይመልከቱ።

የመፅሐፍ ሄኖክ በኢትዮጵያ በግዕዝ ቅጂው ከመጠበቁ አንፃር በኢትዮጵያ አቆጣጠር ላይ ያመጣው ተፅዕኖ እንዳለም ለማየት ስለሚያስችለን ከአቆጣጠር ጋር የተያያዘውን ነጥብ ብቻ በቀጣዩ ክፍል አጠር አድርገን እንዳስሳለን። መፅሐፈ ኩፋሌ በዘመን ቆጠራ ረገድ የሚያነሳው በመፅሐፈ ሄኖክ ያለውን ነው። በሚቀጥለው ክፍል አንዳንድ ነጥቦችን ከመፅሐፈ ኩፋሌም እናነሳለን።

4.6 መፅሐፈ ሄኖክ

የመፅሐፈ ሄኖክ ስነፈለክ ክፍሉ ከአቆጣጠር ይልቅ ስለስነከዋክብት ስሪት የሚያወሳ ነው። አቆጣጠሩም ሆነ የሄኖክ ትንታኔ፣ ከዚህ በቀደሙት ክፍሎች እንዳየናቸው የባቢሎንያንና የግብፅ አቆጣጠሮች በገቢር ምልከታ ላይ በተደገፈ የተሰላ ቀመር ሳይሆን የእራሱ ሄኖክ ሀሳባዊ-እምነት ነው። ሄኖክ እንደገለፀው ስለከዋክብት ስሪቱና አቆጣጠር የፃፈው መልአኩ ኡራኤል የፀሀይ መውጫዌንና መግቢያን አሳይቶት ነው።[65] መፅሐፈ ሄኖክ (21፡2)ን ይመልከቱ።[66] በዚሁ ስራ ምዕራፍ 23፣ ቁጥር 1-3 ላይም እንዲህ ይላል፣ "በወሮቹ መንገድ በሚያደርግበት በዚያ ትእዛዝ ሁለተኛ ትእዛዙን አየሁለት። የከበረ መልአክ ዑራኤል ሁሉን አሳየኝ፣ ይኸውም ሁሉን የሚመራቸው ነው። እንዳሳየኝ በታቸውንም ፃፍኩ።"

---

65 በርግጥ ሄኖክ ይህን ቢልም፣ እንዲሁም አቀራረቡም ከመረጃ ይልቅ ወደረቂቅ እምነት (በሄኖክ ስራ ላይ ቢያዘነብልም) የመፅሀፈ ሄኖክ ቀመሩ የባቢሎን መሰረት አለው። ወደኋላ ላይ እንመለስበታለን።

66 በዚህ ስራ የመፅሀፈ ሄኖክ ጥቅሳችን በ1980 ዓም በኢትዮጵያ መፅሐፍ ቅዱስ ማሕበር በአማርኛ የታተመውን መፅሐፍ ቅዱስ የሚመለከት ነው።

የመፅሐፈ ሄኖክ እድሜ የ3ኛው መቶ ቅጋአ ወይም 2ኛው መቶ ቅጋአ መጀመሪያ አካባቢ ነው (ስተርን 2001፡5)። በመፅሐፈ ሄኖክ እና በመፅሐፈ ኩፋሌ ውስጥ የ364-ቀን የፀሀይ ዓመት ተጠቅሷል፤ "ዓመቱም ጠንቅቆ ቢቆጥሩት ሦስት መቶ ስሳ አራት ቀን ይሆናል" (መፅሐፈ ሄኖክ 21፡49)። ዓመቱ ሀምሳ ሁለት ሳምንታት ሲኖሩት፣[67] አዲስ ዓመት የሚጀምርበት ሁልግዜም በተመሳሳይ ቀን እሮብ እሮብ ነው (ዘሩባቬል 1985፡73)። ዓመቱ በአራት ወቅቶች የተከፈሉ ሲሆን እያንዳንዱ ወቅት ዘጠና አንድ ቀናት ወይም አስራ ሦስት ሳምንት ይኖረዋል፤ "ከእነርሱም [ማ. አራቱ ወቅቶች] እያንዳንድዋ ከዚችኛቱ እስከ ሁለተኛዪቱ፣ ከሁለተኛዪቱ እስከ ሦስተኛዪቱ፣ ከሦስተኛዪቱ እስከ አራተኛዪቱ ድረስ ዐሥራ ሦስት ሱባዔ ናቸው" (መፅሐፈ ኩፋሌ 7:28)።[68] ወራቱ በመርሀ ደረጃ ሰላሳ ቀናት ሲኖራቸው፣ ተራፊዎቹ አራት ቀናት በየወቅቶቹ መጨረሻ ወራት ላይ ይጨመራሉ። ይህም ማለት እያንዳንዱ ወቅት ሰላሳ ቀናት ያሏቸው ሁለት ወራት እና አንድ 31 ቀናት ያለው ወር ይይዛል (መፅሐፈ ሄኖክ 21፡15-48)።

የ364-ቀኑ አቆጣጠር ከጨረቃ ላይ የተመሰረተ አይደለም። ለዚህ ከላይ ያቀረብናቸው የወራቱ ቀናት ብዛት በራሱ ጥሩ ማስረጃ ይመስለናል። ይህ አቆጣጠር ትክክለኛ ብቻ ሳይሆን የእስራኤል ልጆች ከዚህ ሌላ ያለውን የጨረቃ አቆጣጠር እንዳይጠቀሙ የሚጠቀሙትም ከፍተኛ ችግር እንደሚገጥማቸው ማስጠንቀቂያ በዝርዝር በመፅሐፈ ኩፋሌ ላይ ተሰጥቷል። የሚከተለውን ይመልከቱ፤

> አንተም የእስራኤልን ልጆች በዓመቱ በዚህ ቁጥር ሦስት መቶ ስድሳ አራት ቀንን ይጠብቁ ዘንድ እዘዛቸው፤ ፍፁም ዓመትም ይሆናል። ግዜውንም ከቀኑና ከበዓሉ አሳልፈው አያጥፉ። ሁሉ እንደምስክርነታቸው ይደርስባቸዋልና ቀኑን አያስቀሩ፤ በዓሉንም አያጥፉ። ቢተላለፉአቸውም፣ እንደ እርሱ ትእዛዝም ባያደርጉአቸው ያን ግዜ ሁሉም ግዜዎቻቸውን

67 "የትእዛዛት ቀኖች ሁሉ ቀን የሚቆጠርባቸው አምሳ ሁለት ሱባዔ ይሆናሉ። ፍፁም የሆነ ዓመቱ ሁሉ እንዲህ ተቀርፆና ተቆጥሮ በሰማይ ፅላት ተፃፈ። አንድ ዓመትና ሁለት ዓመት፣ ሦስት ዓመትም መተላለፍ የለውም" (መፅሐፈ ኩፋሌ 7:29)። ሱባዔ የግዕዝ ቃል ሲሆን ሳምንት ማለት ነው።

68 በዚህ ክፍል የጠቀስናቸው የመፅሐፈ ኩፋሌ መረጃዎች ሰማንያ አንዱን መፅሐፎች ከያዘው በ2000 ዓም በኢትዮጵያ መፅሐፍ ቅዱስ ማሕበር ከታተመው የአማርኛው መፅሐፍ ቅዱስ ነው። በእንግሊዝኛው አንዳንድ ስራዎች መጠነኛ የቁጥር እና የምዕራፍ መዛባት ይታያል።

> ያጠፋሉ። ዓመታትም ከዚህ ወደዚያ ይለዋወጣሉ፤ ግዜያትም ይጠፋሉ፤ ዓመታቱም ይለዋወጣሉ፤ ሥርዐታቸውንም ያፈርሳሉ፤ የእስራኤልም ልጆች ሁሉ ይዘነጋሉ። የዓመታትንም መንገድ አያገኙም፤ መባቻውን ይረሳሉ፤ ግዜውንና ሱባዔውን፣ የዘመኑንም ሥርዐት ሁሉ ያፈርሳሉ። እኔ አውቃለሁና፣ እንግዲህ ወዲህ እኔ እነግርሀለሁ፣ እንዲህ ያለ መፅሐፍ በፊቴ ተፅፎአልና፣ የምነግርህ ከልቤ አይደለም፤ ከሳቱ በኋላ አእምሮአቸውንም ካጡ በኋላ የቃል ኪዳኑን በኣል እንዳይረሱ፣ በአሕዛብ በዓላትም እንዳይሄዱ የዘመኑ አከፋፈል በሰማይ ፅላት ተፃፈ።
>
> እርስዋ ግዜያትን ትለውጣለችና፣ ከዓመታትም ለዓመት ዐሥር ቀን ትቀድማለችና፣ በጨረቃ አኀዳደል ጨረቃን የሚመለከቱ ይሆናሉ። ስለዚህ ሥርዐትን ከለወጡ በኋላ ዓመታት ይመጡላቸዋል፤ ምስክር የምትሆን ቀንንም የተናቀች ያደርጋሉ። የረከሰችውንም ቀን በዓል ያደርጋሉ፤ ሁሉንም ይቀላቅላሉ፤ የተቀደሱትን ቀናት የረከሱ፣ የረከሱትንም ቀናት ለቅድስና ያደርጋሉ፤ ወራቶችንና ሱባዔዎችን [ማ. ሳምንታትን]፣ በዓላቱንና ኢዮቤላቱን ይስታሉና። ስለዚህም እኔ አዝዝሀለሁ፤ ልጆችህ አንተ ከሞትህ በኋላ ሦስት መቶ ስድሳ አራቱን ቀን ብቻ ዓመትን እንዳያደርጉ ሥርዐትን ይለውጣሉና ታዳኝባቸው ዘንድ አዳኝብሀላሁ። ስለዚህም የወሩን መባቻና ሱባዔውን፣ ግዜውንና በዓላቱን ይስታሉ፣ ከሰው ሁሉ ጋር ብርንዶውን ሁሉ ይበላሉ (መፅሐፈ ኩፋሌ 7:30-37)።

ከዘመን መለኪያነት በላይ ሀይማኖታዊ እንደሆነ በማስመሰል የመፅሐፈ ኩፋሌ ፀሀፊ ከላይ የተጠቀሰውን ማስፈራሪያ ሊያቀረብ የቻለው ምናልባት አቆጣጠሩ በራሱ ለመጥፋት ስጋት ላይ ወድቆ መሆን አለበት የሚል ግምት አለ (ዘሩባቬል 1985፡72፣ ሪቻርደስ 1988፡229)።[69] መፅሐፈ ሄኖክና መፅሐፈ ኩፋሌ ተፅፈዋል ተብለው በሚታሰብበት በሁለተኛው መቶ ቅጋአ፣ የጨረቃ አቆጣጠሩ በእብራውያን ዘንድ በጣም ስር የሰደደ ነበር። በወቅቱ፣ ሄኖክና የመፅሐፈ ኩፋሌ የገለፁት የ364-ቀን አቆጣጠር ምናልባት የሙትባህር ቡድን/አንጃ 'ዴድ ሲ ሴክት'[70] በመባል በሚገለፁት በቁምራን ዋሻ ይኖሩ በነበሩ መነኮሳት ብቻ ዘንድ የተወሰና ሳይሆን አይቀርም (ዘሩባቬል

69 ለምሳሌ የሚከተለውን ከዘሩባቬል ይመልከቱ፤ "By the second century B.C, when both Enoch and Jubilees were most probably written, the 364-day calendar could only be struggling for its survival" (ዘሩባቬል 1985፡ 72)።

70 Dead Sea Sect.

1985፡69ቀገ)። እነዚህ ቡድኖች በ73 ጋአ ሲጠፉ አቆጣጠሩም ከእስራኤል/ከእብራውያን ዘንድ ጠፍቶል (ሪቻርደስ 1998:230፣ ዘሩባቬል 1985፡74)።[71] ይህም ማለት በሄኖክ የተገለፀው አቆጣጠር እስከ የመጀመሪያው መቶ ጋአ ድረስ ግልጋሎት ላይ ነበር ማለት ነው። ለዚህ ሌላኛው አስረጂ፣ "እንደመካከለኛው የታሪክ ሊቃውንት ከሆነ የሙት ባህር መነኩሴዎች አዲስ ዓመት እና ፓስአቨርን የሚያከብሩት እሮብ ላይ ነበር" (ዘሩባቬል 1985፡73)።[72] ይህ ሊሆን የሚችለው ዓመቱ እኩል ሳምንታት የያዘ አቆጣጠር ሲሆን ብቻ ነው። በተጨማሪም ዘሩባቬል እንደገለፀው በሄኖክና በኩፋሌ የተገለፀው የ364-ቀኑ አቆጣጠር አዲስ ዓመት በእሮብ መጀመሩ ነው። ዘሩባቬል (ዝኒከማሁ) ሌሎች ምክንያቶችም ሰጥቷል። ይህ አቆጣጠር ከትሮፒካል ዓመት ጋር በ1.24219 ቀን ያጥራልና ከወቅቶች ወራቱ እያፈገፈጉ ሲመጡ ሳጋ ቀን/ሳምንት/ወር ያስገቡ አያስገቡ የሚታወቅ ነገር የለም።

ከላይ በጠቀስናቸው በአንዳንድ ስራዎች እንደተገለፀው በተወሰኑ የእብራውያን ወገኖች/ክፍሎች የሄኖክ አቆጣጠር ምናልባት የኖረ ቢሆንም፣ በተግባር በስፋት ስለማገልገሉ የሚታወቅ ነገር የለውም። የሄኖክ አቀራረብም በተግባር መዋሉን የሚያሳይ ነገር አይታይበትም። ይልቁንም ሀይማኖታዊ አንድምታው ያመዝናል። ይሁን እንጂ አንዳንድ የሲቪል አቆጣጠሮች በሄኖክ ላይ ተመስርተው በተግባር የዋሉ ይመስላል። እንደላንዳው (2010) ከሆነ የጥንታዊ አይስላንዲክ አቆጣጠር፣ የጎቲክ አቆጣጠር እንዲሁም፣ ምናልባትም፣ የእንግሊዝ ቀዳሚ አቆጣጠር፣ ይህን የሄኖክ አቆጣጠር መሰረት አድረገው የተፈጠሩ ናቸው። በ700 ቅጋአ አካባቢ ከሔኖክ ጋር ተመሳሳይ የሆነ በባቢሎን የ364-ቀን ዓመት ስሌት ያለው አቆጣጠር በላይኛው ክፍል ከገለፅነው አቆጣጠር በተጨማሪ ነበር። ራሱ የሔኖክ አቆጣጠርም መነሻው ከባቢሎን እንደሆነ የቅርብ ግዜ ጥናቶች ያመለክታሉ። ለምሳሌ፣ ላውሬ (2010)ን ይመልከቱ።

71 የዚህ አቆጣጠር ሙሉ መረጃ የተጠበቀው በኢትዮጵያ ብቻ ነው።

72 "According to medival historians, these monks [i.e. Dea Sea Sect monks] always observed both New Year's Day and Passover on Wednesday" (ዘሩባቬል 1985፡73)።

አቶ ኒውጌባወር (1981) የሄኖክን ስሌት እጅግ ኋላቀር ይለዋል።[73] በሄኖክ አቆጣጠር የ364-ቀን ዓመት የ1.24219 ቀን ከትሮፒካል ዓመት መጉደል አቆጣጠሩን ኋላቀር ወይም ያላዋቂ ስራ ሊያስብለው አይችልም (ስተርን 2001፥8)። እንደ ስተርን ከሆነ፣ ሄኖክ ይህ በቀላሉ በተግባር ሊታይ የሚችል ልዩነትን አያውቅም ነበር ለማለት ይከብዳል። በመፅሐፈ ሄኖክ ውስጥ እራሱ ሄኖክ ስለልዩነቱ እንደሚያውቅ አመላካች ፍንጭ እንደሚገኝ ስተርን (ዝኒከማሁ) በማያያዝ ገልጿል።

4.7 የጁሊየን ዘመን አቆጣጠር

በአውሮፓ ስልጣኔ ትልቅ ቦታ ያላቸው ግሪኮች በዘመን አቆጣጠር ረገድ በሀገር ደረጃ ለአለም ያበረከቱት እዚህ ግባ የሚባል ቁም ነገር የለም። ለራሳቸውም ወጥ የሆነ አቆጣጠር አልነበራቸውም። እያንዳንዱ ከተማ የሚጠቀመው የየራሱን አቆጣጠር ነበር። ከግሪኮች በመቀጠል ለአውሮፓ መስፋፋት እና ስልጣኔ ትልቅ አስተዋፅኦ ያደረገው የሮማን አስተዳደርም ቢሆን የረባ አቆጣጠር አልነበረውም። ጁሊየስ ቄሳር ማስተካከያ እንዲደረግበት እስከወሰነበት የመጀመሪያው ክፍለዘመን ቅጋአ ድረስ አቆጣጠሩ እጅግ ኋላቀር እና ውጥንቅጡ የወጣ ነበር። ከመነሻው 10 ወራት ብቻ የያዘ ሲሆን፣ ዓመቱ የሚወሰነው ደግሞ በቀሳውስት ነበር።

ጁሊየስ ቄሳር ከሚታወስባቸው ውስጥ አንዱ በዚህ በጥንቱ ሮማን ዘመን አቆጣጠር ላይ ያደረገው ለውጥ/ማስተካከያ ነው። ጁሊየስ ቄሳር በ45 ቅጋአ ዝብርቅርቅ የነበረውን የሮማን ዘመን አቆጣጠር 365 ቀናት እና በየአራት ዓመቱ ደግሞ አንድ በመጨመር 366 ቀናት መሬት ፀሀይን ለመዞር ከሚፈጅባት ግዜ ጋር እጅግ የቀረበ በማድረግ ያስተካከለው የግብፅን የዘመን አቆጣጠር ከተመለከተ በኋላ ነው። ከላይ እንደገለፅነው፣ የጥንቱ የሮማን አቆጣጠር ወራቱ እና ዓመቱ የሚጀምርበት አንድ የተወሰነ ቀን የለውም ነበር። የወራቱን መጀመር የሚያበስሩት ኮከብ ቆጣሪ "ቀሳውስት" ነበሩ። ይህ የወር የመጀመሪያው ቀን *ካሌንድስ*[74] ይባላል፤ *ካላሬ*[75] 'መንገር፣ ማብሰር'

73 "Ten chapters of this work [i.e. Book of Enoch] are concerned with *astronomical* concepts of a rather primitive character (variation in the length of daylight, illumination and rising amplitude of the moon, wind-directions, etc.), dominated by simple arithmetical patterns" (ኒውጌባወር 1981:2).

74 Kalends.

ከሚለው የመጣ ነው። የእንግሊዝኛው ካላንደር ምንጩ *ካሌንደስ* የሚለው ቃል ነው።[76]

ጁሊየስ ቄሳር ማስተካከያውን ለማድረግ ሲነሳ፣ በወቅቱ በግብፅ እስክንድርያ ላይ አግኝቶት የነበረውን ሶሲገነስ የተባለውን ሊቀ ስነፈለክ የሮማን አቆጣጠር የሚስተካከልበትን መንገድ እንዲያማክረው ሮም ጋብዞት ነበር (ሪቻርደስ 1998፡212)። በሮማን አቆጣጠር ላይ የተደረገው ማሻሻያ የሶሲገነስ ትልቅ አስተዋፅኦ አለበት ማለት ነው።

ጁሊየስ ቄሳር በፓርላሜንት አባላቱ እዚያው ፓርላሜንት ውስጥ በርብርብ ከተገደለ በኋላ፣ በሊፕ ዓመት የምትጨመረው ቀን በየሶስት ዓመቱ ተደርጋ ነበር። ይህ የሆነበት ምክንያት በአራት ዓመት አንድ ቀን የሚለውን በሶስት ዓመት አንድ ቀን በሚል በስህተት ስለተረዱት እንደሆነ ይገመታል።[77] ማስተካከያውን በኋላ ላይ ያደረገው እራሱን የሮማን ኢምፐረር አድርጎ የሾመው ከጁሊየስ ቄሳር በማስከተል የመጣው የማደጎ ልጁ አፄ አጉስተስ ነው።

ጁሊየስ ቄሳር ይህን የዘመን አቆጣጠር ማስተካከያ እንዲደረግበት የወሰነው የሮማን ቀሳውስት የዘመን አቆጣጠሩን ለፖለቲካ ፍጆታ ሲሉ ቀናትን አንዳንዴም ወራትን እየጨመሩ የሚፈልጉትን ተመራጭ ስልጣን ላይ እንዲቆይ ያደርጉ ስለነበር እንደሆነ ይነገራል። ሳጋ መግባት በሚያስፈልግበትም ግዜ ያንን ያለማድረግም ነበር። ባጠቃላይ አቆጣጠሩ ለፖለቲካ ፍጆታ ውሎ ነበር። ጁሊየስ ቄሳር አዲሱን አቆጣጠር ተግባራዊ ለማድረግ በቀዳሚው ዓመት በወራቱ ላይ ቀን ከመጨመር አንስቶ የተዛባውን ለማስተካከል ሁለት 67 ቀናት ያሉት ወራት ሳጋ አስገብቶ ነበር። ይህ ከጁሊያን አቆጣጠር ተግባራዊ ከመደረጉ በፊት የነበረው የመጨረሻ ዓመት "የውዥንብር የመጨረሻው ዓመት" በሚል ይታወቃል። ዓመቱም 445 ቀናት ነበሩት (ሪቻርደስ 1998፡215 እና ሆልፈርድ-ስትሪቨንስ 2006፡

---

75 Calare.

76 ከብዙ በጥቂቱ ጥንታዊ አቆጣጠሮች 'Ancient Calendars' ከሚለው መጣጥፍ ስር የጁሊየን አቆጣጠር ንዑስ ክፍልን ይመለከቱ። መጣጥፉ በሚከተለው ድረገፅ ይገኛል፤ http://www.webexhibits.org/calendars/calendar-ancient.html Accessed 11-18-2014.

77 ለምሳሌ፣ ሆልፈርድ-ስትሪቨንስ (2006፡31ቀ1)ን እና ሪቻርደስ (1988፡215)ን ይመልከቱ።

32)።[78] የተስተካከለው የመጀመሪያው የጁሊያን አቆጣጠር ዓመት ጃንዋሪ 1፣ 45 ቅጋአ ነው።

የጁሊየስ ቄሳር ዘመን አቆጣጠር በግሪጎርያን ዘመን አቆጣጠር እስከተተካበት 1500ዎቹ አካባቢ ድረስ በመላው አለም በስፋት ያገለግል ነበር። በርግጥ በሁሉም ሀገሮች የዓመቱ መጀመሪያ እና የክፍለዘመን መነሻ አንድ አልነበረም። አንዳንድ ሀገሮች የዓመት መጀመሪያውንና የክፍለዘመን መነሻውን ከራሳቸው ባህልና ታሪክ ጋር በማያያዝ አስተካክለው ነበር። በዚህ ላይ ባለፈው ክፍል የጠቀስነው በቱርክ የሩሚ አቆጣጠርን ማስታወስ ይቻላል።

የራሽያ፣ የሰርቢያ፣ የማሲዶንያ፣ የጆርጂያ እና ሌሎችም የተወሰኑ የምስራቅ ኦርቶዶክስ አብያተክርስትያናት እስካሁንም ይህንንው የጁሊየስ ቄሳር ዘመን አቆጣጠርን እየተጠቀሙበት ነው (ሆልፈርድ-ስትሪቨንስ 2006፡ 42)። የግሪክ፣ የሩማንያ እና የቡልጋርያ አብያተ ክርስትያኖችም ቢሆኑ ወደ ግሪጎሪያን አቆጣጠር የለወጡት በቅርቡ በ20ኛው ክፍለዘመን ነው (ዝኒ ከማሁ)። ይህንን አቆጣጠር ካልተቀበሉት አብያተ ክርስትያኖች ውስጥ ዋነኞቹ የኢትዮጵያና የግብፅ ኦርቶዶክሶች ናቸው። በእነዚህ ሁለት አብያተ ክርስትያናት አሁንም እያገለገለ ያለው የእስክንድሪያው/ቅብጥ አቆጣጠር እና የኢትዮጵያው አቆጣጠር ናቸው። በኢትዮጵያ አቆጣጠር ስር በስፋት እንደምንመለከተው ሁለቱ (የእስክንድሪያው እና የኢትዮጵያው) አቆጣጠሮች አንድ ናቸው።

ከሀገር ሀገር ልዩነት ሊኖር ቢችልም መሰረታዊው የጁሊየስ ቄሳር ዘመን አቆጣጠር የዘመን መለወጫው ጃንዋሪ አንድ ሲሆን የሚያበቃውም ዲሴምበር ሰላሳ አንድ ነው። በሊፐ ዓመት የሚጨመረው ቀን ፌብሯሪ ላይ ነው።

ጁሊየስ ቄሳር በዘመን አቆጣጠሩ ላይ ላደረገው አስተዋፅኦ አቆጣጠሩ በስሙ ከመጠራቱም በተጨማሪ 7ኛው ወር በስሙ ተሰይሟል። ጁላይ ከጁሊየስ የመጣ ነው።[79] ከሱ በመቀጠል የሮማ ገዢ የሆነው አጉስተስ

78 በእንግልዝኛ *ዘ ላስት ይር ኦፍ ኮንፊውዥን* (the last year of confusion) በመባል ይታወቃል።

79 ጁሊየስ ቄሳር ከተገደለ በኋላ፣ የሮማ ሴኔት ጁሌየስ ቄሳር የተወለደበትን ኩዪንቲሊስ የሚባለውን ወር በስሙ ለመዘከሪያነት እንደሰየሙለት ይነገራል። ከብዙ በጥቂቱ በላይኛው ግርጌ ማስታወሻ የጠቀስነውን መጣጥፍ፣ ሆልፈርድ-ስትሪቨንስ (2006፡ 33)ን፣ እና ሪቻርደስ (1988፡215)ን ይመልከቱ።

ተስተጓጉለው የነበሩትን የሊፕ አመታትን በማስተካከሉ 8ኛው ወር በስሙ ተሰይሞለታል—አገስት።[80] ከመነሻው ዓመቱ የሚጀምረው ከማርች ነበርና፣ እነዚህ ሁለት ወራት የጥንት ስያሜያቸው በላቲን *ኲንትሊስ*[81] 'አምስት' እና *ሴክስቲሊስ*[82] 'ስድስት' የሚል ነበር። ከሴፕቴምበር እስከ ዲሴምበር ያሉትም ከላቲን 7፣ 8፣ 9፣ 10 የመጡ መሆናቸውን ልብ ማድረግ ያስፈልጋል። በላቲን *ሴፕቴም*[83] ማለት 'ሰባት'፣ *ኦክቶ*[84] 'ስምንት'፣ *ኖቬም*[85] 'ዘጠኝ'፣ *ዲሴም*[86] 'አስር' ማለት ናቸው። የጁሊያን ዘመን አቆጣጠር ወራት አሁን ካሉት ከግሪጎርያን አቆጣጠር ጋር አንድ ናቸውና ወደ ዝርዝሩ አንገባም።[87]

የጁሊያን ዘመን አቆጣጠር በአራት ዓመት አንድ ቀን በመጨመሩ በአማካይ አንድ ዓመት 365.25 ቀናት ይኖሩታል ማለት ነው። በዚህም የጁሊያን አቆጣጠር ከኢትዮጵያውና ከእስክንድርያው አቆጣጠሮች አንድ ነው። ይህ አቆጣጠር፣ በቀዳሚው ክፍል በገለፅነው ከሲሩስ-ዓመት በጣም የቀረበ ቢሆንም፣ ከፀሀይ ዓመት፣ ማ. ከትሮፒካል አቆጣጠር፣ መጠነኛ ለውጥ አለው። የፀሀይ/ትሮፒካል ዓመት በአማካይ 365.24219 ነው። በጁሌየን አቆጣጠር እና በፀሀይ ዓመት ያለው ልዩነት 0.007801 አካባቢ መሆኑ ነው። ይህ በግዜ ስሌት የ11.23344 ደቂቃ ልዩነት ማለት ነው። ልዩነቱ ሲከማች በ128 ቀናት የአንድ ቀን ስህተት ያመጣል። የዚህ ስህተት ሊታወቅ የቻለው በኒቅያ ኮንፍረንስ (325 ጋአ) ፋሲካ የሚከበርበት ቀ'ን ቀንና ለሊቱ እኩል ከሚሆንበት *ቨርናል ኢኩኖክስ*[88] እንዳለፈ (ወይም በዚያው ቀን) ሙሉ ጨረቃ ከታየበት የመጀመሪያው እሁድ እንዲሆን ተወስኖ ነበር (ዱድለይ 1880፡85)። በወቅቱም *ቨርናል ኢኩኖክስ* የሚያርፈው ማርች 21 ነበር። የጁሊየስ ቄሳር ዘመን አቆጣጠር በ16ኛው ክፍለዘመን ሲሰላ በጣም ተዛብቶ ተገኘ። ፋሲካ በኒቅያ ኮንፈረንስ 325 ጋአ እንዲከበርበት ከተወሰነው

80 ዝኒ ከማሁ።
81 Quintilis.
82 Sextilis.
83 Septem.
84 Octo.
85 Novem.
86 Decem.
87 ስለ ስያሜዎቹ ታሪካዊ አመጣጥ አጭር ትንታኔ ሪቸርደስ (1988፡211-212)ን ይመልከቱ።
88 Vernal equinox.

ከማግስተ *ቨርናል ኢኩኖክስ* የጨረቃ ቀን በ1582 ጋአ 10 ቀን አካባቢ ወደኋላ ቀርቶ ነበር (1582-325/128)።[89] በሌላ አነጋገር በ1582 ጋአ በጁሊያን ዘመን አቆጣጠር *ቨርናል ኢኩኖክስ* ማርች 21 አላረፈም ነበር። ግርጎሪ 8ኛ የተባሉት የሮማን ካቶሊክ ጳጳስ በ1582 የጁሊያን ዘመን አቆጣጠር ማስተካከያ እንዲደርግበት ወሰኑ። በርግጥ ከ13ኛው ክፍለዘመን ጀምሮ እየተዛባ የመጣውን አቆጣጠር ለማስተካከል ጥረት ነበር።[90] በመጨረሻ ተሳክቶ ማስተካከያው የወጣው ግርጎሪ 8ኛ ጳጳስ ግዜ ነው። በዚህ ማስተካከያ፣ 10 ቀን በመጣልም *ቨርናል ኢኩኖክስ* ተመልሶ ማርች 21 እንዲሆን ተደረገ። ግርጎሪ 8ኛ ወደፊትም የዘመን አቆጣጠሩ ሳይዛባ እንዲቀጥልም ማሻሻያ አደረጉ። ለዚህም የዘመን አቆጣጠሩ በስማቸው ተሰየመላቸው። ያደረጉትን ማሻሻያ በሚቀጥለው ክፍል እንመለከታለን።

4.8 የግሪጎሪያን ዘመን አቆጣጠር

የግሪጎሪያን ዘመን አቆጣጠር በጁሊያን አቆጣጠር ላይ የታየውን ችግር ለማስተካከል የተጠቀመበት በየ400 ዓመት 3 የሊፐ ዓመት ቀናትን መተው ነበር። ማለትም በ400 ዓመት ውስጥ 100 ሊፐ ዓመት በጁሊያን አቆጣጠር ሲኖር፣ በግሪጎሪያን ግን 97 ብቻ ይሆናል። ይህም ከአራት ክፍለዘመናት ሶስቱን በ400 አለከፍልፋይ የማይካፈሉትን፣ ማ. ሲካፈሉ ሙሉ ቀን የማይሰጡትን፣ በመዝለል ነው (ሳይድልማን 1992:580-581)። በዚህ ስሌት ለምሳሌ 1600 ሊፐ ዓመት ነው። ከዚያ በማስከተል ያሉት ሶስት ክፍለዘመናት 1700፣ 1800፣ እና 1900 ግን አይደሉም። 2000 እንደገና ሊፐ ዓመት ነው። 2100፣ 2200፣ እና 2300 ግን አይደሉም። ለሌሎቹም ክፍለዘመናት እንደዚሁ ነው። ይህ ማስተካከያ የዓመቱን ቀናት በአማካይ 365.2425 ያደርሰዋል። ይህም ቢሆን የግሪጎርያን አቆጣጠር መቶ በመቶ ከፀሀይ ዓመት የተስተካከለ ነው ለማለት አይቻልም። የፀሀይ ዓመት ባሁኑ ግዜ በጋራ ተቀባይነት ያለው በስምኦን ኒውኮምብ (1895) ስሌት መሰረት

89 በዚህ ጉዳይ ላይ በርካታ ስራዎች ይገኛሉ። ለአጠቃላይ ግንዛቤ በዚህ ስራ ከጠቀስናቸው ውስጥ ሞስሻመር (2008፡38ቀገ)ን፣ ሆልፈርድ-ስትሪቨንስ (2006፡ 33ቀገ)ን፣ ሪቻርደስ (1988፡239ቀገ)ን እና ጥንታዊ አቆጣጠሮች የሚለውን መጣጥፍ ከሚከተለው ድረገፅ ይመለከቱ፤ (http://www.webexhibits.org/calendars/calendar-ancient.html Accessed 11-18-2014)።

90 ለዝርዝሩ ከላይ የጠቀስናቸውን ስራዎች ይመልከቱ።

አንድ ዓመት በአማካይ 365.24219 ቀናት ነው (ምስሻመር 2008፡39)።[91] ይህን ለማስተካከል የተለያዩ ማሻሻያዎች በየግዜው ቢቀርቡም እስካሁን ተግባራዊ አልተደረጉም። ለምሳሌ፣ ጆን ኸርሺል (1849) በ19ኛው ክፍለዘመን የዓመቱን ቀናት በአማካይ 365.24225 የሚያደርስ የዘመን አቆጣጠር አቅርቦ ነበር። ሌሎች በተለያየ ወቅት የቀረቡ ማሻሻያ አቆጣጠሮችም አሉ።[92]

አሁን የግሪጎሪያን ዘመን አቆጣጠር ምናልባት ከኢትዮጵያ፣ እስራኤል እና ሳውድ አረቢያ በስተቀር ለሲቪል አስተዳደር ሁሉም ሀገሮች (ማለት ይቻላል) ተጠቃሚ ናቸው። ሆኖም ይህን ዘመን አቆጣጠር የተቀበሉት ሁሉም ባንዴ አይደለም። ቀስ በቀስ ነው። የአውሮፓ ሀገሮች ሳይቀሩ በጣም ዘግይተው የተቀበሉ አሉ—ለምሳሌ ራሽያ 1918፣ ግሪክ 1923፣ እና ቱርክ 1927።

የግሪጎሪያን አቆጣጠርን በመቀበል ደረጃ ሀይማኖት ተፅዕኖ ያለው ይመስላል። ጆርጆን (2011:194) እንደገለፀው የካቶሊክ ሀገሮች ወዲያው ሲቀበሉት ፕሮቴስታንት የሆኑት ግን በሂደት ነው። ለምሳሌ፣ እንግሊዞችና ሲውድኖች አቆጣጠሩን የተቀበሉት በ18ኛው ክፍለዘመን ነው (ዝኒከማሁ)። የኦርቶዶክ ክርስትያን ተከታይ ሀገሮች ደግሞ በ20ኛው ክፍለዘመን ነው። ከላይ እንደገለፅነው ለውጡን ጨርሶም እስካሁን ያልተቀበሉ የኦርቶዶክስ አብያተ ክርስትያናት አሉ። እንደሲቪል አቆጣጠር፣ የዘመን አቆጣጠሯን ወደግሪጎሪያን ለመለወጥ ከአውሮፓ ሀገሮች ቱርክ የመጨረሻዋ ሀገር ነች።

ቱርክ አፊሻሊ የጁሊያን አቆጣጠርንም ቢሆን ለሲቪል መጠቀሚያነት የወሰደችውም ከአውሮፓ ሀገሮች በጣም ዘግይታ በ1840 ላይ ነው (ዝኒከማሁ)። ባለፈው ምዕራፍ እንደገለፅነው፣ ይህ አቆጣጠር 'ሩሚ ካላንደር' በመባል ይታወቃል። በርግጥ ከ1840 በፊትም ቱርክ አፊሻል የሲቪል አቆጣጠር ተደርጎ አይወሰድ እንጂ ለአንዳንድ ጉዳዮች ሩሚ አቆጣጠርን ትጠቀምበት ነበር። ለዝርዝሩ ጆርጆን (2011)ን ይመልከቱ።

---

91 እዚህ ላይ ልብ ማለት ያለብን የፀሀይ/ትሮፒካል ዓመት ወጥ/ቋሚ ነው ማለት አይደለም። በአሁኑ ግዜ እያነሰ እየመጣ ነው። መኢኡስ እና ሳቮይ (1992)ን፣ ምስሻመር (2008፡39)ን እና በዚያ የተጠቀሱ ስራዎችን ይመልከቱ።

92 ከብዙ በጥቂቱ የሚከተሉትን ይመልከቱ፤ ስቲል (2000) እና ሆልፈርድ-ስትሪቨንስ (2005፡42)።

4.9 የኢትዮጵያ ዘመን አቆጣጠር

በኢትዮጵያ በርካታ አቆጣጠሮች አሉ። ከሲቪሉ አቆጣጠር በተጨማሪ፣ ባህላዊ እንዲሁም ከሀይማኖት ጋር የተያያዙ አቆጣጠሮች አሉ። በባህላዊ ረገድ የሲዳማውና በቦረና አሮሞ ዘንድ ያሉትን አቆጣጠሮች መጥቀስ ይቻላል።[93] ለኋለኛው ምሳሌ የእስልምናውን አቆጣጠር መጥቀስ ይቻላል። የእስልምና ተከታዩ ህዝብ የሀይማኖቱን በዓላት፣ አፅዋማትና ባጠቃላይ ከእስልምና ጋር የተያያዙ የእምነት ጉዳዮቹን የሚያከናውነው በእስልምናው አቆጣጠር ላይ ተመስርቶ ነው። በኢትዮጵያ ኦርቶዶክስ ክርስትናም አብዛኛው በዓላት በሲቪሉ አቆጣጠር ላይ ተመስርቶ የሚከበር ቢሆንም ተንቀሳቃሽ በዓላቱ የሚሰሉበት የተለየ ቀመር አለ። በዚህ ላይ ብዙ ስራዎች አሉና እነሱን ይመልከቱ። ለምሳሌ፣ በአማርኛ ከተፃፉት ውስጥ የሚከተሉትን ይመልከቱ፤ ጌታቸው ኃይሌ (2006) እና አለቃ ያሬድ (2004)። በእንግሊዝኛ ከተሰሩት ውስጥ ደግሞ ኒውጌባወርን (1964፣ 1979፣ 1988፣ 1989) ይመልከቱ። በዚህ ስራ የኢትዮጵያ አቆጣጠር ስንል ሌላ ተቀፅላ እስካላስገባንበት ድረስ፣ የሲቪል አቆጣጠሩን ማለታችን ነው።

4.9.1 የኢትዮጵያ አቆጣጠር ከቅብጥ አቆጣጠር ያለው ተመሳስሎ

የኢትዮጵያ ዘመን አቆጣጠር ከቅብጥ የተቀዳ ይመስላል። ይህ ጉዳይ በርግጥ ከጥንት ጀምሮ የሚታወቅ ነው። ምናልባት አዲስ የሚሆነው በጉዳዩ ላይ ትኩረት ላላደረገበት ሰው ብቻ ነው። ከጥንት ጀምሮ በነበሩ በተለያዩ የግዕዝ ፅሁፎች መመሳሰሉ ከመገለፁም በላይ በዘመን አቆጣጠር ላይ የተሰሩ ስራዎችም በየግዜው ሲገልፁት ኖረዋል።[94] የኢትዮጵያ አቆጣጠር እንደቅብጡ/እስክንድርያው አቆጣጠር እያንዳንዳቸው 30 ቀናት ያሉት 12 ወራትና 5 ተጨማሪ ቀናት በየሊፐ ዓመቱ ደግሞ 6 የምትሆን “ጳጉሜን” አለው። በሁለቱም አቆጣጠሮች እንደወር አትቆጠርም። በምዕራፍ ሶስት እንደተመለከትነው ጳጉሜን የሚለው ስያሜ በግዕዝም በአማርኛም ያው ነው። የአማርኛው ከግዕዙ የተወሰደ ነው። ቃሉ ከመሰረቱ የግሪክ ነው።

---

93 ስለቦረና ኦሮሞው ባህላዊ አቆጣጠር አስመሮም ለገሰ (1974)ን ይመልከቱ።

94 ለአብነት ያህል የሚከተሉትን ስራዎች ይመልከቱ፤ ሪቻርደስ (ከ1998፡154) እና ጌታቸው ኃይሌ (2006፡36)።

በግሪክ *ኤፓጎሜኖስ*[95] 'ተጨማሪ' ማለት ነው። እንግሊዝኛው ይህን ቃል ወርሶታል። በእንግሊዝኛ *ኢፓጎሜነል ዴይ*[96] 'ተጨማሪ ቀን' ማለት ነው።

የግዕዝ ተናጋሪው በወቅቱ አለማቀፋዊ ቋንቋ ከነበረው ከግሪክ ጋር ግንኙነት ቢኖረውም፣ ጳጉሜን በቀጥታ ከግሪክ የወሰደው አይመስልም። ይልቁንም ቃሉ በቅብጥ በኩል የመጣ ይመስላል። በቀዳሚው ምዕራፍ እንደገለፅነው፣ ይህ ቃል በቅብጥ የወራት ስያሜ ውስጥም አለ። የኢትዮጵያ ዘመን አቆጣጠር ወራቱ ከሚጀምርበት አንስቶ ከቅብጥ ጋር አንድ ነው። ለመረጃ ስልጣት ስንል፣ በቀዳሚው ምዕራፍ ያቀረብነውን ሠንጠረዥ ከታች ደግመንዋል።[97]

ሠንጠረዥ 18፡ የኢትዮጵያ አቆጣጠርና የቅብጥ አቆጣጠር[98]

ቅብጥ	ግዕዝ	ግሪጎርያን	
		መደበኛ ዓመት	ሊፕ ዓመት/ዘመነ ዮሐንስ
Thoth	መስከረም	11 ሴፕቴምበር – 10 ኦክቶበር	12 ሴፕቴምበር – 11 ኦክቶበር
Phaophi	ጥቅምት	11 ኦክቶበር – 9 ኖቬምበር	12 ኦክቶበር – 10 ኖቬምበር
Athyr	ኅዳር	10 ኖቬምበር – 9 ዲሴምበር	11 ኖቬምበር – 10 ዲሴምበር
Choiak	ታኅሳስ	10 ዲሴምበር – 8 ጃንዋሪ	11 ዲሴምበር – 9 ጃንዋሪ
Tybi	ጥር	9 ጃንዋሪ – 7 ፌብሯሪ	10 ጃንዋሪ – 8 ፌብሯሪ
Mecheir	የካቲት	8 ፌብሯሪ – 9 ማርች	9 ፌብሯሪ – 9 ማርች

95 Epagomenos.

96 Epagomenal day.

97 በሚከተለው ሠንጠረዥ የቅብጡ አቆጣጠር የወራት ስሞች የተወሰዱት ከፓርከር (1950:8) ነው። በቅብጥ ላሉት ለተለያዩ (የወራት) ስሞች እና የአፃፃፍ ልዩነቶች በዚህ ምዕራፍ ክፍል 4.2ን ይመልከቱ።

98 በሠንጠረዡ የግሪጎሪያኑ የቀን ቀመር የሚያመለክተው የዚህ ክፍለዘመንን ብቻ ነው። 2100 በግሪጎሪያን ሊፕ ዓመት ስላልሆነ በ22ኛው ክፍለዘመን ልዩነቱ በአንድ ቀን ይጨምራል።

Phamenoth	መጋቢት	10 ማርች – 8 አፕሪል	10 ማርች – 8 አፕሪል
Pharmuthi	ሚያዝያ	9 አፕሪል – 8 ሜይ	9 አፕሪል – 8 ሜይ
Pachons	ግንቦት	9 ሜይ – 7 ጁን	9 ሜይ – 7 ጁን
Payni	ሰኔ	8 ጁን – 7 ጁላይ	8 ጁን – 7 ጁላይ
Epiphi	ሐምሌ	8 ጁላይ – 6 ኦጎስት	8 ጁላይ – 6 ኦጎስት
Mesore	ነሐሴ	7 ኦጎስት – 5 ሴፕቴምበር	7 ኦጎስት – 5 ሴፕቴምበር
Epagomenai	ጳጉሜ	6 ሴፕቴምበር – 10 ሴፕቴምበር	6 ሴፕቴምበር – 11 ሴፕቴምበር

የእስክንድርያው/ቅብጥ እና የኢትዮጵያ አቆጣጠሮቹ ቢመሳሰሉም ከላይ በሠንጠረዥ 18 እንደምንመለከተው የግዕዝ የወራት ስሞች ከተወሰኑት (ያውም ያጋጣሚ ከሚመስል መመሳሰል በስተቀር) ከቅብጡ የወራቱ ስሞች ጋር አይገናኙም። የአማርኛና የግዕዝ ግን አንድ ናቸው።[99] በቀዳሚው ምዕራፍ እንደገለፅነው ኃይሉ ሀብቱ (2006:8) መስከረም በግዕዝ ሠረቀ ቲቶም ይባላል ይላል። ይህ በቀጥታ ከግብፁ ቶት ጋር ይገናኛል። ሠረቀ ቲቶ ማለት የቲቶ መውጣት ማለት ነው። የግብፅ ዓመት የሚጀምርበት ቶት ከመነሻው ሲሩስ ከምትባለው ከኮከብ ጠዋት ላይ ከምትታይበት ግዜ ጋር ቢያያዝም ቶት በራሱ ኮከብ አይደለም።[100] ቶት የጨረቃ አምላክ ነው። በግዕዝ ኃይሉ እንዳለው *ሠረቀ ቲቶ* የሚባል ስያሜ ካለም ስያሜው የወጣው የግብፁን አጠቃቀም በደንብ ካለመገንዘብ ይመስላል።

የእስክንድርያው/ቅብጥ አቆጣጠር ለኢትዮጵያው ብቻ ሳይሆን ለበርካታ ሌሎች ሀገሮች አቆጣጠር መሰረት ሆኗል። ለምሳሌ፣ በፈረንሳይ አብዮት ወቅት የተፈጠረው አቆጣጠር የግብፅን መሰረት አድርጎ ነበር። አብዛኞቹ አቆጣጠሮች የግሪጎሪያኑ በአለም ላይ ተፅዕኖው እየበረታ ሲመጣ ቢቀሩም፣ እስካሁን ድረስ በአንዳንድ ህብረተሰቦች የሚያገለግሉ አሉ። በዚህ ነጥብ ላይ በማጠቃለያው ክፍል እንመለስበታለን።

---

99 ለዝርዝሩ ምዕራፍ ሶስትን ይመልከቱ።

100 ከብዙ በጥቂቱ፣ ፓርከርን (1950)ን፣ ዊልሰን (1956)ን፣ እና ሪቻርደስ (1998)ን ይመልከቱ። ግብፆች የሲሩስ ኮከብ በንጋት ላይ መታየትን የዓመት መጀመሪያ ሲያደርጉ፣ ይህ ቀን አለም የተፈጠረችበት ነው ብለው ከማሰብ እንደሆነ ይታመናል። ፓርከር (1950:47)ን ይመልከቱ።

የኢትዮጵያ አቆጣጠር ከእስክንድርያው አቆጣጠር የሚለይበት ዘመን 'ኢራ' የሚጀምርበት ነው። የኢትዮጵያ አቆጣጠር ከሌሎች ክርስትናንን መሰረት አድርገው ዘመን ከሚቆጥሩትም ይለያል። የዚህ ልዩነት ምንጭን አጠር አድርገን በቀጣዩ ክፍል እንዳስሳለን።

4.9.2 የኢትዮጵያ አቆጣጠር ከግሪጎሪያንና ከቅብጥ አቆጣጠሮች ያለው ልዩነት

በአለማችን ወጥ የሆነ ዓመት የሚቆጠርበት አሰራር የወጣው በቅርብ ግዜ ነው። የጁሊያን አቆጣጠርን ብንመለከት በስድስተኛው ክፍለዘመን ነው። ከዚያ በፊት በሮማኖች ዘንድ ዓመት ከተወሰነ ነጥብ ላይ በመነሳት 1፣ 2፣ ወዘተ. እየተባለ ሳይሆን የሚቆጠረው በካውንስሎች፣ "በዚህ ካውንስል ዓመት" እየተባለ ነበር። ለዚህ በምሳሌነት ተዘውትሮ የሚጠቀሰው በቀደምት የክርስትያን ፅሁፎች ላይ ተደጋግሞ ይገለፅ የነበረው ክርስቶስ የተሰቀለበት 29 ጋአ ነው። ይህ ዓመት በቀደምት ፅሁፎች የሚገለፀው በሁለቱ የሮማን ካውንስሎች ሲ. ፉፊዩስ ጀሚኑስ[101] እና ኤል. ሩቢሉዩስ ጀሚኑስ[102] ዓመት በሚል ነበር (ሆልፈርድ-ስትሪቨንስ 2005፡111)። ግሪኮች እና አሲሪያኖችም በሮማን ግዛት ከነበረው ጋር ተመሳሳይ ዓመት መለያ ነበራቸው (ሆልፈርድ-ስትሪቨንስ 2005፡110)።

በጥንታዊ ግብፅ ደግሞ ዓመትን በንጉሶች መቁጠር የተለመደ ነበር። አንድ ንጉሥ ወርዶ ሌላ ሲተካ እንደአዲስ ይጀመራል። ይህ አይነት ዓመት የመቁጠር ስልት በሌሎች ሀገሮችም፣ ሩቅ ሳንሄድ በኢትዮጵያም የነበረ ነው። የግዕዝ የብራና ፅሁፎችን ማገላበጥ ቀርቶብን በቀዳማዊ ኃይለስላሴ ግዜ የታተሙ መፅሀፎችን ብቻ እንኳ ብንመረምር፣ "ይህ መፅሀፍ ኃይለሥላሴ በነገሡ — ዓመት ታተመ" የሚል አይነት ሀረግ በብዙዎቹ እናገኛለን። ከእንደዚህ አይነት መፅሀፎች አብዛኞቹ ከጎኑ አብረው ዓመተ ምህረትን ቢሰጡም አንዳንዶቹ የንግሥናውን ዓመት ብቻ በማስቀመጥ ዓመተ ምህረትን ፈፅሞ የማይሰጡም አሉ።

በክፍል 4.5 እንደተመለከትነው፣ ረጅም ግዜ የሚጓዝ ቀጣይነት ያለው ዘመን የሚለካበት ቆጠራ በአብዛኛው ጥንታዊ ህብረተሰብ ባይኖርም ባሁኑ ግዜ እብራውያን አለም ተፈጠረ ብለው ከሚያስቡበት በመነሳት ዓመትን

101 C. Fufus Geminus.
102 L. Rubellius Geminus.

ይቆጥራሉ። ለዚህም፣ ለዘመን አቆጣጠር እየተጠቀሙበት ያለውን 3761 ቅጋአ መነሻ አድርገው ወስደዋል። በዚህም ለምሳሌ፣ የእብራይስጥ አዲስ ዓመት *ሮሽ ሀሽና* በእብራዊያን አቆጣጠር ትሽሪ 1፣ 5775፣ በኢትዮጵያ አቆጣጠር መስከረም 15፣ 2007 ላይ ነው *ያረፈው*።[103] በቀጣዩ ዓመት ደግሞ *ሮሽ ሀሽና* በእብራዊያን የጀመረው መስከረም 2፣ 2008 ማታ ላይ ነበር። ከቀኑ/ከብርሀን ከተነሳን መስከረም 3 መሆኑ ነው።

የክርስትናው እምነት የእብራውያን እምነት ላይ ተመስርቶ የመጣ ነውና ዓመትን አለም ተፈጠረች ብለው ሁለቱም እምነቶች ከሚያስቡበት ጀምሮ መቁጠርም ያለ ነው። በርግጥ በክፍል 4.5 ከላይ እንደጠቀስነው፣ እብራውያን በዓመተ ዓለም ዘመን መቁጠርን የጀመሩት ክርስትያኖች መጠቀም ከጀመሩ በኋላ እጅግ ዘግይተው በ14ኛው ክፍለዘመን ነው (ሪቻርደስ 1998፡226)።[104] ይህ አይነቱ አቆጣጠር በኢትያጵያም በተለይ በቀደምት ብራና ላይ ፅሁፎች በስፋት ይገኛል። አቆጣጠሩ በግዕዝ፣ ዓመተ ዓለም (ዓዓ) ሲባል በላቲን ደግሞ *አኖ ሙንዲ*[105] ይባላል። ምንም እንኳ ለሁለቱም መሰረት ብሉይ ኪዳን ቢሆንም፣ በክርስትያኖች እና በእብራውያን የዓመተ ዓለም ስሌት መካከል ልዩነት አለ። ለዚህ ዋንኛው ምክንያት የሚጠቀሙበት መፅሀፍ ቅጂ መለያየት ነው። በመጀመሪያዎቹ ክርስትያኖች ለስሌቱ የተጠቀሙበት ቅጂ የግሪኩ *ሴፕቱአጂንት*[106] በመባል የሚታወቀውን ነው።[107]

በክርስትያኖች ረገድ ፍጥረተ ዓለምን ለማስላት ከሞከሩት ውስጥ የመጀመሪያው ተደርጎ የሚወሰደው የሶስተኛው መቶ ክፍለዘመን ሴክቱስ ጁሊየስ አፍሪካነስ የተባለው ነው (ሞስሻመር 2008፡28 & ሆልፈርድ-ስትሪቨንስ 2005፡120)። በርግጥ ከሱ በፊት ቲዎፍሎስ (115-181) በወቅቱ ለነበረው ገዢ ከአዳም ጀምሮ እስከወቅቱ ድረስ ዝርዝር ዘመን 'ክሮኖሎጂ' አቅርቦለት ነበር። በዚህ ሰው ስሌት ፍጥረተ ዓለም 5529 ቅጋአ ነው። አፍሪካነስ በበኩሉ በ221 አካባቢ የክርስቶስ የመወለድ ብስራትን/የማርያም ክርስቶስን መፀነስን ቀን ማርች 25፣ 5501 አመተ አለም የመጀመሪያ ቀን

---

103 የእስራኤል ሳይንስና ቴክኖሎጂ ድረገፅ: http://www.science.co.il/Jewish-Holidays.asp. Accessed 8/21/2015.

104 ሞስሻመር (2008፡87ቀገ)ንም ይመልከቱ።

105 Anno mundi.

106 Septuagint.

107 የዚህ ቃል መነሻው ላቲን ሲሆን ትርጉሙም ሰባ ማለት ነው።

አደረገው። ከዚያ በኋላ የተነሱ የሀይማኖት ሊቃውንት ከአፍሪካኑስ የተለየ ቀመር እየያዙ ብቅ ብለዋል።[108] ከእነዚህ ውስጥ በጣም ተቀባይነት አግኝቶ የነበረው በ5 መቶ የመጀመሪያው አመታት የነበረው የእስክንድርያው አኒያኑስ ያወጣው ቀመር ነው። ይህ ቀመር የፍጥረተ ዓለም መጀመሪያ ቀንንም እሁድ ላይ እንዲያርፍ አድርጎት ነበር።

በአኒያኑስ ስሌት የፍጥረተ ዓለም መጀመሪያ ቀን ሱልሊኪዩስ ካሜሮኑስ[109] እና ጋዩስ ፖምፒዩስ[110] የሮማን ካውንስል ከነበሩበት ሲሰላ ማርች 25፣ 5501 ነው። ይህም በእስክንድርያው ዓመት የሚጀምረው በቲቶ 'መስከረም' ስለሆነ በጁሊያን/ግሪጎሪያን አቆጣጠር ማርች 25፣ 5501 ቅጋአ ያረፈበት ዓመት በእስክንድርያው አንድ ዓመት ወደኋላ ይሄዳል። ስለዚህ በእስክንድርያው አቆጣጠር የሲቪል ዓመት መጀመሪያውን ቀን፣ ማ. ቲቶ 1፣ ሳይለቁ ፍጥረተ አለም መጀመሪያ (ሱልሊኪዩስ ካሜሮኑስ እና ጋዩስ ፖምፒዩስ የሮማን ካውንስል ከነበሩበት ወቅት) አገስት 29፣ 5500 ነው (ሞስሻመር 2008፡357)። ይህ በግሪጎርያን አቆጣጠር 8 ጋአ መሆኑ ነው። የኢትዮጵያው አቆጣጠር ዘመን 'ኢራ' ከዚህ ስሌት የተገኘ ነው።[111]

በአብረሀም እምነት ተከታዮች ዘንድ ፍጥረተ ዓለም ከሚባለው ጀምሮ ከመቁጠር በተጨማሪ በክርስትያኖች ዘንድ ከክርስቶስ ጋር በማያያዝ ዘመንን መጀመር በአሁኑ ግዜ ለሲቪሉ (በበርካታ ሀገሮች ለሚያገለግለው) የግሪጎሪያን አቆጣጠር መሰረት ሆኗል። ይህ አቆጣጠር በኢትዮጵያው የሲቪሉ አቆጣጠርም የተመሰረተበት ነው። ከእምነት ጋር በተያያዘ ዓመት መቁጠር የእስልምናውንም አቆጣጠር መጥቀስ ይቻላል። ከአንድ ታሪካዊ ክንዋኔ አንስቶ ዘመን መቁጠርም ከእምነት ጋር ብቻ የሚያያዝ አይደለም።

---

108 በዚህ ጉዳይ ላይ ከራውፎርድ (1887፡164)፣ ሞስሻመር (2008፡28) እና ሆልፈርድ-ስትሪቨንስ (2005፡120) ይመልከቱ። ሞስሻመር (ዝኒከማሁ) እና ሆልፈርድ-ስትሪቨንስ (ዝኒከማሁ) እንደገለፁት፣ ከአፍሪካኑስ በማስከተል የቃሳሪያው ኢስቡስ የፍጥረት ዘመንን 5200 ቅጋአ በማድረግ እየሱስ ክርስቶስ የተወለደበትን 5199 ዓዓ አደረገው። ይሁን እንጂ፣ ሆልፈርድ-ስትሪቨንስ (2005፡121) ኢስቡስ ይህን ዓመት የአብረሀም ዓመት ማለትን መርጦ እንደነበር ይገልፃል። ሌላው በዚህ ረገድ ሊጠቀስ የሚገባው በምዕራቡ/በሮማን ቤተክርስትያን ዘንድ ተቀባይነት አግኝቶ የነበረው የቤዴ ቀመር ነው። ቤዴ በፍጥረተ ዓለም እና በክርስቶስ ውልደት መሀከል ያለውን ዘመን 3952 አመታት አደረገው። ይሁን እንጂ ይህ በሁሉም ተቀባይነት ሊያገኝ አልቻለም።

109 Sulpicius Camerinus.

110 Gaius Pompeius.

111 በተለያዩ ስራዎች ስለአኒያኑስ የዘመን ቀመር የተሳሳተ መረጃ ስለሚገኝ፣ በዚህ ጉዳይ ላይ ሰፋ አድርገን በኋላ እንመለስበታለን።

እንዲያውም የክርስትናው ዘመን 'ኢራ' በአለማችን ከመስራጨቱ በፊት፣ በላይኛው ክፍል እንደገለፅነው፣ ከንጉሶች ንግሥና ዓመት፣ ከካውንስሎች፣ ከተለያዩ አበይት ድርጊቶች፣ ወዘተ. በመነሳት ዓመት ይቆጠር ነበር። ከክርስትናው እና እስልምናው ዘመን 'ኢራ' መስፋፋት በኋላም ሌላ ዘመን 'ኢራ' ለመጠቀም የሞከሩ ነበሩ። አሁንም አሉ። በዚህ ረገድ የፈረንሳይ አብዮት አቆጣጠርን መጥቀስ ይቻላል።

የፈረንሳይ አብዮት አቆጣጠር የተመሰረተው በ1773 ሲሆን፣ ዘመኑ የፈረንሳይ ሪፐብሊክ ከተመሰረተበት ከሴፕምቴበር 22፣ 1772 አንድ ብሎ እንዲጀምር አድርገው ነበር። በቅርብ ግዜ ደግሞ የተወሰኑ የበርበር ዘመን አቆጣጠር ተጠቃሚ በርበሮች ለአቆጣጠራቸው የዘመን መነሻ 950 ቅጋአ አድርገዋል። ይህ በግብፅ የ22ኛው ስርወመንግሥት መስራች የሆነው ሾሼንቅ ቀዳማዊ ስልጣን ይዟል ተብሎ የሚገመትበት ዓመት ነው።[112] በታሪክ እንደሚታወቀው፣ የግብፅ 22ኛው ስርወመንግሥት ሊቢያኖች ግብፅን አጥቅተው ከያዙ በኋላ የመሰረቱት ነው። ሾሼንቅ ቀዳማዊ በርበር እንደሆነ ይነገራል። አሲሪያኖችም ባሁኑ ወቅት ለአቆጣጠራቸው መነሻ 4750 ቅጋአ አድርገዋል።[113] ምክንያታቸው፣ 4750 ቅጋአ በአሹር (በአሁኑ ወቅት ሰሜን ኢራቅ) የመጀመሪያው ቤተመቅደስ የተገነባበት ዓመት ነው በሚል ነው።[114]

የኢትዮጵያው አቆጣጠር ልክ እንደግሪጎሪያኑ ዘመን የሚለካው ከክርስትና እምነት ጋር በተያያዘ ቢሆንም፣ የአዲስ ዓመት ቀንና የዘመን 'ኢራ' መጀመሪያ የተለዩ ናቸው። እነዚህ ልዩነቶች ከምን እንደመጡ በሚቀጥለው ንኡስ ክፍል እንዳስሳለን።

4.9.2.1 የኢትዮጵያና የግሪጎሪያን አቆጣጠር ልዩነት

አሁን ባለንበት ክፍለዘመን፣ የኢትዮጵያ አቆጣጠር ከግሪጎርያን አቆጣጠር ከሴፕቴምበር 11 (በሊፐ ዓመት ከሴፕቴምበር 12) እስከ ዲሴምበር 31 በሰባት ዓመት፣ ከጃንዋሪ 1 እስከ ሴፕቴምበር 10 (በሊፐ ዓመት እስከ ሴፕቴምበር 11) ደግሞ በስምንት ዓመት ይለያል። በተወሰኑ ወራት የሰባት

112 Berber calendar https://en.wikipedia.org/wiki/Berber_calendar Accessed 9-12-2015.

113 Alkhas, Wilfred. Assyrian calendar. www.nineveh.com. Accessed 9-10-2015።

114 Timeline of Assyria. www.meta-religion.com

ዓመት በተወሰኑት ደግሞ የስምንት ዓመት ልዩነት የመኖሩ ምክንያት አዲስ ዓመት የሚጀምርባቸው ግዜያት በሁለቱ አቆጣጠሮች በመለያያታቸው ነው።

ሁለቱ አቆጣጠሮች አዲስ ዓመትን በተለያየ ቀን መጀመራቸው፣ ከእምነት መለየያት ጋር በተያያዘ ወይም በአተረጓጎም ልዩነት ምክንያት የመጣ አይደለም። በክፍል 4.4 እንደገለፅነው፣ አንዳንድ ሀገሮች ከባህላቸው እና ከእምነት ጋር በማያያዝ የዓመት መጀመሪያውን የለወጡ ቢኖሩም የጁሊያን አቆጣጠር ከመነሻው ዓመቱ የሚጀምረው ጃንዋሪ አንድ ነበር።[115] በጥንቱ የሮማን አቆጣጠር ላይ ማስተካከያ በማድረግ ስሙን ለአቆጣጠሩ የተወው ጁሊየስ ቄሳር የነበረው ከክርስትና መነሳት በፊት ነው (ማመ. §4.4)። በቀዳሚዎቹ ክፍሎች እንዳየነው፣ በሊፐ ዓመት ረገድ የተወሰነ ለውጥ ቢኖርም የግሪጎሪያን አቆጣጠር በመሰረቱ ከጁሊያን አቆጣጠር ጋር አንድ ነው። የወራቱ ስም እና በየወራቱ ያሉት የቀናቱ ብዛት ብቻ ሳይሆን ዓመቱ የሚጀምረውም በጀነዋሪ 1 ነው።

የኢትዮጵያ አቆጣጠርም ከግብፅ በመምጣቱ እና የግብፁ አቆጣጠር ዓመት የሚጀምርበት ቴቶ 1 (በኢትዮጵያው መስከረም 1) ጥንት ክርስትና ቀርቶ ለክርስትናው መሰረት የሆነው የአይሁድ እምነት እራሱ ገና ሳይታሰብ የነበረ በመሆኑ ከክርስትና እምነት ጋር አይያያዝም።

የኢትዮጵያውም ሆነ የግሪጎሪያን አቆጣጠር የዓመት መጀመሪያ የክርስትና እምነት መሰረት ባይኖረውም፣ የዘመን 'ኢራ' መጀመሪያ ግን በሁለቱም አቆጣጠሮች ከክርስትና እምነት ጋር ይያያዛል። ሁለቱም መነሻ ነው የሚሉት ገብሬል ለማርያም ኢየሱስ ክርስቶስን ትፀንሻለሽ ብሎ የነገረበት ቀን ነው ብለው ክርስትያኖች የሚያስቡትን ወይም ፈጣሪ በማርያም ያደረበትን፣ ማ. እየሱስ ክርስቶስ የተፀነሰበትን፣ ቀን ይመለከታል።[116] ይህ ከሆነ በሁለቱ አቆጣጠሮች መሀከል ያለው ልዩነት እንዴት ሊመጣ ቻለ የሚል ጥያቄ ሊነሳ ይችላል።

---

115 እዚህ ላይ የጁሊያን አቆጣጠር የተመሰረተበት የሮማን አቆጣጠርን ማለታችን እንዳልሆነ ልብ ማድረግ ያስፈልጋል። በቀዳሚው ክፍል እንደገለፅነው፣ ጁሊየስ ቄሳር ከማስተካከሉ በፊት የነበረው የሮማን አቆጣጠር ከመነሻው ዓመቱ የሚጀምረው ከማርች ነበር። ለዚህም ነው እነሴፐቴምበር፣ ኦክቶበር፣ ኖቬምበር እና ዲሴምበር በጥሬ ትርጉማቸው እንደቅደምተከተላቸው 7ኛ፣ 8ኛ፣ 9ኛ፣ እና 10ኛ የሚል ስያሜ የያዙት። እነዚህ ወሮች ባሁኑ ግዜ ከዘጠንኛ እስከ 12ኛ ያሉትን ወራት እንደሚያመለክቱ ልብ ይሏል።

116 ይህ በእንግሊዝኛው አኑንሴሽን (Annunciation) ወይም የእየሱስ ኢንካርኔሽን (Incarnation of Jesus) ይባላል።

አንዳንድ በአማርኛ የወጡ ስራዎች በግሪጎሪያን እና በኢትዮጵያ አቆጣጠሮች መሀከል ያለው የ7/8 ዓመት ልዩነት የመጣው የክርስቶስ መፀነስ/ልደት በፀሀይና በጨረቃ የዘመን አቆጣጠር ስለተሰላ ነው የሚል አንድምታ ያቀርባሉ። ከላይ እንደገለፅነው ለሁለቱም ዘመን 'ኤራ' መነሻ በሀሳብ ደረጃ የክርስቶስ መወለድ/መፀነስ ዜና ነው። ይሁን እንጂ፣ ለቀመሩ ልዩነት የሆነው አንዱ አቆጣጠር በፀሀይ ዓመት ሌላኛው በጨረቃ ዓመት ግዜውን ስላሰላው አይደለም። ልዩነቱ የመጣው የእየሱስ በማሪያም እንደሚያድር የተበሰረበትን/የተፀነሰበትን ቀን በማስላት ሂደት በተፈጠረ አለመግባባት ነው።

የግሪጎርያን አቆጣጠር የሚከተለው ዲዮኒሱስ ኤክስጉስ[117] ያወጣውን ስሌት ነው። ይህ ሰው ዘመን የሚጀምርበት ከክርስቶስ መወለድ/መፀነስ ጋር መሆን አለበት በሚል በ525 ጋአ "የራሱን ቀመር" አበጅና ከዚያን ግዜ ጀምሮ ያለውን *ሰኖ ዶሚኒ* 'አመተ እግዚእ' የሚል ስያሜ ሰጠው። ይህ ከሱ ከመቶ ዓመት በፊት የነበረው አኒያኑስ የተባለው የእስክንድርያ ሊቅ ካስቀመጠው የስምንት ዓመት ልዩነት ነበረው።[118] በሁለቱም እሳቤ ለማርያም/ለዮሴፍ ገብሬል የእየሱስን መፀነስ አብስሯል የተባለበት ቀንና ወር ግን አንድ ነበር። ይህም በጁሊያን አቆጣጠር ማርች 25 ነው። ይህም የኢትዮጵያው አቆጣጠር የክርስቶስን መፀነስ በጁሊያን አቆጣጠር ረገድ ማርች 25፣ 9 አኖ ዶሚኒ 'ዓመተ እግዚእ' መሆኑ ነው። የኢትዮጵያው አቆጣጠር አዲስ ዓመት የሚጀምረው በመስከረም 1 በመሆኑ የክርስቶስ ዘመኑን አንድ ብሎ መቁጠር የጀመረው፣ ከላይ በቅብጡም እንዳየነው፣ ወደኋላ ሰባት ወራት ሄዶ ነው። ይህም በጁሊያን አቆጣጠር ኦገስት 29፣ 8 *ሰኖ ዶሚኒ* 'አመተ እግዚእ' መሆኑ ነው።

ሆልፈርድ-ስትሪቨንስ እንደገለፀው ዲዮኒሱስ የብስራቱ ቀን "ይሄ ነው" ብሎ አቀረበ እንጂ እንዴት እዚያ ቁጥር ላይ እንደደረሰበት ያሳየው ነገር የለም (2005፡122)። ቀመሩንም እራሱ ይስራው/ይፍጠረው ወይስ ከሱ በፊት ከተደረጉ ከሌሎች ስራዎች ይውሰደው የገለፀው ነገር የለም (ዝኒከማሁ)። ወደኋላ ላይ እንደምንመለከተው ምንጭ አይጥቀስ እንጂ ዲዮኒሱስ ቀመሩን የወሰደው ከሌላ ሰው ነው። ያም ሆኖ፣ ይህ ቀመር በኋላ ሲሰላ ስህተት

117 Dionysius Exiguus

118 በላይኛው ክፍል እንደገለፅነው፣ አኒያኑስ የፍጥረተ አለም መጀመሪያን ከእስክንድርያው አቆጣጠር ዓመት እንዲስማማ በተደረገው መሰረት፣ የሚያርፈው 5943 ቅጋአ ነው።

እንዳለው ሊታወቅ ችሏል። ይህ ማለት ግን የአኒያኑስ ቀመር ትክክል ነው ማለት አይደለም።

የእየሱስ ክርስቶስ ልደትን በትክክል ቀኑን የሚገልፅ በወቅቱ የተሰራ አይገኝም። በማቲወስ እና ሉቃስ ወንጌሎች ላይ ስለልደቱ የተሰጡትም እርስ በርሳቸው የሚቃረኑ ናቸው። ብዙ ምሁራን በተለይ በሉቃስ የሚገኘው የተምታታና የተሳሳተ እንደሆነ ይናገራሉ።[119] ሆኖም ልደቱን ለማስላት እነዚህ ወንጌሎች መሰረታዊ ናቸው። የመስኩ ተመራማሪዎች በወንጌሎቹ ላይ ስለልደቱ የተገለፀውን እንዲሁም እየሱስ ማስተማር ጀመረ (በሉቃስ 3፡23 ላይ ከተገለፀው) የተባለበትን ዓመት ከሌሎች ታሪካዊ ክስተቶች እና ሰነዶች ጋር በማመሳከር የእየሱስ ልደትን ለማስላት ሞክረዋል። ለምሳሌ፣ ፓውል ማየር (1989)ን እና በዚያ የተጠቀሱ ስራዎችን ይመልከቱ።

ምንም እንኳ አጥጋቢ ማስረጃ ባይገኝም፣ ከላይ እንደገለፅነው፣ የሉቃስ እና ማቲዎስ ወንጌሎች የእየሱስ ልደትን ለማስላት መሰረታዊ ናቸው። በሁለቱም ወንጌሎች እየሱስ የተወለደው በንጉሥ ሔሮድ ዘመን ነው (ማቲወስ 2፡1-12፣ ሉቃስ 1፡5)።[120] ንጉሥ ሔሮድ ደግሞ የሞተው 4 ቅጋአ ነው (ፓውል ማየር 1989፡116)።[121] የእየሱስ ልደት ከ4 ቅጋአ ወዲህ ሊሆን አይችልም ማለት ነው። ብዙዎቹ ሊቃውንት ልደቱን ከ7 እስከ 4 ቅጋአ ባለው ውስጥ ያስቀምጡታል።[122] እየሱስ ማስተማር ሲጀምር 30 ዓመት አካባቢ ነው ከሚለው ከሉቃስ 3፡23[123] በመነሳት ወደኋላ በመሄድ ከታሪክ አንፃር

---

119 ለምሳሌ፣ ሬይመንድ ብራውን (1977፣ 1988)ን እና ዱን (2003)ን ይመልከቱ።

120 የሚከተለውን ከማቲዎስ ምዕራፍ 2 ይመልከቱ፤

1 በንጉሡ በሄሮድስ ዘመን፣ ኢየሱስ በቤተ ልሔም ይሁዳ ከተወለደ በኋላ፣ ጠቢባን ከምሥራቅ ወደ ኢየሩሳሌም መጥተው፣

2 "የተወለደው የአይሁድ ንጉሥ ወዴት ነው? በምሥራቅ ኮከቡን አይተን ልንሰግድለት መጥተናልና" ሲሉ ጠየቁ።

3 ንጉሡ ሄሮድስ ይህን በሰማ ጊዜ ታወከ፤ እንዲሁም መላዪቱ ኢየሩሳሌም ዐብራ ታወከች።

4 እርሱም የካህናት አለቆችንና የአይሁድ ሃይማኖት መምህራንን በሙሉ ሰብስቦ፣ ክርስቶስ የት እንደሚወለድ ጠየቃቸው።

121 ስለንጉሥ ሔሮድ እና በወቅቱ ስለነበረው ጥሩ መረጃ ተደርገው የሚወሰዱት የፍላቪዩስ ዮሴፍ *ጁዊሽ ዋር* 'Jewish War' እና *አንቲኩቲስ* 'Antiquities' ናቸው። ለነዚህ ስራዎች እንግሊዝኛ ትርጉም ዊስተን (1829)ን ይመልከቱ።

122 ለዝርዝር ቅኝት ከብዙ በጥቂቱ፣ ፓወል ማየር (1989)ን እና በዚያ የጠቀሱትን ስራዎች ይመልከቱ።

123 ሉቃስ 3፡23 ኢየሱስ አገልግሎቱን ሲጀምር ዕድሜው ሠላሳ ዓመት ያህል ነበር።

ተገናዝቦ ሲሰላም በየስራዎቹ የተወሰነ ልዩነት ቢኖርም የእየሱስ ልደት ከ7 እስከ 4 ቅጋአ ያለው ዓመት ነው (ዝኒከማሁ)። ፓውል ማየር (1989) የእየሱስ ልደት ሊሆን የሚችለውና አሳማኙ 5 ቅጋአ ነው ይላል።[124] ይህ ከግሪጎሪያኑም ሆነ በአኒያኑስ ስሌት ከሚቆጥረው የኢትዮጵያ አቆጣጠርም አይገጥምም።[125]

4.9.2.2 የኢትዮጵያና የቅብጥ አቆጣጠሮች ልዩነት

የኢትዮጵያ አቆጣጠር ከግሪጎሪያን ብቻ ሳይሆን በዘመን 'ኢራ' ረገድ ከቅብጥም ይለያል። የቅብጡ አቆጣጠር የሚጀምረው በጁሊያን አቆጣጠር ኦገስት 29፣ 284 ጋአ ሲሆን፣ የኢትዮጵያ ደግሞ የሚጀምረው፣ ከላይ እንደገለፅነው፣ ኦገስት 29፣ 8 ጋአ ነው። ለምሳሌ፣ የኢትዮጵያው 2007 በቅብጥ 1731 ነው። የኢትዮጵያው ሲቪል አቆጣጠር ከጋራ አቆጣጠር ያለውን የዓመተ ምህረት (ዓም) በሚል ያቀርባል።[126] የቅብጡ ደግሞ ዓመተ ሰማዕታት ነው። የኢትዮጵያ ኦርቶዶክስ ቤተክርስትያን በቅብጡም ዘመን መነሻ ትጠቀማለች።

በቅብጥ አቆጣጠር የዘመኑ መጀመሪያ ክርስትያኖችን ከጨፈጨፈው ዲዮክሌትያን የተባለው የሮማን ኢምፐረር የሆነበት 284 ጋአ ነው። ዓመቱም የሚጀምረው ቲቶ 1 'መስከረም 1' በጁሊያን አቆጣጠር ኦገስት 29፣ 284 ጋአ ነው። በጥንታዊ ግብፅ፣ ከላይ እንደገለፅነው፣ ዓመትን በንጉሶች መቁጠር የተለመደ ነበርና ዲዮክሌትያን ሲነግስ ከሱ ጀምሮ መቁጠር ተጀመረ። ይህ ሰው ከሞተ በኋላም ግን በአዲስ በነገሠው ዘመኑን መጀመር ቀርቶ፣ ዲዮክሌትያን ከነገሠ ይህን ዓመት እየተባለ መቁጠሩ ቀጠለ። ለዚህ ምክንያቱ አዲሱ ገዥ እንደሌሎቹ የሮማን ግዛቶች ግብፆችም በካውንስሎች እንዲቆጥሩ አዋጅ አውጥቶ ነበር። ይህ ደግሞ በግብፅ ያልተለመደ ከመሆኑ ባሻገር የግብፅ ስነፈልክ ሊቃውንት የሚስማማ ሆኖ አላገኙትም (ሆልፈርድ-ስትሪቨንስ 2005፡122)። ዲዮክሌትያን ከሞተም በኋላ በዚያው ቀጠለ። ይህ

124 ማየር (1989፡124) የቀድሞ ስራውን በመጥቀስ እየሱስ የተሰቀለበትን ዕለተ ዓርብ ኦፕሪል 3፣ 33 ጋአ ያደርገዋል። እንደማየር (ዝኒከማሁ) ይህ ስሌትም የእየሱስ ልደቱ 5 ቅጋአ ለመሆኑ ተጨማሪ ማስረጃ ይሰጣል።

125 በዚህ በእየሱስ ልደት ቀን ስሌት ላይ ከብዙ በጥቂቱ ሬይመንድ ብራውን (1988)ን፣ ዱን (2003)ን እና በነዚህ የተጠቀሱ ስራዎችን ይመልከቱ።

126 በኢትዮጵያ ኦርቶዶክስ ቤተክርስትያን ይህ በሲቪሉ ዓመተ ምህረት የሚባለው ዓመተ ሥጋዌ ነው። በዚህ ጉዳይ ላይ ከታች እንመለስበታለን።

በሂደት ተለመደና ንጉሶች ቢለዋወጡም ዓመቱ ዲዮክሌትያን ከነገሠበት እየተባለ እስከ 7ኛው መቶ ድረስ ተጓዘ። ዘመኑም በስሙ ዓመተ ዲዮክሌትያን እየተባለ ይጠራ ነበር። ይህ ንጉሥ በመጨረሻው የንግሥና ዘመኑ በርካታ ክርስትያኖችን ጨፍጭፎ ስለነበር በስሙ መጠራት የለበትም በማለት በ7ኛው መቶ ክፍለዘመን ዓመተ ዲዮክሌትያን "ዓመተ ሰማዕታት" በእንግሊዝኛው *ኢራ ኦፍ ማርትሪዩስ*[127] በላቲኑ ደግሞ *አኖ ማርቲረም*[128] ተባለ (ሆልፈርድ-ስትሪቨንስ 2005፡122፣ ሪቻርደስ 1998:159)። ከዚያ ወዲህ ይህ ዘመን በበርካታ ክርስትያኖች አቆጣጠርም እንደዘመን መለኪያ በአማራጭነት እየዋለ ዓመተ ሰማዕታት በመባል ይጠቀሳል። በርግጥ፣ አሁንም ዘመኑ በተለዋጭነት ዓመተ ዲዮክሌትያንም እየተባለ ይጠራል።

በላይኛው ክፍል እንደገለፅነው፣ የኢትዮጵያ አቆጣጠር ዘመን 'ኢራ' ከአኒያኑስ ቀመር ላይ በመነሳት የተጀመረ መሆኑ በተለያዩ ስራዎች ተጠቅሶ ቢገኝም፣ ከዚሁ ጋ ደግሞ አቆጣጠሩ ከፓኖዶሩስ ነው የሚልም እናገኛለን። ለኋለኛው ኡሊሽ (2003፡733)ን ይመልከቱ። ፓኖዶሩስ እና አኒያኑስ ሁለቱም ባንድ ዘመን የኖሩ የእስክንድርያ ሰዎች ነበሩ። የእነዚህ ሊቃውንት ስራ ለዘመናችን አልተረፈም። ስለስራዎቹ የምናውቀው ከነሱ በኋላ ሌሎች ከጠቀሱት፣ በተለይ ደግሞ በዘጠነኛው መቶ የነበረው ጆርጅ ሲይንቸሉስ ከፃፈው በሳል የዓለም ታሪክ መፅሀፍ ነው።[129] እንደጆርጅ ከሆነ ፓኖዳሩስ እና አኒያኑስ በቲዎፍሎስ ጵጵስና ወቅት (385-412 ቅጋአ) ነበሩ (ሞስሻመር 2008፡357)።

በፓኖዳሩስ ስሌት የፍጥረተ ዓለም መጀመሪያ ቀን (ሱልሊኪዩስ ካሜሮኑስ እና ጋዩስ ፖምፒዩስ የሮማን ካውንስል በነበሩበት ወቅት) ማርች 25፣ 5493 ሲሆን በእስክንድርያው ዓመት የሚጀምረው በቲቶ 'መስከረም' ስለሆነ ፍጥረተ አለም የተከናወነበት ዓመት 5492 ነው። ይህ የቅብጡ አቆጣጠር ከሚጀምርበት ቲቶ 1፣ 1 ዓመተ ሰማዕታት (እንደጁሊየስ አቆጣጠር ኦገስት 29፣ 284 ጋአ) 6226 ዓመተ ዓለም መሆኑ ነው። ይህ የፓኖዳሩስ ቀመር የሚያስገኘው የግሪጎሪያኑን ዘመን 'ኢራ' ነው።[130]

---

127 Era of Martyrs.

128 Anno Martyrum, commony abrivated as A.M.

129 የዚህ ሰው ስራ በቅርቡ ከግሪክ ወደ እንግሊዝኛ በዊሊያም አድለር እና ፓውል ቱፊን (2002) ተተርጉሟል።

130 ከላይ እንደገለፅነው ለግሪጎሪያኑን ዘመን መስራች የሚባለው ዲዮኒሱስ ምንጭ ሳይጠቅስ እንዳለ የፓኖዳሩስን ስራ እንደወሰደ ዴኒስ ፔታው (Denis Petau 1630)

አኒያኑስ የፓኖዳሩስ ስሌት በአለማዊ ላይ የተመረኮዘ ነው በማለት የራሱን ቀመር አወጣ። ከላይ እንደገለፅነው፣ በአኒያኑስ ስሌት የፍጥረተ ዓለም መጀመሪያ ቀን (ሱልሊኪዩስ ካሜሮኑስ እና ጋዩስ ፖምፒዩስ) የሮማን ካውንስል ከነበሩበት ሲሰላ ማርች 25፣ 5501 ዕለተ እሁድ ነው። በእስክንድርያው ይህ ዓመት 5500 ላይ ያርፋል። እንደግሪጎሪያን አቆጣጠር ማርች 25፣ 360 ጋአ 11 ዑደተ ፋሲካ ነው።[131] ይህ በእንግሊዝኛው 'ኢራ/ይር ኦፍ ግሬስ' በኢትዮጵያ ኦርቶዶክስ ቤተክርስትያን ደግሞ ዓመተ ምሕረት ይባላል። በአንዳንድ ፅሁፎች ማዘበራረቅ ቢኖርም በኢትዮጵያ ቤተክርስትያን ዓመተ ምሕረት ሲባል በጁሊያን አቆጣጠር ከኦገስት 359 ጋአ ጀምሮ 1 ብሎ በመቁጠር ነው። በሲቪል አቆጣጠሩ ዓመተ ምህረት የሚባለው፣ በኢትዮጵያ ኦርቶዶክስ ቤተክርስትያን ዓመተ ሥጋዌ በእንግሊዝኛው 'ይር ኦፍ ኢንካርኔሽን' ነው። ዓመተ ሥጋዌ መባሉ ፈጣሪ (በክርስትያኖች እምነት) በማርያም አድሮ እንደሰው ሥጋ የሆነበትን፣ በሌላ አነጋገር እየሱስ ክርስቶስ የተፀነሰበትን የሚመለከት ነው። በአኒያኑስ ስሌት በዓመተ ሰማዕታት (284 ጋአ) እና በዓመተ ምሕረት 'ይር ኦፍ ግሬስ' (360 ጋአ) መሀከል ያለው የ76 ዓመት ልዩነት 4 አበቅቴ 'ዑደተ ሜቶኒክ'[132] ነው። አንድ ዓውደ አበቅቴ 19 የጨረቃ ዓመት ነው።

በቀዳሚ ምዕራፎችም እዚህና እዚያ እንደጠቀስነው አንድ የጨረቃ ዓመት (12 ወራት የያዘ) 354 ቀን አለው። ይህ በአማካይ 11 ቀን ከትሮፒካል/ፀሀይ ዓመት ያንሳል። ከላይ በክፍል 4.3 እንደተመለከትነው፣ ጥንታዊ ባቢሎንያን ይህን ችግር ለመቅረፍ በየ19 ዓመቱ 7 የጨረቃ ወራት ሳጋ በማስገባት ከፀሀይ ዓመት እንዲስተካከል ያደርጉ ነበር። ይህ የ19 ዓመት ዑደት በኋላ ላይ ተንቀሳቃሽ በዓላትን ለማስላት ክርስትያኖች ተጠቅመውበታል። በቀዳሚ ክፍል እንደገለፅነው፣ በእንግሊዝኛ ኤፓክት

ይገልፃል (በሞስሻመር 2008:357 ውስጥ)። ምንም እንኳ ከዚያ በኋላ የወጡ ስራዎች ይህን ላለመቀበል የተለያየ ምክንያት ቢፈጥሩም ዲዮኒሱስ ከፓኖዳሩስ መውሰዱ የሚያጠያይቅ አይደለም (ሞስሻመር 2008:357)።

131 5500 + 360-8 ÷ 532። አንድ ዑደተ ፋሲካ 532 የፀሀይ ዓመት ነው። ይህን ስሌት ለመጀመሪያ ግዜ ያስተዋወቀው እራሱ አኒያኑስ እንደሆነ ይነገራል (ኖታፍት 2012: 63)። የ532-ዓመት ዑደት የኢትዮጵያ ኦርቶዶክስ ቤተክርስትያን ዓውደ ቀመር ይለዋል። ይህ በእንግሊዝኛ ዲዮንሲያን ወይም ግሬት ፓስካል ሳይክል 'Dionysian or Great Paschal cycle' ይባላል።

132 Epact.

ወይም ዑደተ ሜቶኒክ ይባላል። የኤፓክት ጥንተ-ፍጥረት ግሪክ ነው። የግዕዙ አብቅቴ ከዚሁ ከግሪኩ ቃል የመጣ ነው። ትኩረታችን የሲቪሉ አቆጣጠር ላይ ነውና ስለፋሲካ እና ስለሌሎች ተንቀሳቃሽ በዓላት ስሌት በዚህ ስራ ዝርዝር ውስጥ አንገባም። በኢትዮጵያ ኦርቶዶክስ ቤተክርስትያን ስላለው የቀመሩ አጠቃቀም፣ ከብዙ በጥቂቱ፣ ኦቶ ኒውጌባወር (1979)ን እንዲሁም በአማርኛ ከተሰሩ ውስጥ አለቃ ያሬድ (2004)ን እና ጌታቸው ኃይሌ (2006)ን ይመልከቱ።

4.9.3 የኢትዮጵያ አቆጣጠርና የፀሀይ ዓመት ስሌት

የኢትዮጵያ፣ የጁሊያን፣ እና የቅብጥ አቆጣጠሮች በዓመት ስሌት፣ ማ. ዓመት በሚይዛቸው ቀናት ብዛት ከሄድን አንድ ናቸው። በሶስቱም አቆጣጠሮች አንድ ዓመት በአማካይ 365.25 ቀናት ነው። ይህ አሀዝ ከኮከብ ዓመት፣ ማ. መሬት ፀሀይን ለመዞር ከሚፈጅባት ግዜ፣ ጋር እጅግ የቀረበ ቢሆንም፣ በክፍል 4.2 እንደገለፅነው ከትሮፒካል/ፀሀይ ዓመት፣ ማ. ወቅት ከሚፈራረቅበት፣ የተወሰነ ልዩነት አለው።

የጁሊያን ዘመን አቆጣጠር ተከልሶ በግሪጎርያን እንዲተካ ያስደረገው ይኸው ከፀሀይ/ትሮፒካል ዓመት ጋር ያለው መጠነኛ ልዩነት በግዜ ሂደት እየሰፋ መምጣቱ ነው (§4.4 & §4.4)። ከላይ እንደገለፅነው፣ የጁሊያን ዘመን አቆጣጠርና የኢትዮጵያን ዘመን አቆጣጠር የሚያመሳስላቸው ሁለቱም ያለ ልዩነት በየአራት ዓመቱ አንድ ቀን በመጨመራቸው ነው። ይህም የዓመቱን ቀናት በአማካይ 365.25 ያደርገዋል። ከፀሀይ ዓመት እየተጎተተ የሚመጣውን ለማስተካከል እንደግሪጎሪያኑ በ400 ዓመት ሲካፈል ሙሉ ቀን የማይሰጠውን ክፍለዘመን ተራ ዓመት ማድረግ ይቻላል። ያም ቢሆን ሙሉ በሙሉ ከፀሀይ ዓመት ጋር የተጣጣመ ነው ማለት አይደለም። ከዚያም በተሻለ ለምሳሌ ጆን ኸርሺል (1849) እንዳቀረበው ማድረግ ይቻላል።[133] ዘመን አቆጣጠራችንን ሳንለቅ፣ እንደግሪጎሪያን አቆጣጠር የሊፕ አመታትን ለማድረግ ቢሞከር (ወደ ኋላ ሄደን እናስተካክል ካላልን በቀር) ለውጡ ሊከሰት የሚችለው ያለንበት ክፍለዘመን ሲደፍን፣ ማለትም በ2100 ነው።

133 ከግሪጎሪያን ዓመት በተሻለ ከፀሀይ ዓመት በጣም የቀረበ አቆጣጠር የግሪጎሪያኑ ከመፈጠሩም በፊት ሀሳብ ያቀረቡ አሉ። ለምሳሌ፣ የአስራ አንደኛው መቶ ክፍለዘመኑ (በአብዛኛው በግጥም ስራዎቹ የሚታወቀው) ኡመር ካያም ከግሪጎሪያኑ የተሻለ ለፀሀይ ዓመት የቀረበ አቆጣጠር አቅርቦ ነበር (ቴሬሲ, 2002፡73)።

ምንም እንኳ ዋናው ጉዳያችን ይህ ባይሆንም ወራቱ ከወቅቱ ጋር እንዲጓዙ ካስፈለጉ በሊፕ ዓመት ላይ ማስተካከያ ማድረጉ ግድ ነው። አለበለዚያ ክረምቱ በሰኔ ሲጀምር፣ አበባው በመስከረም ሲያብብ ማለቱ ዘፈን ብቻ ሆኖ ይቀራል። ለምሳሌ፣ 200 ጋአ ያከበርንው አዲስ ዓመት መስከረም 1 ዛሬ ላይ ሆነን ካካበርንው አዲስ ዓመት አንፃር ቢሰላ (2007-200/128) 14 ቀን አካባቢ ወደኋላ ሄዷል። በትክክለኛው የፀሀይ ዓመት አሁን መስከረም አንድ ያልንው በ200 ዓመት አካባቢ ነሃሴ 21 ነበር ማለት ነው። ማስተካከያ ሳይደርግ በዚሁ ከቀጠለ ወቅቶቹ አሁን ካሉት ከወራቱ ጋር አንድ አይሆኑም—ለምሳሌ ከ8320 ዓመት በኋላ የዘመን መለወጫችን መሀል ክረምት በግሪጎሪያን አቆጣጠር ጁላይ 7 ላይ ነው የሚሆነው።

4.10 ማጠቃለያ

በሀገራችን ያለው የዘመን አቆጣጠር ከጁልያን ዘመን አቆጣጠር ይልቅ ከቅብጥ ዘመን አቆጣጠር የተመሳሰለ ነው። የጁሊያን ዘመን አቆጣጠር ከኢትዮጵያ ዘመን አቆጣጠር ጋር የሚለይባቸው ሶስት መሰረታዊ ነጥቦች አሉ። አንደኛ፣ አዲስ ዓመት የሚጀምርባቸው ወራት የተለያዩ ናቸው። በኢትዮጵያው ዓመት የሚጀምረው መስከረም 1 የሚያርፈው በጁሊያኑ አገስት 29 ነው። አገስት ደግሞ ስምንተኛ ወር ነው። በጁሊያኑ ዓመት የሚጀምረው ጃንዋሪ 1 በኢትዮጵያው አቆጣጠር የሚያርፈው ታህሳስ ላይ ነው። ሁለተኛ፣ ዘመናቱ የሚጀምሩበት የጋራ አቆጣጠር የተለያዩ ናቸው። በሁለቱ አቆጣጠሮች መሀከል የ7/8 አመታት ልዩነት አለ። ለምሳሌ፣ በኢትዮጵያ ህዳር 25፣ 2007 በጁሊያን ኖቨምበር 21፣ 2014 ሲሆን፣ በግሪጎሪያን ደግሞ ዲሴምበር 4፣ 2014 ነው። ሶስተኛ፣ የወራቱ ቀናት በሁለቱ ዘመን አቆጣጠሮች የተለያዩ ናቸው። የኢትዮጵያ ዘመን አቆጣጠር 30 ቀናት ያሉት 12 ወራትና 5 ቀናት (በሊፕ ዓመት ደግሞ 6 ቀናት) ያለው ጳጉሜን በዓመቱ መጨረሻ ሲኖር፣ የጁሊያን ዘመን አቆጣጠር ያለው 12 ወራት ብቻ ነው። ወራቱም አሁን የግሪጎሪያን ዘመን አቆጣጠር የሚጠቀሙባቸው ናቸው። በሊፕ ዓመት የሚጨመረው ቀን በፌብሯሪ ላይ እንጂ በዓመቱ መጨረሻ ላይ አይደለም። የጁሊያን እና የኢትዮጵያ አቆጣጠሮች የሚመሳሰሉበት ዋንኛው በየአራት ዓመቱ ሳያዛንፉ አንድ ቀን በመጨመራቸው በአማካይ አንድ ዓመት 365.25 ቀናት መያዙ ነው።

ጁሊየስ ቄሳር በሮማን ዘመን አቆጣጠር ላይ ማስተካከያ ያደረገው የግብፁን ከተመለከተ በኋላ ነው። ይሁን እንጂ፣ የግብፅ ዘመን አቆጣጠር እራሱ የተስተካከለው አጉስተስ ግብፅን ማስተዳደር ከጀመረበት በኋላ ነው። ምናልባት ለዚህም ይሆናል የኢትዮጵያ ዘመን አቆጣጠር በስህተት የጁሊያን ዘመን አቆጣጠር እየተባለ በስፋት ይነገር የነበርው።[134] ምንም ጥያቄ በሌለው መልኩ የኢትዮጵያ አቆጣጠር የተቀዳው ከግብፅ እስክንድርያው/ቅብጥ አቆጣጠር ነው። ይህ አቆጣጠር በበኩሉ ባለ365-ቀን ከነበረው ጥንታዊ የግብፅ አቆጣጠር ሲወርድ የመጣ ነው።

ግብፆች ይጠቀሙባቸው ከነበሩት የዘመን አቆጣጠሮች ውስጥ አንዱ የሆነው የፀሀይ አቆጣጠር 365 ቀናት ብቻ ሳይሆን ተጨማሪ ግዜ መኖሩን በማስተዋል በአራት ዓመት አንድ ግዜ አንድ ቀን እንዲጨመር ያደረጉት በ238 ቅጋአ በንጉሥ ፕቶለሚ 3ኛ ግዜ ነው። ይሁን እንጂ ይህ ማስተካከያ ተግባራዊ የተደረገው ቆይቶ በ22 ቅጋአ፣ አፄ አጉስተስ ግብፅን ከተቆጣጠረ በኋላ ነው።

የግብፅ ዘመን አቆጣጠር ተፅዕኖ ያሳደረው በኢትዮጵያ አቆጣጠር ላይ ብቻ አይደለም። በሌሎችም በርካታ አቆጣጠሮች ላይ ነው። ከእነዚህ ህብረተሰቦች ውስጥ፣ (ኢትዮጵያን ጨምሮ) አርሜንያን እና ፋርስን ሪቻርደስ እንደምሳሌ ይጠቅሳል (1998፡154)። የፈረንሳይ አብዮት አቆጣጠርም የግብፅን መሰረት አድርጎ የወጣ ነው።

የፈረንሳይ አብዮት የዘመን አቆጣጠር ከኢትዮጵያና ከቅብጥ ጋር ተመሳሳይ ነበር። ዓመቱ እያንዳንዳቸው 30 ቀናት በያዙ 12 ወራት እና 5 በሊፕ ዓመት ደግሞ 6 ቀናት በያዘች ጳጉሜን የተከፈለ ነበር። እያንዳንዱ ወር 10 ቀናት ባሉት ሳምንት የተከፈለ ሲሆን፣ ሙሉ ቀኑም በ10 ሰዓት እያንዳንዱ 100 ደቂቃ በያዘ ይከፈል ነበር። ይህ አቆጣጠር የተመሰረተው በ1773 ሲሆን፣ ዘመኑ የፈረንሳይ ሪፐብሊክ ከተመሰረተበት ከሴፕቴምበር 22፣ 1772 አንድ ብሎ እንዲጀምር አድርገው ነበር። ዋናው አላማው ከእምነት ጋር ያልተገናኘ አቆጣጠር ለማውጣት ነበር።[135]

በፈረንሳይ ብቻ ሳይሆን ቀዳሚውን የግብፅ አቆጣጠርንም ሆነ የተሻሻለውን የቅብጥ/እስክንድርያ አቆጣጠር የወረሱ ወራትን በ30 ቀናት

---

134 የጁሊየስ ቄሳር ዘመን አቆጣጠርን የለወጡት አንዳንድ የአውሮፓ ሀገሮች በ20ኛው ክፍለዘመን ነው። ዝርዝሩን ከሪቻርደስ (1998:248-249) ይመልከቱ።

135 ሰፋ ላለ ትንታኔ ሻው (2011)ን ይመልከቱ።

ማደራጀቱን እና ተጨማሪ ቀናቱን ለብቻ፣ ብዙውን ግዜ ከዓመት መጨረሻ ላይ ማስቀመጥ እንጂ ሙሉ በሙሉ ዓመት መጀመሪያን እና የወራቱን ስሞች ሁሉ ወርሰዋል ማለት አይደለም። የወራት ስሞቹን ጭምር በመውሰድ የሚታወቀው ፋስሊ ወይም ሰር ሳን አቆጣጠር የሚባለው ነው። ይህ አቆጣጠር እስልምና ከመነሳቱ በፊት 600 ጋአ በትንሿ ኤሽያ[136] የተመሰረተ ሲሆን፣ እስካሁን አልፎ አልፎ በተለያዩ ቦታዎች እንደሚያገለግል ሪቻርደስ (1998:159) ይገልፃል። አርመኒያኖች መጀመሪያ ላይ የሚጠቀሙበትን ጨረቃ-ፀሀይ ‘ሉኒሶላር’ አቆጣጠር ትተው የግብፅ አቆጣጠርን የወሰዱት 460 ቅጋአ እንደሆነ ይነገራል።[137]

ሪቻርደስ (1998:160) የሮም ተፅዕኖ እና በኋላም የክርስትያን ተፅዕኖ ባይኖር ኖሮ ምናልባት የግብፅ አቆጣጠር በአለማችን ዋናው አቆጣጠር መሆኑ አይቀርም ነበር ይላል። ከሪቻርደስ አባባል አለመስማማት ይከብዳል። የግብፅ አቆጣጠር ውስብስብ አለመሆኑ ትልቅ የአቆጣጠር ግኝት መሆኑ ብዙም የሚያጠያይቅ አይመስለንም። ሪቻርደስ እንደገለፀው የእስልምና መነሳት ደግሞ ከክርስትናው እና ከሮማን ተፅዕኖ የተረፉትን የግብፅ አቆጣጠር ያገለግል የነበረባቸውን አብዛኛውን ባህሎች አጠፋቸው (ዝኒከማሁ)። ኢትዮጵያ ሁለቱንም ተፅዕኖ መቋቋም መቻሏ ይህን አቆጣጠር ይዛ ለመቆየቷ ምክንያት እንደሆነ ብዙም አከራካሪ አይደለም።

የኢትዮጵያው አቆጣጠር ከግብፁ የሚመሳሰልበት በንጉሳኑ የንግሥና ዘመን ዓመት በመቁጠርም ነው። ይህ አይነቱ ዓመት የመቁጠሪያ መንገድ የጋራ አቆጣጠር ከመስፋፋቱ በፊት በብዙ ሀገር ያገለግል ነበር። ይህ በራሱ በአለም የተስፋፋው በግብፅ ተፅዕኖ ነው ተብሎ ይገመታል። ኢትዮጵያ ከግብፅም በላይ ግንኙነትና ቅርርብ በነበራት በጥንታዊ ደቡብ አረቢያ ግን የዚህ አይነቱ በንጉሶች ላይ ዓመት መቁጠር እንዳልነበር ቤስተን (1956:25) ይገልፃል። እጅግ የሚገርመው፣ ኢትዮጵያ ከደቡብ አረቢያ በዘመን ረገድ ምንም የሚያገናኛት ነገር አለመኖሩ ነው። ለዚህ አንዱ ምክንያት፣ ኢትዮጵያ ከደቡብ አረቢያ ጋር የጠበቀ ግኙነት ማድረግ ከመጀመሯ በፊት ከግብፅ አቆጣጠር ጋር ትውውቅ ኖሯት ሊሆን ይችላል። ኢትዮጵያ ከደቡብ አረቢያ ጋር የነበራት ግንኙነት መነሻ 900 ቅጋአ ድረስ ወደ ኋላ ይሄዳል። ከዚህ በፊት ደግሞ በኢትዮጵያ ውስጥ ውል ያለው በንጉሥ ላይ የተመሰረተ ስልጣኔ

136 Asia Minor. ይህ አንዳንዴ አናቶሊያ በመባል የሚታወቀውን ባህረገብ ሀገር ‘peninsula’ ይመለከታል።

137 ሪቻርደስ (1998:159)ን ይመልከቱ።

ለመኖሩ ብዙም ማስረጃ የለም። ይሁን እንጂ ፑንት ስለሚባል ሀገር እና ስለሀበሻ ህዝቦች በሁለተኛው ሺህ ቅጋአ በግብፅ ምንጮች የተጠቀሰ ነገር እናገኛለን (ግርማ እና አህመድ 2014)። ይህ ግን ስለአቆጣጠሩ ብዙ አይነግረንም። የኢትዮጵያ አቆጣጠር በትክክል ከአንደኛው ሺህ ቅጋአ በፊት ከግብፅ ገብቶ ይሆናል የሚለውን በማያሻማ መረጃ ላይ ተመስርቶ ለማስረገጥ ባሁኑ ግዜ አይቻልም። እስከምናውቀው ድረስ በዚህ ረገድ በቂ የሰነድ መረጃ ከየትኛውም ወገን ቢሆን የለም።

በዚህ ምዕራፍ እንደተመለከትነው፣ በዘመናት አቆጣጠር ደረጃ በንጉሶች ከመቁጠር በተጨማሪ ዘመን የሚጀመርበት በብዙ ሀገሮች የተለያየ ሆኖ ይገኛል። የቱርክ ከ1923 በፊት የነበረው በጁሊያን አቆጣጠር መሰረት ያደረገው ማሊ (ፋይናንሸያል) አቆጣጠር ልክ እንደቀድሞው ሊቢያ አቆጣጠር ዘመኑን ይቆጥር የነበረው፣ በዓመተ ሂጅራ ላይ ተመስርቶ ነው (ጆርጆን 2011፡182)። ምናልባት ለማናችንም እንግዳ ነገር ያልሆነው የኢትዮጵያ አቆጣጠር ከግሪጎሪያን አቆጣጠር በሰባት/ስምንት ዓመት መለየቱ ነው። የኢትዮጵያ አቆጣጠር በዘመን ስሌት ከቅብጥ አቆጣጠርም ይለያል። ከቅብጥ መለየቱ የኢትዮጵያው የሚቆጥረው በመርህ ደረጃ ከክርስቶ መፀነስ 'ኢንካርኔሽን' ጋር ሲያያዝ የቅብጡ ደግሞ ከዲዮክሌትያን ስልጣን ከያዘበት በመጀመሩ ነው። ይህ ንጉሥ በስተመጨረሻው ላይ ክርስትያኖችን አብዝቶ በመጨፍጨፉ ዘመኑ ዘመነ ዲዮክሌትያን መባሉ ቀርቶ ከ7ኛው መቶ ወዲህ ባብዛኛው ዓመተ ሰማዕታት በመባል ይታወቃል። ይህ ዘመን በኢትዮጵያ እና በሌሎች አብያተ ክርስትያናትም ዓመተ ሰማዕታት በሚል ለስሌት በተወሰነ ደረጃ ያገለግላል።

በዓመተ ዓለም ደረጃ በእብራውያን እና በክርስትያን ቀመር ልዩነቱ ሰፊ ነው። የእብራውያኑ 3761 ቅጋአ ሲሆን የክርስታያኑ 5493 ቅጋአ ነው። በኢትዮጵያውና በግሪጎሪያኑ አቆጣጠር በዚህ ረገድ ልዩነት የለም። ልዩነቱ የዚህ ዘመንን መነሻ የኢትዮጵያዊው አቆጣጠር አኒያኑስን ቀመር በመከተል 5500 ቅጋአ አድርጎ ሲወስድ፣ ግሪጎሪያኑ ደግሞ በ"ዲዮኒሱስ" ስሌት መሰረት 5493 ቅጋአ አድርጎ መውሰዱ ነው። ለሁለቱ ልዩነቶች ምክንያት የሆነው፣ ለቀመራቸው የሚይዙት ነጥብና የሚጠቀሙበት ቅጂ መለያየት ነው። ይህ ማለት ግን በብሉይ ኪዳን መሰረት ዓለም ተፈጠረችበት ተብሎ የሚታሰበው ልዩነት በክርስትያኖችና እና በእብራውያን አቆጣጠሮች ውስጥ ብቻ ያለ ነው ማለት አይደለም። ልዩነቱ በሁለቱ ሀይማኖቶች ብቻ የተወሰነ አይደለም። የቅጂዎችና ለቀመር የሚጠቀሙባቸው ዘመናት መለያየት እንዲሁም

የመረጃዎቹ በራሳቸው ግልፅ አለመሆን አሁንም በአብርሀም ሀይማኖት ስሌት ዓለም ተፈጠረችበት የሚባለው ቀን ላይ በክርስትያኖች ውስጥም ስምምነት የለም። ለምሳሌ፣ የ19ኛው ክፍለዘመን የሀይማኖት ተመራማሪ ክራውፎርድ (1887) በመፅሐፉ ርዕስ እንደ አዋጅ አድርጎ ባወጣው ላይ ከአዳም እስከ አብርሀም ያለው ዓመት ብቻ አስር ሺህ አምስት መቶ ነው። ይህ ሰው (1887፡164) ከሱ በፊት የተለያዩ ሊቃውንት ያወጡትን ቀመሮች በአባሪ ሠንጠርዥ ባቀረበበት ክፍል አነስተኛ ዓመት ባቀረበው ፔላቪዩስ[138] 3983 ቅጋአ እና ረጅም ዓመት ባቀረበው በበንሰን[139] (20,000 ቅጋአ) መሀከል ያለው ልዩነት ከ16ሺህ ዓመት በላይ ነው። በቅርቡ ደግሞ ጆን ማክአውን (2005) ፍጥረተ ዓለምን 11,013 ቅጋአ አድርጎታል። በዚህ ደረጃ ያለው ቀመር ብዛቱ እንደስራው ነው። በየክፍለ ዘመናቱ በተነሱት የሀይማኖት ሊቃውንት ስራዎች የተለያየ ቀመር ማግኘቱ ከባድ አይደለም።

ከአብርሀም ሀይማኖቶች ውጭ በተለያዩ ህብረተሰቦች ያለውን እሳቤ ብንመለከት ልዩነቱ እንደእምነቱ የሰፋ ሆኖ እናገኘዋለን። በጥንታዊ የሱሜሪያን የንጉሶች ዝርዝር ጥራዝ መሰረት ፍጥረተ ዓለም ከሁለት መቶ አርባ ሺህ ዓመት በላይ አስቆጥሯል።[140] በቱሪን ፓፒረስ የመንግሥታቱ ዝርዝር መሰረት የጥንታዊ ግብፆች የመንግሥታቸው መነሻ (አማልክቱ ነገሱበት ከሚሉት ጭምር) ከሰላሳ ስድስት ሺህ ቅጋአ በላይ ነው። ዲዮዶሩስ ከቀሳውስቱ አገኘሁት ባለው ስሌት ደግሞ በግብፅ የመጀመሪያው ጣኦት ነገሥ ከሚሉበት እስከ የማቅዶኒያው ታላቁ እስክንድር ወደ ኤሲያ ሲዘምት የነበረው ግዜ ሀያ ሶስት ሺህ ዓመት ነው። አንዳንዶቹ ደግሞ ከዚህም በላይ አስፍተው ይናገሩ ነበር (ዲዮዶሩስ/ቡዝ እንደተረጎመው 1814: 32)።[141] ጥንታዊ ባቢሎንያን የማቅዶኒያው ታላቁ እስክንድር ወደ ኤሲያ ሲዘምት መንግሥታቸው አራት መቶ ሰባ ሶስት ሺህ ዓመት አስቆጥሮ ነበር የሚሉት ዲዮዶሩስ ሲቹልስን አስገርሞት ነበር። ቴሬሲ (2002:7-8) እንደዘገበው

138 Pelavius

139 Bunsen

140 ለዚህ ስራ እንግሊዝኛ ትርጉምና አንድምታ ጃኮብሰን (1939)ን ይመልከቱ።

141 "The .Egyptian priests in the:r computation of time do reckon above three and twenty thousand years from the reign of Sol, to the passage of Alexander the Great into Asia.

"In their fabulous stories they say, that the most ancient of their God's reigned twelve hundred years, and the latter no less than three hundred years a-piece." (ዲዮዶሩስ፣ ቡዝ እንደተረጎመው 1814: 32).

በአምስተኛው መቶ ጋአ የነበረ ሀንዳዊ የመሬትን እድሜ 4.3 ቢሊዮን ዓመት መስጠቱ ከዘመናችን ሳይንስ ግምት 4.6 ቢሊዮን ዓመት ከማናቸውም ሀይማኖቶች የስነፍጥረት እሳቤ እጅግ የቀረበ ያደርገዋል። ከሳይንስ ጋር በጣም ይቀራረባል የሚባለው የሂንዱይዝም የስነፍጥረት እድሜ ብቻ ሳይሆን ስለአጠቃላይ ዩኒቨርስ ያለው እሳቤ ነው። በዚህ ነጥብ ላይ ከብዙ በጥቂቱ ቴሬሲን (2002) እና ሳጋንን (1985) ይመልከቱ።

የኢትዮጵያ ሲቪል አቆጣጠርም ሆነ የግሪጎሪያኑ በአሁኑ ወቅት ዘመንን የሚለካው የጋራ አቆጣጠር ብለው ከወሰዱት ነጥብ በመነሳት ነውና የዓመተ ዓለም እሳቤ ብዙም ቦታ የለውም። ሆኖም፣ በቀደምት ስራዎች በሀገራችን በዓመተ ዓለም መቁጠር የተለመደ ነበርና የታሪክ ሰነዶችን ለመረዳት አቆጣጠሩን ማወቁ አይከፋም። ልክ እንደሱሜሪያን፣ ባቢሎንያን እና ግብፆች፣ በግዕዝ ስራዎች የነገስታቱ ዝርዝር ከዓመተ ዓለም በመነሳት ይቀርብ ነበር። የአቶ ኒውጌባወርን (1989) *ክሮኖግራፊ ኢን ኢትዮጲክ ሶርስስ* ይመልከቱ። ይህ ሰው፣ በዚህ ደረጃ ከተለያዩ ስራዎች በመንቀስ ከመፅሐፍ ቅዱስ ዘፍጥረት ጀምሮ በተለያዩ ሰነዶች የሚገኙ በሀገራችን የተነሱትን የነገስታት ዝርዝር የዘመን ቀመርን አቅርቧል።

ምዕራፍ አምስት. ቀንና ሳምንት

5.1 መግቢያ

በመግቢያው ምዕራፍ፣ የግዜ አቆጣጠር ከተፈጥሮ በተለይ ከዋክብት ጋር የተያያዘ ነው ብለን ነበር። ከዋክብት በዚህ አጠቃቀማችን መሬትን፣ ፀሀይን፣ ጨረቃን ሁሉ አካቶ ነው። ቀን ከጭለማና ብርሀን መፈራረቅ ጋር ይያያዛል። የወር ፅንሰ ሀሳብ የመጣው ከጨረቃ ዑደት ጋር በተያያዘ ሲሆን፣ የዓመት ደግሞ በወቅቶች መፈራረቅ ምክንያት እንደሆነ ገልፀናል። ሳምንት የሚለው ፅንሰሀሳብ ግን፣ ከተፈጥሮ ጋር ምንም ግኙነት የለውም። እሳቤው አብዛኛውን ግዜ ከእምነት ጋር ተያይዞ የመጣ ቢሆንም ትንሽ በማይባል የአለማችን ህዝብ፣ የዚህ እሳቤ ከገበያ ጋር የተያያዘ ነው። ይህ በተለይ የአብርሀም ሀይማኖቶች ተፅዕኖ በአለማችን ላይ የሰባት ቀን እሳቤን ሳያመጣ፣ በጥንታዊ ህብረተሰብ ዘንድ በጣም የተለመደ የቀን መመደቢያ መንገድ ነበር። ሳምንት የሚወሰነው፣ አንድ ህብረተሰብ በሚኖርበት በአካባቢው ካሉት የገበያ ቀናት ብዛት ነበር። ብዙውን ግዜ በበርካታ ህብረተሰብ ዘንድ እነዚህ የገበያ ቀናት ከአራት እስከ ስድስት ሆነው ይገኛሉ።

በዚህ ምዕራፍ የቀን እና የሳምንት እሳቤዎችን እንቃኛለን። በሁለቱም ላይ፣ በሁሉም የኢትዮጵያ ህብረተሰቦች እንዴት እንደሚገለፁ የተሟላ ትንታኔ ለማድረግ የሚያስችል መረጃ ግን የለንም። ይህ ምዕራፍ በዚህ ደረጃ

ከታየ እንደ ንድፍ ሊወሰድ ይገባዋል። ግዜ እና (የበጀት) አቅም ሲገኝ በተለያዩ ብሄረሰቦች እና ቋንቋዎች ያለውን ሰፊ መረጃ በመሰብሰብ በዳግም ህትመት ለመዳሰስ ይሞከራል። በዚህ ምዕራፍ ዋናው ትኩረታችን ለጠቅላላ ግንዛቤ በአለማችን በስፋት ከሚታወቁት አጠቃቀሞች አንፃር የቀንን እና የሳምንትን ፅንሰሀሳቦች ከመመርመር ላይ ነው።

5.2 ቀን

5.2.1 የቀን እሳቤ

ቀን በአማርኛ ልክ እንደእንግሊዝኛው 'ዴይ'[1] ለሁለት ነገር ይውላል። አንደኛው ብርሀን ያለበትን ወቅት የሚመለከት ሲሆን፣ ሁለተኛው ደግሞ ብርሀንና ጨለማውን/ማታን በአንድ አዳብሮ 24 ሰዓትን የሚይዘውን ይመለከታል። ለምሳሌ፣ በቀን ብንገናኝ ይሻላል፣ ለምን በቀን አልመጣሽም፣ ወዘተ. ሲባል በማታ መጣሽ፣ በማታ አንገናኝ ማለት ናቸው። እንደዚሁም ሶስት ቀን እቆያለሁ፣ ሳምንት ሰባት ቀን ይይዛል፣ ከአስራአምስት ቀን በኋላ ይመጣል፣ ወዘተ. ሲባል በቀን ውስጥ 24 ሰዓትን እየቆጠሩ ነው። ይህ በብዙ ሀገሮች የተለመደ ቢሆንም፣ በአንዳንዶች መሬት በራሷ ዛቢያ በመዞር የምትፈጥረውን በተመለከተ ማታ ሲሉት ይስተዋላል። ይህ በጀርመኒክ ቋንቋዎች የተለመደ እንደሆነ ሆልፈርድ-ስትሪቨንስ (2005:2) ይገልፃል። የእንግሊዝኛው *ፎርትናይት* 'ሁለት ሳምንት' አመጣጡ *ፎርቲን ናይት* (በቀጥታ ትርጉሙ) 'አስራ አራት ማታ' ከሚል ነው። የከልቲክ ቋንቋዎች ቤተሰብ በሆነው በዌልሽም *ፓይትፍኖስ*[2] ማለት በቀጥታ ትርጉሙ 'አስራ አምስት ማታ' ማለት ነው።[3] በእነዚህ ሁለቱም አጠቃቀሞች 'ማታ' የሚለው የዋለው 24 ሰዓትን ወክሎ ነው። በአማርኛ አጠቃቀም በሁለቱም ቀን የሚለውን ይወክላሉ።

ምንም እንኳ ሁሉንም የኢትዮጵያ ቋንቋዎች ባንቃኝም፣ በዚህ ስራ መረጃ በወሰድንባቸው ቋንቋዎች ሁሉ የቀን አጠቃቀም ከአማርኛው ጋር አንድ ነው። ለምሳሌ፣ በግዕዝ፣ በትግርኛ፣ በኦሮምኛ፣ እና በሲዳምኛ ልክ እንደአማርኛው፣ የቀን አጠቃቀም ጉዳይ ከብርሀን ጋር ይያዛል።

---

1 Day.

2 Pythefnos.

3 የሚከተለውን ድረገፅ ይመልከቱ፤ https://en.wikipedia.org/wiki/Fortnight

ጌታቸው ኃይሌ በአማርኛ በቀን እና በዕለት መካከል ልዩነት አለ ይላል። "'ዕለት' የምንለው ቀንና ሌሊቱን (24 ሰዓቱን) ነው። 'ቀን' የምንለው ግን ቀኑን (ብርሀን ያለበትን ግዜ) ብቻ ነው" (ጌታቸው 2006፡25)። ዕለት በአማርኛ በርግጥ በአጠቃቀም 24 ሰዓቱን ይመለከታል። ለምሳሌ፣ ዕለት በዕለት፣ ዕለቱ ምንድነው፣ ወዘተ. ሲባል ብርሃን ያለበትን ክፍል ብቻ የሚመለከት አይደለም። ሆኑም የዕለት አጠቃቀም ስርጭት ትንሽ ከመሆኑም በላይ አብዛኛውን በዕለት የሚገለፀውን ቀን ይተካዋል። ለምሳሌ፣ ከላይ ባቀረብናቸው ሀረጋት ውስጥ ያለውን ዕለት አለምንም ፍቺ መዛባት በቀን መተካት ይቻላል—ቀን በቀን፣ ቀኑ ምንድነው።

ዕለት እራሱ የግዕዙ መዓልት እና የትግርኛው መዓልቲ ዝርያቃል ነው። በሁለቱም ቋንቋዎች ይህ ቃል ብርሀን ያለበትን እንዲሁም ብርሀንና ጨለማ የያዘውን ሙሉ ቀን ይመለከታል። የጌታቸው (2006፡25) "ቀን የምንለው ግን ቀኑን (ብርሀን ያለበትን ግዜ) ብቻ ነው" የሚለው አባባል የቋንቋው መሰረት የለውም። የቃልን ፍቺ በዋነኛነት የሚወስነው በዚያ ቋንቋ ውስጥ ያለው አጠቃቀም/አገባብ ነው። በአማርኛው ቀን የብርሀን ክፍሉን እንዲሁም ብርሀንና ጨለማ የያዘውን 24 ሰዓት አካቶ መግለፁ ስህተት ነው ሊባል አይችልም። በምሳሌዎች እንደተመለከትነው፣ አሁን ባለው አጠቃቀም ቀን ብርሀን ያለበትን ብቻ ሳይሆን ብርሀንና ጨለማን የያዘውን 24 ሰዓትንም ይወክላል። ከላይ እንደገለፅነው፣ ይህ አይነት አጠቃቀም በበርካታ የአለማችን ቋንቋዎችም በጣም የተለመደ ነው።

5.2.2 የቀን ድንበር

በኢትዮጵያ ሲቪል አቆጣጠር፣ አንድ ቀን የምንለው ከጠዋት ጀምሮ ማታውንም በመቁጠር ነው። ከብርሀን መታየት ጋር ያለው 12 ሰዓት የመጀመሪያው ክፍል ሲሆን፣ ማታው ደግሞ የተቀረው 12 ሰዓት መሆኑ ነው። ይህ ሁኔታ በአለማችን ሁሉ አንድ ነው ማለት አይደለም። የኢትዮጵያውን በቀጥታ የሚመስለው የግብፁን ነው። ጥንታዊ ግብፆች ከሌሎቹ ጥንታዊ ስልጣኔዎች፣ ለምሳሌ ከባቢሎንያን፣ በተለየ መልኩ ቀንን የሚቆጥሩት፣ ከንጋት ጀምሮ ነው። ዊንሎክ እንደገለፀው ፅሁፉቻውን ሲፈጥሩ ፀሀይንና ቀንን ለመወከል የተጠቀሙበትም ፊደል/ምልክት አንድ ነው (ዊንሎክ 1940፡455)።

በምዕራብ ሀገሮች ቀን የሚጀምረው/የሚለወጠው እኩለ ለሊት ላይ ነው። ይህ ልምድ ከሮማኖች እንደመጣ ይገመታል። ይሁን እንጂ፣ በቀን ስሌት በቋንቋ ደረጃ ከሄድን በምዕራብ ሀገሮችም ቀንን ከብርሀን መውጣት ጋር ማያያዝ የተለመደ ነው። ልክ እንደአማርኛው ነገ ከንጋት ጋር እንደሚያያዘው በበርካታ ኢንዶኢሮፕያን ቋንቋዎችም ነገ ከንጋት/ጠዋት ከሚለው ቃል ጋር ይያያዛል። በአንዳድንዶች ምንም የድምፅ ለውጥ ሳይደረግበት አንድ ቃል ነገ እንዲሁም ጠዋት የሚሉትን ፍቺዎች ሲወክል ይስተዋላል። ለዚህ የስፓኒሹን *ማኛና* 'ጠዋት፣ ነገ' እና የጀርመኑን *ምርገን* 'ጠዋት፣ ነገ' ምሳሌ መስጠት ይቻላል። በእንግሊዝኛም *ቱምሮው* እና *ምርኒግ* ምንጫቸው/ስራቸው አንድ ነው።

ሆልፈርድ-ስትሪቨንስ እንደገለፀው ከሆነ፣ "ኡምቢሪያ በተባሉ ጥንታዊ ህዝቦች ደግሞ ቀን የሚጀምረው ከእኩለ ቀን ላይ ነበር" (2005:2)። የዚህ አይነት የቀን እሳቤ በዓለማችን በስፋት አይገኝም።

በእብራውያን እና በአረቦች/እስልምና ቀን የሚጀምረው ፀሀይ ከገባች በኋላ ከማታ ላይ ነው። በእብራውያን ባህል በተለይ ይህ በጣም ጎልቶ ይታያል። የእብራውያን ሻባት 'ቀዳሚት ሰንበት' በዓል የሚጀምረው አርብ ማታ ላይ ነው። የሻባት እራት አርብ ማታ እንጂ ቅዳሜ አይደለም። አርብ ጀምበር ከጠለቀች ጀምሮ በዓሉን ማክበር እንደሚጀመር ሁሉ ቅዳሜ ጀምበር ከጠለቀች በኋላ እንደበዓል አይቆጠርም። ቀንን ከማታ መጀመር በጥንታዊ ባቢሎንያንም ነበር።[4] እብራውያን፣ የወራት ስሞችን ሳይቀር ከባቢሎንያን በርካታ ባህላትን ወርሰው ስለነበር፣ ምናልባት ይህ ቀንን ከማታ መጀመር የባቢሎንያን ተፅዕኖ ሊሆን ይችላል። ይህ እሳቤ ከጨረቃ አቆጣጠርም ጋር ይያዛል። ከአስራ አንድ ምዕተ ዓመት በፊት—(1000 ጋአ)—አልብሩኒ እንዳስተዋለው ወርን በጨረቃ ዑደት የሚለኩ አብዛኞቹ አቆጣጠሮች ቀንን ከማታ ይጀምራሉ (ሳቻው 1879:315)። በርግጥ አብዛኞቹ የጨረቃ አቆጣጠሮች ወርን አንድ ብለው የሚጀምሩት ከጨረቃ መወለድ በመጀመረ ነው። የጨረቃ መወለድ ደግሞ በደንብ የሚታየው ማታ ላይ በመሆኑ ቀንን ከማታ አንድ ብሎ መጀመር በእንደዚህ አይነት አቆጣጠር የሚጠበቅ ነው።

ፋሲካና ገናን ወደጎን ብናደርግ በአለማችን ክርስትናም ቀንን የሚቆጥረው ከማታ ጀምሮ ነው። ፋሲካ እና ገና የሚጀምሩት ከእኩለ ለሊት

4 ከብዙ በጥቂቱ ሪቻርደስ (1998:147)ን ይመልከቱ።

ነው (ሆልፈርድ-ስትሪቨንስ 2005:2)። የእሁድ ፀሎት የሚደርሰው በቅዳሜ ማታ እንጂ የእሁድ ፀሀይ ወጥታ ከገባችበት በኋላ አይደለም። በርግጥ፣ በኢትዮጵያ ተዋህዶ አርቶዶክስ ሀይማኖት ደረጃ ያለው ሁኔታ የተወሳሰበ ነው። የቀን አቆጣጠሩ ከሲቪሉ አቆጣጠር ጋር የሚሄድ ቢሆንም፣ በተግባር በአማኙ ዘንድ የተወሰነ ልዩነት ግን አለው። ለምሳሌ አንድ ሰው፣ እንበልና ሀሙስ ቀን ከስራ ወጥቶ ስጋ ገዝቶ ቤቱ ከምሽቱ አራት ሰዓትም ሆነ አምስት ሰዓት ገብቶ ስጋውን ጠብሶ ቢበላ በፆም በላህ የሚለው የለም። ያንንው የተረፈውን ስጋ ከለሊቱ 11 ሰዓት ተነስቶ ለመብላት አያስብም፤ ምክንያቱም ቀኑን እንደአርብ ይቆጥረዋልና። ለዚህ ለፆም ተግባር በህብረተሰቡ ዘንድ የሚውለው አቆጣጠር/ሰዓት ትክክለኛው ይሄ ነው ማለት ቢከብድም፣ ቀኑን ከእኩለ ለሊት በመጀመር ይመስላል። በርግጥ እኩለ ለሊት ማለት ይከብዳል። በሰዓት ስሌት እናስላው ካልን ከምሽቱ ዘጠኝ ሰዓት በኋላ ያለውን ነው።

ይህን ልዩነት ለመገንዘብ ፋሲካ አንደኛው መንገድ ነው። ሰው በየቤቱ ፋሲካ የሚፈታው ከምሽቱ ዘጠኝ ሰዓት ላይ ነው። በጥንቱ ይህ የሚታወቀው ዶሮ ሲጮህ ነው። በርግጥ በዚህ ጉዳይ ላይ ሌላም የተወሳሰበ ነገር አለ። በአማርኛ ተናጋሪው ዘንድ ለፋሲካ የሚሆነው ዶሮ ፀሃይ ከገባች በኋላ ይታረዳል። ይህ በህብረተሰቡ ዘንድ አግባብ ነው ተብሎ ይታመናል። ከዚያ በፊት የታረደ ግን አይበላም። ምክንያቱም፣ በፆም እንደታረደ ስለሚቆጠር ነው። ይህ ድርጊት፣ ቀንን በእብራውያን ስሌት ከማስላት የመጣ ይመስላል። ሁኔታው ከአለቃ ያሬድ ትንታኔ ጋር ይስማማል። አለቃ ያሬድ የሚከተለውን ይላሉ፣

> *የኢትዮጵያ ኦርቶዶክስ ተዋሕዶ ቤተ ክርስትያንም ሌሊቱን ለብቻ፣ መአልቱን ለብቻ መድባ የመዓልቱን መባቻ ሠርቀ መአልት፣ የሌሊቱን መባቻ ሠርቀ ሌሊት ብላ እየቈጠረች በየቀኑ የአሥርቆቱን ሥርዓት የምታደርሰው ጌታችንንና ሙሴን ዐብነት በማድረግ ነው* (አለቃ ያሬድ 2004:69)።

ከአለቃ ያሬድ ጋር የተስማማ አገላለፅ በአዕምሮ ጌታሁንም እናገኛለን። ሆኖም አዕምሮ ጌታሁን የቀንን ስሌት እንደአለቃ ያሬድ በኢትዮጵያ አርቶዶክስ ተዋሕዶ ቤተ ክርስትያን የፀሎት ተግባር ሳይወስኑ የኢትዮጵያ አቆጣጠር ስሪት አድርገውታል፤ "እንደ ኢትዮጵያ የዘመን አቆጣጠር ስሌት መሠረት አንድ ቀን ወይም ሀያ አራት ሰዓት የሚባለውና የሚጀምረው ከምሽቱ አንድ

ሰዓት ጀምሮ እስከ ቀኑ አሥራ ሁለት ሰዓት ድረስ ነው” (2000:38)። ይህ በመርሀ ደረጃ በኢትዮጵያ ኦርቶዶክስ ተዋሕዶ ቤተክርስትያን አቆጣጠር ዘንድ ምናልባት ሊኖር ይችላል። ይሁን እንጂ አባባሉ በሲቪል አቆጣጠር ባለው አጠቃቀም አይሰራም። በክርስትያኖችም ቢሆን በተግባር የሚታየው፣ ፋሲካን እንኳ ወደጎን ትተን በሌሎች የፆም ቀናት ያለውን ሁኔታ ብናስተውልው፣ ከላይ እንደገለፅነው የተወሳሰበ ነው። ሀብረተሰቡ የ24-ሰዓት ቀንን ከብርሀን መውጣት ጀምሮ እንጂ የሚቆጥረው ከምሽት አይደለም።

ፋሲካ እራሱን የቻለ የአቆጣጠር ስሌት እና ታሪክ አለው። ይህ በኢትዮጵያ ኦርቶዶክስ ክርስትና ተከታዮች ብቻ ሳይሆን ሌሎቹንም ይመለከታል። በዚህ ጉዳይ ላይ፣ ከሀይማኖቱ ጋር በተያያዘ የተሰሩ በርካታ የዘመን መቁጠሪያዎች አሉና እነሱን መመልከቱ ይገባል። ስለ ፋሲካ ቀመር በሌሎች ክርስትያኖችም ምን እንደሚመስል ከታሪክ አንፃር ለማወቅ ከአጠቃላይ ስራዎች ውስጥ ከብዙ በጥቂቱ፣ ሪቻርደስ (1998፣ ክፍል አራት)፣ ሆልፈርድ-ስትሪቨንስ (2005፣ ምዕራፍ 4)፣ እና በነዚህ የተጠቀሱ ስራዎችን ይመልከቱ። የፋሲካን ቀመር እና የክርስትያን ዘመንን ‘ኢራ’ ዋና ጉዳይ አድርጎ ሞስሻመር (2008) የሰራውን ለጠለቀ ግንዛቤ መመልከት ጠቃሚ ነው። ይህ ሰው ስለፋሲካ ቀመር በበርካታ ቀደምት ስራዎች ያለውን ስህተት ነቅሶ በማውጣት ከታሪክ አንፃር አመጣጡን በጥልቀት ያሳያል። በኢትዮጵያ ኦርቶዶክስ ስላለው ቀመር ለጠለቀ ግንዛቤ ኦቶ ኒውጌባወር (1979)ን ይመልከቱ።

5.3 ሳምንት

ሳምንትን በሰባት ቀናት በያዘ መመደብ በአለማችን የተስፋፋው በክርስትና እምነት ምክንያት ነው ብለናል። የክርስትናው ትምህርት የብሉይ ኪዳን ኦሪት ዘፍጥረትን መሰረት አድርጎ ነው። ይህ የእብራውያን እሳቤ በራሱ ከባቢሎንያን እንደተወሰደ ይገመታል። ጥንታዊ ባቢሎንያን በሰባት-ቀን የተደራጀ ሳምንት ነበራቸው። ይህ ብዙም የሚያስገርም አይደለም። ባለፈው ምዕራፍ እንደገለፅነው፣ የእብራውያን ዘመን አቆጣጠር ከነወራቱ ከባቢሎንያን የተወሰዱ ናቸው። የብሉይ ኪዳን ኦሪት ዘፍጥረት ከባቢሎንያን ኤኑማ ኤሊሽ የዓለም ፍጥረት ትውፊት ‘ኤፒክ’ የተቀዳ እንደሆነ

5 Enuma Elish.

ይታመናል።[6] የኖህ ታሪክ በጊልጋሜሽ ተረት/አፈታሪክ ካለው የጎርፍ ትረካ የተወሰደ መሆኑን ለማወቅ ሁለቱን ትረካዎች ከጎን አድርጎ ማንበብ ብቻ በቂ ነው።[7] እብራውያን በባቢሎን ተግዘው ስለነበር በርካታ ባህሎችን በመውሰድ በራሳቸው መልክ መልሰው መተረካቸው ብዙም የሚያስገርም አይደለም። ቀዳሚውን ምዕራፍ ይመልከቱ።

በጥንታዊ ሮማኖች ሳምንት ስምንት ቀን ይይዝ ነበር። በሮማን ግዛቶች በኋላ ላይ በሰባት ቀን የተደራጀ ሳምንት እንዲመጣ ያደረገው የክርስትናው ሀይማኖት ተፅዕኖ ነው (ሆልፈርድ-ስትሪቨንስ 2005፡18 & ዘሩባቬል 1985፡ 46)። ዌብስተር እንደዘገበው ከሃሲ የተባሉት ብሄረሰቦች በተለይ በአሳም (ህንድ) ግዛት የሚኖሩት እንደሮማኖች በስምንት ቀን የተደራጀ ሳምንት አላቸው። ይህ ሳምንት መነሻው በስምንት ቀን ዑደት ከሚካሄድ ገበያ በመነሳት ነው (ዌብስተር 1916፡106)።

ታላቁ የፈረንሳይ አብዮት አስተዳደርን ከሀይማኖት ተፅዕኖ ለመለየት ካደረጋቸው ዋና ዋና ነገሮች አንዱ የዘመን አቆጣጠሩን ሙሉ በሙሉ መለወጥ ነበር። በቀዳሚው ምዕራፍ እንደገለፅነው፣ ዓመቱ ልክ እንደኢትዮጵያው አቆጣጠር 30 ቀን በያዙ 12 ወሮች እና አምስት በሊፐ ዓመት ደግሞ ስድስት ቀናት የያዘች ጳጉሜን ያለው አደራጅተው ነበር። በዚህ አቆጣጠር ወር 10 ቀናት ባሉት ሶስት ሳምንታት፣ (ሙሉ) ቀኑ ደግሞ በ10 ሰዓት ይከፈል ነበር። እያንዳንዱ ሰዓት 100 ደቂቃ፣ እያንዳንዱ ደቂቃ ደግሞ 100 ሰከንድ ነበረው።

በፈረንሳይ አብዮት በተለይ በሳምንት ደረጃ የተደረገው ለውጥ በወቅቱ በአማኙ ህዝብ ዘንድ ብቻ ሳይሆን በሰራተኛው ህዝብም ከፍተኛ ችግር በመፍጠሩ ብዙም ሳይዘገይ ተለወጠ። የሳምንት እረፍትን በማዛባት ሰራተኛው ብዙ ቀናት እንዲሰራ አድርጎት ስለነበር ነው።[8] በሳምንት ላይ ሌላው ከእምነት ለማላቀቅ ከተደረጉት ለውጦች መጠቀስ የሚገባው በራሽያ የተደረገው ነው።

---

6 *ኢኑማ ኤሊሽ* በመባል ስለሚታወቀው የባቢሎንያን ስነፍጥረት ትውፊት እንግሊዝኛ ትርጉም ኪንግ (1902)ን ይመልከቱ።

7 ስለጊልጋሜሽ ከብዙ በጥቂቱ የሚከተለውን ይመልከቱ፤ *The Epic of Gilgamesh*. Assyrian International News Agency. Books Online: www.aina.org. Accessed 9-8-2015.

8 ሰፋ ላለ ትንታኔ ማቲው ሻው (2011)ን ይመልከቱ።

በ1929 በቀረበው አዲስ የራሽያ አቆጣጠር ወራት የሚይዙትን የቀን ብዛት ብቻ ሳይሆን የሳምንቱንም ቀናት ብዛት ለውጠው ነበር። በራሽያ በ1929 አዲስ ዘመን አቆጣጠር መሰረት ሳምንቱ የተደራጀው በአምስት ቀን ነበር። ቀኑም ሰኞን አንድ ብሎ በመቁጠር ነው። ከእምነት ጋር የተያያዙት ቅዳሜ እና እሁድ አልነበሩም ማለት ነው። የተለየ የእረፍት ቀን የሚባልም አልነበረም። በእያንዳንዱ ቀን 1/5ኛው የራሽያ ህዝብ እረፍት ያደርጋል። ሆልፈርድ-ስትሪቨንስ (2005፡75-76) እንደገለፀው፣ እያንዳንዱ ዜጋ የእረፍቱን ቀን የሚያመለክት ወረቀት/መታወቂያ ይሰጠው ነበር። ይህ ሁኔታ በራሱ ችግር ስላመጣ፣ በ1931 ለውጥ ተደረገበት። ጥንታዊ ወራቱ ወደነበሩበት ተመለሱ። ወጥ የእርፍት ቀንም በየስድስት ቀኑ ተመደበ። ይህም ማለት ወር በጀመረ በስድስተኛው ቀን፣ 12ኛው፣ ወዘተ. የእረፍት ቀናት ናቸው ማለት ነው። ይህ በራሱ ሌላ ችግር በማምጣቱ ዮሴፍ ስታሊን በ1940 የድሮው የሰባት ቀን ሳምንት እንዲመለስ አደረገ። ሆልፈርድ-ስትሪቨንስ (2005፡ 75-76)ን ይመልከቱ።

የፈረንሳይ አብዮት አቆጣጠር ከላይ እንደተመለከትነው የግብፅ አቆጣጠርን መሰረት አድርጎ የተዘጋጀ ነው። የሳምንት አከፋፈሉ እራሱ የግብፅን ይመስላል። በጥንታዊ ግብፅ ሳምንት በ10 ቀን የተደራጀ እንደነበረ በቀዳሚ ምዕራፎች መግለፃችን ይታወሳል። በቀዳሚው ምዕራፍ እንደገለፅነው ቤስተን (1956:5) በጥንታዊ ደቡብ አረቢያም ወር 10 ቀናት በያዙ ሳምንቶች ሳይከፈል አይቀርም ይላል። በቻይናዎችም ሳምንት 10 ቀናት ይይዝ ነበር። ይህ የ10-ቀን ሳምንት በግሪክ፣ ማኦሪ በታባሉ በኒውዝላንድ የሚኖሩ ህዝቦች እና በጋናዎቹ አሀንታ ዘንድ እንደሚገኝ ዘሩባቬል (1989:9) ይገልፃል።

ከገበያ ጋር በተያያዘ በሶስት ቀን፣ በአራት ቀን፣ በአምስት ቀን እንዲሁም በስድስት ቀን የተደራጀ ሳምንት ማግኘት በተለያዩ ህብረተሰቦች ዘንድ በጣም የተለመደ ነው። ለምሳሌ፣ ሩቅ ሳንሄድ የጋናዎቹ አካን በስድስት ቀን የተደራጀ ሳምንት ሲኖራቸው፣ ዋጊሪራማ የተባሉት በምስራቅ አፍሪካ የሚገኙ ህዝቦች በአራት ቀን የተደራጀ ሳምንት አላቸው (ዌብስተር 1916፡107)። በአራት ቀን ላይ የተደራጀ ሳምንት በበርካታ የምዕራብ አፍሪካ ህዝቦች ዘንድ የተለመደ ነው። በኪሊማንጀሮ አካባቢ የሚኖሩ ዋቻጋ የተባሉ ህብረተሰቦች ደግሞ በሶስት ቀን የተደራጀ ሳምንት አላቸው። እያንዳንዳቸውም የገበያ ቀናትም የተለየ ስም አላቸው (ዝኒከማሁ)። በተለይ የሰባት ቀን ሳምንት በአለማችን

ሳይስፋፋ ይህ የሳምንት አይነት በጣም የተዘወተረ ነበር። ለዝርዝሩ ዘሩባቤል (1985፡45ቀገ)ን እና ዌብስተር (1916፡101ቀገ)ን ይመልከቱ።

በሀገራችን ስላሉ የሳምንት አይነቶች ብዙ መረጃ የለንም። ካለን መረጃ ግን ከአብራሀም እምነት ጋር ከሚያያዘው የሰባት ቀን ሳምንት፣ ውጭ ሁለት ተጨማሪ የሳምንት አይነቶችን እናገኛለን። አንደኛው በምዕራፍ ሁለት የገለፅነው ከገበያ ቀናት ጋር የሚያያዘው የሲዳምኛው የአራት ቀን ሳምንት ነው። እነዚህ የሳምንት ቀናት ከመደበኛው የቀን ስም በተጨማሪ የራሳቸው ስም ልክ ከላይ እንደገለፅናቸው *ዋቻጋ* እና *ዋጊሪራማ* አላቸው። በኢትዮጵያ ሌላው የሳምንት አይነት ስምንት ቀን የያዘ ነው። በዚህ ላይ የጠበቀ መረጃ የለንም። በምዕራፍ ሁለት እንደገለፅነው፣ በሰሜን ኢትዮጵያ/በግዕዝ ስምንት ቀን ላይ የተመሰረተ ሳምንት እንደነበረ ዘሩባቤል (1985፡9) ዌብስተር (1916፡193 – 194)ን በመጥቀስ ገልጿል። ይሁን እንጂ ዌብስተር በበኩሉ ለዚህ መረጃው ዋቢ ያደረገው ሊትማን (1908)ን ነው። ሊትማን (1908፡ 302 – 303) የሰጠው በ30 ቀን ወር ውስጥ እሁድን በመድገም ያለ የስምንት ቀን ሳምንት ቀመርን ነው። ይህ ሳምንት ስምንት ቀን ከመያዝ ጋር ጥንት ይገናኝ አይገናኝ እንደሆነ ወደፊት በጥልቀት መመርመር ያስፈልጋል። በርግጥ፣ ሳምንት የሚለው ቃል እራሱ መነሻው ስምንት የሚለው ይመስላል።

በአሁኑ ግዜ በአለማችን በሰባት-ቀን ላይ የተደራጀው ሳምንት በአብዛኛው በአብራሀም ሀይማኖት ተፅዕኖ እሁድን አንድ በማለት እንደሰየመው በምዕራፍ ሁለት ተመልከተናል። እሁድ በክርስትና እምነት ምክንያት የእረፍት ቀን በመደረጉ ከስራ/ከአጠቃቀም አንፃር ሰኞን አንድ ብሎ መጀመር በሁሉም የአለማችን ክፍል ማለት ይቻላል በአሁኑ ወቅት የተለመደ ነው። በዚህ ደረጃም የተሰጡ የቀን ስያሜዎች በአለማችን ብቻ ሳይሆን—ለምሳሌ ቻይኒዝ፣ ስላቪክ ቋንቋዎች፣ ወዘተ—በሀገራችንም በአርሲ ኦሮምኛ እንዳለ ተመልከተናል። በምዕራፍ ሁለት የቃኘነውን፣ ለየቀኑ የተሰጠውን ስያሜ ወደጎን አድርገን ስንመለከት በአሁኑ ግዜ በአብዛኛው የአለማችን ህብረተሰብ ዘንድ በሰባት ቀን የተደራጀው ሳምንት በአጠቃቀም ደረጃ መነሻው ሰኞ ሲሆን፣ መድረሻው ደግሞ እሁድ ነው። ትምህርት ቤቶች፣ መንግሥታዊ መስሪያ ቤቶች፣ ወዘተ በዚህ ላይ የተደራጀ አጠቃቀም ስላላቸው ብቻ ሳይሆን በህብረተሰቡ ዘንድ ያለው የሳምንት ግንዛቤ እና አጠቃቀምም ሰኞን አንድ በማለት ነው።[9]

9 ለአጠቃቀም አሰረጅ የሚቀጥለውን ክፍል ይመልከቱ።

5.4 ማጠቃለያ

የሳምንት እሳቤ ከተፈጥሮ ጋር የሚያያዝ ሳይሆን ሰዎች በራሳቸው የፈጠሩት ነው። በአለማችን በአብዛኛው ህብረተሰብ ዘንድ ይህ እሳቤ የመነጨው የገበያ ቀናትን ከማስላት አንፃር ነው። ይሁን እንጂ ከእምነት ጋር ተያይዞም ይህ እሳቤ በአንዳንድ ህብረተሰብ ዘንድ አለ። ሳምንት ምናልባት በሁሉም ህብረተሰብ ዘንድ ከተፈጥሮ ውጭ ባለ ሁኔታ ነው የተደራጀው ላያስብል የሚያስችለው የባቢሎንያኑ ሳምንት ነው። ባቢሎንያን ወራቸው የሚጀምረው ከጨረቃ መውጣት በመሆኑ ግማሽ የምትሆንበት፣ ከዚያ ሙሉ፣ እንደገና ግማሽ የምትሆንበት በየሰባት ቀኑ ልዩነት በመሆኑ እነዚህን ቀናት መጥፎ ቀን በማለት ከስራ እና ከአንዳንድ ነገሮች ይታቀቡ ነበር። ባቢሎንያን የስነፍጥረት ትውፊታቸውም ያደራጁት በሰባት ቀን ላይ ነው። የባቢሎንያኑ ለእብራይስጡ የሰባት ቀን ሳምንት መሰረት እንደሆነ ይነገራል። የእብራውያኑ በበኩሉ በክርስትናና በእስልምና በኩል በዓለማችን በአሁኑ ግዜ ተሰራጭቶ ላለው የሰባት ቀን ሳምንት መሰረት ሆኗል።

ሀይማኖት በስያሜ ላይ ያመጣው ተፅዕኖ ግልፅ ቢሆንም፣ በላይኛው ክፍል እንደገለፅነው የሳምንት ቀን አደረጃጀትና ግንዛቤ በህብረተሰባችን ዘንድ ያለው ከሀይማኖቱ አንድ ነው ማለት አይደለም። በላይኛው ክፍል እንደገለፅነው፣ በአጠቃቀም ደረጃ እሁድ የሳምንት መጨረሻ እንጂ መጀመሪያ አይደለም። ለምሳሌ፣ አንድ ሰው ሀሙስ ላይ ቆሞ የሚቀጥለው ሳምንት እንገናኝ ቢል፣ አባባሉ ከፊቱ ያለውን እሁድ አያካትትም። በሳምንት ሶስት ቀን ለምሳሌ፣ ሰኞን፣ እሮብን፣ እና እሁድን ስራ የሚገባ ሰውን አንዱ እንበልና ሀሙስ ላይ አግኝቶት "የሳምንቱን ስራህን ጨረስክ" ቢለው፣ እሁድን አንድ ብሎ አስቦ "አዎ" አይልም። ይልቁንም "አንድ ቀን ይቀረኛል" ነው የሚለው። ይህ አጠቃቀም በአሁኑ ግዜ በሀገራችን ብቻ ሳይሆን በአለማችን ያለ ነው። ለዚህ ዋናው ምክንያቱ (ከመነሻው በክርስትና እምነት ተፅዕኖ ምክንያት) እሁድ የእረፍት ቀን ተደርጎ መወሰዱ በአለማችን መለመዱ ነው። እረፍት ከስራና ድካም በኋላ የሚመጣ በመሆኑ ህብረተሰቡ እሁድን የሳምንት መጨረሻ አድርጎ ማሰቡ ከዚህ የመነጨ ነው።

የሰባት ቀን ሳምንት ከሀይማኖት ጋር በመያያዙ፣ የሶቭየት አብዮት አራማጆችም በመጀመሪያ በአምስት ቀን፣ ቀጥለው በስድስት ቀን የተደራጀ ሳምንት አውጥተው ነበር። የሀይማኖት ተፅዕኖው ቀላል አልነበረምና፣ ሁሉም ከተወሰነ ዓመት በኋላ እየከሸፈ ሳምንት "ወደነበረበት" ሰባት ቀን ተመልሷል። በኢትዮጵያ ከሲዳምኛው አራት-ቀን ሳምንትና ሊትማን (1908)

ከጠቀሰው የስምንት-ቀን ሳምንት በተለያዩ ባህሎች ዘንድ ሌሎች የሳምንት አይነቶች መኖራቸውን ወደፊት ማጣራት ይገባል። በአለማችን ስላሉ እና ስለነበሩ የተለያዩ ሳምንታት ሰፋ ላለ ትንታኔ ከቀደምት ስራዎች ዌብስተር (1916)ን፣ ከቅርብ ግዜ ስራዎች ደግሞ ዘሩባቬል (1985)ን ይመልከቱ።

የኢትዮጵያ ሲቪል አቆጣጠር ቀን የሚጀምረው ከብርሀን መውጣት ጋር ነው። ይህ በቀጥታ ከግብፅ ጋር ይመሳሰላል። በክፍል 5.2 እንደጠቀስነው አንዳንዶች በኢትዮጵያ አቆጣጠር ቀን የሚጀምረው ከምሽት ጀምሮ ነው ይላሉ። ይህ ምናልባት ለሀይማኖት ተግባራት በኢትዮጵያ ኦርቶዶክስ ቤተክርስትያን የሚያገለግል ሊሆን ይችላል። በርግጥ የዚህ አይነቱ አጠቃቀም በዚህ ምዕራፍ እንደጠቀስነው (ለምሳሌ፣ ከፀሎት ጋር በተያያዘ) አለ። በተግባር ግን በተራው ክርስትያን አማኙም ዘንድ ያለው ከዚህ በላይ የተወሳሰበ ነው። በእለታዊ ተግባሩ ሀይማኖቱን አከብራለሁ የሚለው የሚከተለው (ትንሽ የተወሳሰበ ነገር ቢኖረውም) ቀንን ከብርሀን መውጣት/ ከንጋት ጀምሮ በመቁጣር ነው። ለዚህ በክፍል 5.2 ያነሳነው ማስታወስ ይጠቅማል። ቅዳሜ የፍስክ ቀን ነው ተብሎ አርብ ጀምበር ስትጠልቅ ስጋ አይበላም—አርብ ፍስክ የምትሆንበት ቀን (ለምሳሌ፣ ከፋሲካ በኋላ ያለችው አርብ) ካልሆነ በስተቀር። ከእምነት ውጭ ያለውም አጠቃቀም ተመሳሳይ ነው። ትንሽ ምሳሌ እንስጥ።

አንድ ሰው እንበልና ሌላውን ሲቀጥር አርብ ማታ ከምሽቱ ሁለት ሰዓት እንገናኝ ቢል፣ የአርብ ጀምበር ከገባች በኋላ ወደ ቅዳሜ አጥቢያ ያለውን ግዜ እንጂ ከአርብ ጀምበር መውጣት በፊት የነበረው ማታን የሚመለከት አይደለም። ያን ለማለት ከተፈለገ የሚባለው ሀሙስ ማታ ነው። ቀን የሚቆጠረው ህብረተሰቡ የሚጠቀምበት በሲቪሉ አቆጣጠር ብርሀን ከወጣችበት ጀምሮ መሆኑን ለማስረዳት መዝገብ አስደግፎ ማስረጃ ማቅረብ አይጠበቅም። እንደዚያ ቢደረግም ትክክል ነው ማለት አይቻልም። ይህ የባህል ጉዳይ ነው። ባህል ደግሞ ህዝቡ በእለት ተእለት ህይወቱ የሚኖረው ነው እንጂ ሌላው “ባህልህ ይሄ ነው” በማለት ለአንድ ህብረተሰብ የሚነግረው አይደለም።

ምዕራፍ ስድስት. መደምደሚያ

የቀናት ስሞች መሰረታዊ ቃላት ውስጥ የሚመደቡ አይደሉም። ባህላዊ ቃላት ናቸው። ህብረተሰብ ከህብረተሰብ በሚያደርገው ግንኙነት፣ በእምነት መቀያየር፣ እና በመሳሰሉት ምክንያቶች ብዙውን ግዜ ነባር የቀናት ስሞች በአዳዲስ ሊተኩ ይችላሉ። በምዕራፍ ሁለት በተመረጡ የኢትዮጵያ ኩሻዊ እና ሴማዊ ቋንቋዎች የቀናት ስያሜዎችን ቃኝተናል። ስያሜዎቹ ባብዛኛው የአብርሀም ሀይማኖቶችን መሰረት በማድረግ በቁጥር የተደራጁ ናቸው። የተወሰኑት ደግሞ ከቅዱሳን ሰዎች እና ከገበያ ቦታዎች ስም የተወሰዱ ሆነው እናገኛቸዋለን። አንዳንዶቹ ደግሞ ጥንታዊ ስያሜዎችን ይዘው የቆዩ ናቸው። በእነዚህ አሰያየሞች መሀከል ውሰት ከፍተኛውን ቦታ ይይዛል። ውሰቱ እርስ በርስ ብቻ ሳይሆን በተለይ በእስልምና ተከታዩ ዘንድ ከአረብኛም ሆኖ እናገኛለን። ለምሳሌ፣ ሱማልኛ እና ሀረሪን ብንወስድ ሙሉ በሙሉ ማለት ይቻላል የቀናት ስያሜዎቹ ከአረብኛ የተወረሱ ናቸው።

የዳሰስናቸው ቋንቋዎች ሁሉም በሳምንት ሰባት ቀን ላይ የተመሰረተ የቀናት ስያሜዎች ቢኖራቸውም፣ ባህላዊ አቆጣጠራቸውን እስካሁን ጎን ለጎን ያቆዩ ቋንቋዎች ወራዊ የቀናት ስያሜም ይዘው አጋጥመውናል። (የቦረና) ኦሮምኛ እና ሲዳምኛ ከሳምንታዊ የቀናት ስያሜዎች በተጨማሪ፣ በባህላዊ አቆጣጠር የወራዊ የቀን ስያሜም አላቸው። ኦሮምኛ በወራት ለ27 ቀናት

ስያሜ ሲኖረው፣ ሲዳምኛ ደግሞ ለ28 ቀን አለው። በሁለቱ ያሉት የቀናት ስሞች ሶስት እጅ ያህሉ ዝርያቃል ናቸው።

ሲዳምኛ እንደበርካታ ሀገራት በገበያ ላይ የተመሰረተ ሳምንት አለው። የሲዳማው በአብዛኛው ምዕራብ አፍሪካ እንዳሉት ህዝቦች ሳምንቱ በአራት የገበያ ቀናት የተደራጀ ነው። ምንም እንኳ የሰባት ቀኑ-ሳምንት በኢትዮጵያም ከፍተኛ ተፅዕኖ በማድረጉ ሌሎች ጠፍተው ሊሆን ቢችልም፣ በግዕዝ የስምንት ቀን ሳምንት እንደነበረ ሊትማን (1908) ገልጿል። ሳምንት የሚለው ቃል እራሱ መነሻው ስምንት ይመስላል። በአማርኛ ትርጉሙ የተለየ ቢሆንም፣ የትግርኛው እና የግዕዙ ሰሙን እና የአማርኛው ሰሞን ዝርያቃል ናቸው። እነዚህም ሁለቱ ከሳምንት ጋር እንደገና ዝርያቃል ናቸው። ሰሙን በትግርኛና በግዕዝ ሳምንት ማለት ናቸው። በግዕዝ ሳምንት ሱባዔም ይባላል። ሱባዔ ሰባት ቀንን የሚያመለክት ነው። ቃሉ ከቁጥሩ የወጣ ነው። ኪዳነወልድ ክፍሌን (1948:846-847) ይመልከቱ።

በምዕራፍ ሁለት እንደገለፅነው፣ በሲዳምኛ እያንዳንዳቸው የወራቱ ቀናት ልክ እንደባቢሎንያን ዘመን አቆጣጠር የራሳቸው ስያሜ አላቸው። በተጨማሪም አራት ቀናት በሳምንት አሉ። እነዚህ ከላይ የገለፅነው የገበያ ሳምንት መሰረት ናቸው። በምዕራፍ አንድ እንደገለፅነው፣ የባቢሎንያን ዘመን አቆጣጠር በወራት ውስጥ ያሉ እያንዳንዱ ቀናት የራሳቸው ስያሜ ቢኖራቸውም ወራቱ በሰባት ቀን የተከፋፈለ ሳምንት ነበራቸው።[1] የሳምንቱ መጨረሻም ቀን በዓል ነው፤ ይከበራል። ወሩ የሚጀምረው ጨረቃ መታየት ከጀመረችበት ቀን ሲሆን፣ ሰባተኛው ቀን ግማሽ ጨረቃ የምትሆንበት ነው። ሙሉ ጨረቃ የምትሆንበት 14ኛው ቀን ደግሞ በተለየ መልኩ ይከበራል። ቀኑም *ሻባቱ*[2] ይባላል። በምዕራፍ ሁለት እደገለፅነው፣ የእብራይስጡ ሻባት ከዚህ ከባቢሎንያን ሻባቱ የተወሰደ እንደሆነ ይገመታል። የባቢሎንያን እራሱ ከሱሜሪያን *ሳ-ባት*[3] በጥሬ ትርጉሙ የመሀል-እረፍት ከሚለው የተወሰደ ነው። ከዚህ ተመሳሳይ ቃል *ሠመደተ* /śmdt/ የሚል በጥንታዊ ግብፅም በጨረቃ አቆጣጠር ላይ ለተመሰረተው ወር ልክ እንደባቢሎንያኑ የወሩ አጋማሽን ወይም ሙሉ ጨረቃን የሚመለከት አለ (ፓርከር 1550:11 – 12)።

---

1 በርግጥ አንዳንዴ ሳምንቱ ከሰባት ቀን በላይም የሚይዙባቸው አጋጣሚዎች ነበሩ።

2 Shabattu.

3 sa-bat.

በኢትዮጵያ ያሉት አቆጣጠሮች ጨረቃን ወይም ፀሀይን መሰረት ያደረጉ ናቸው። በጣም የሚታወቁትን እንኳ ወደጎን ብንተው የሲዳማና የ(ቦረና) ኦሮሞ ዘመን አቆጣጠር በጨረቃ ላይ የተመሰረተ ነው። ዓመቱ የሚወሰነው በኮከብ ቆጣሪዎች አማካይነት ነው። ቤተ እስራኤሎችም ከፀሀይ አቆጣጠሩ በተጨማሪ በዓላትን የሚለዩበት የጨረቃ አቆጣጠር አላቸው (ካፕላን 2003፡672-673)። በግዕዝ በተለይ ከክርስትና እምነት በዓላት ጋር በተያያዘ የፀሀይን ብቻ ሳይሆን፣ የጨረቃን አቆጣጠር ስሌት ያደረጉ ቀመሮች አሉ። በዚህ ስራ የኛ ጉዳይ አድርገን የተመለከትነው የሲቪል አቆጣጠሩን ነው። ይህ አቆጣጠር ከቅብጥ አቆጣጠር ጋር የተመሳሰለ ነው። የቅብጡ አቆጣጠር በበኩሉ ከጥንታዊ ግብፅ 365-ቀን ሲቪል አቆጣጠር የመጣ ነው። የዚህ አቆጣጠር መነሻ ደግሞ 3 ሺህ ቅጋአ ይሄዳል። በዚህን ግዜ ኢትዮጵያ ውስጥ ታሪክ የመዘገበው ስልጣኔም ሆነ መንግሥት አልነበረም። የግብፁ አቆጣጠር ለበርካታ ሀገራት አቆጣጠር መሰረት ሆኖ እንደነበር ሁሉ፣ ለኢትዮጵያዊውም የሆን ይመስላል።

የጥንታዊ ግብፅ ዘመን አቆጣጠር ወራት በሶስት ሳምንት የተከፈሉ ሲሆን እያንዳንዳቸው 10 ቀናት ነበራቸው። ከላይ እንደገለፅነው ኢትዮጵያ ከመጀመሪው ሺህ ቅጋአ ጀምሮ ጠንካራ ግንኙነት በነበራት ጥንታዊ የደቡብ አረቢያ ቋንቋዎች/ሕዝቦች ተመሳሳይ አከፋፈል የያዘ ሳምንት ሳይኖራቸው እንደማይቀር ይገመታል። ሆኖም በኢትዮጵያ በ10 ቀን ላይ የተደራጀ ሳምንት ስለመኖሩ እስካሁን የምናውቀው መረጃ የለም። የኢትዮጵያ ዘመን አቆጣጠር በሳምንት ሰባት ቀናት መያዙ ከአብርሀም እምነት ጋር የተያያዘ መሆኑ ግልፅ ነው። ምናልባት የግብፅ ዘመን አቆጣጠር ቀደም ብሎ የገባ ከሆነ ሳምንት እንደግብፁ በ10 ቀን ላይ ተደራጅቶ ሊሆን ይችላል።

የዘመን ቆጠራ ልክ በኢትዮጵያ እንደነበረው በንጉሳኑ የንግሥና ዘመን መጀመር በእነግብፅ እና በርካታ ሌሎች ሀገሮች የነበረ ቢሆንም (ከሀረም ከተገኘ ፅሁፍ ከንግሥና ጋር የተያያዘ የሚመስል አቆጣጠር ምናልባት በተወሰነ ደረጃ ከመኖሩ ውጭ)[4] በጥንታዊ ደቡብ አረቢያ የዚህ አይነት ነገር እንዳልነበር ቤስተን (1956:25) ይገልፃል። የኢትዮጵያው ሲቪል አቆጣጠር ዘመን መጀመሪያ እንደግሪጎርያኑ ከክርስቶስ መፀነስ ጋር ታስቦ የተዘጋጀ ቢሆንም፣ ዘመኑ በሁለቱም ትክክል አይደለም። ዋናው ቁምነገር ለዘመን ስሌት የጋራ መግባቢያ መፍጠር ነውና ለሲቪል አገልግሎት ደረጃ የተዛባውን

---

4 ቤስተን (1956:26)።

እናስተካክል የሚባልበት ሁኔታ ሊኖር አይገባም። ቢባልም በአሁኑ አለማችን ተቀባይነት መኖሩ እጅግ አጠራጣሪ ነው።

የዘመን አቆጣጠርን ከእምነት ለማላቀቅ በተለያየ ወቅት ጥረት ተደርጓል። ከእነዚህ ጥረቶች ውስጥ ዘመኑን *አኖ ዶሚኒ* ‘ዓመተ እግዚእ’ ከማለት ይልቅ *ኮመን/ከረንት ኢራ* ‘የጋራ ዘመን’ በማለት መሰየምንም ያካትታል። ከመጠነኛ ለውጥ ባሻገር በአንዳንዶች እንደውም ሙሉ በሙሉ ለመቀየር ሙከራም ተደርጓል። ከእነዚህ ውስጥ በምዕራፍ አራት እንደገለፅነው በስፋት የሚታወቁትን በፈረንሳይ አብዮት እና በ20ኛው ክፍለዘመን በሁለተኛው ሩብ ላይ በሶቭየት ህብረት የተደረጉት ለውጦች ተጠቃሽ ናቸው።

በዚህ መፅሀፍ ባጠቃላይ እንዳየነው በዘመን አቆጣጠር፣ በወራት ስያሜ እና አደረጃጀት፣ በሳምንት አደረጃጀት፣ እና በቀናት ስያሜ ረገድ በየትኛውም የአለማችን ክፍል ማለት ይቻላል መወራረስ ይታያል። ውርርሱ በቀጥታ ስያሜ በመውሰድ ወይም በፅንሰሀሳብ ደረጃ ብቻ ሊሆን ይችላል። ይህ ብዙም የሚያስገርም አይደለም። ዘመንን/ግዜን መለካት ከህብረተሰብ ፍላጎት ጋር የተያያዘ በመሆኑ፣ እድገትና ማህበራዊ ህይወት በሚጠይቀው መልኩ መለዋወጥ ግድ የሚል ነው።

ከግዜ ጋር የተያያዙ ሌሎች ፅንሰሀሳቦችም በኢትዮጵያ ባሉ ቋንቋዎች ውስጥ ብቻ ሳይሆን በአለማችን ደረጃ በስፋት ውርርስ ይታያል። በኢትዮጵያ በምዕራፍ ሁለት ካናነሳቸው ከቀናት ስሞች ባሻገር ከግዜ ጋር የተገናኙ የአማርኛ/ግዕዝ ቃላት፣ ለምሳሌ ሰዓት፣ ደቂቃ፣ ወቅት፣ እና ዘመን በበርካታ የኢትዮጵያ ቋንቋዎች ውስጥም አሉ። እነዚህ ቃላት ከሌሎች ሴማዊ እና ሴማዊ ካልሆኑ ቋንቋዎችም የምንጋራቸው ናቸው። ለምሳሌ፣ ሰዓት በአረብኛ *ሰዓ(ት)*፣ በእብራይስጥ *ሰዓ* በአረማይክ *ሰዓታ* ነው (ሌስላው 1991፡481)። ኖድሊከን በመጥቀስ ሌስላው (ዝኒከማሁ) የአረብኛው እና የግዕዙ/አማርኛው ከአረማይክ-ሲራይክ የመጡ ናቸው ይላል። ዘመን በበኩሉ በአካዲያን *ሲማኑ*፣ በአረማይክና እብራይስጥ *ዝመን*፤ በሶቆጡሪ *ዘም/ ዝመን*፤ በአረብኛ *ዘመን/ ዘማን*፤ እና በሲራይክ *ዛብና* ነው። ይህ ቃል በሌሎች የተወሰኑ ቋንቋዎችም ይገኛል።[5] እነዚህ የግዜ ቃላት ከሴሜትክም ውጪ በሌሎች ተዛምተው ይገኛሉ። ለምሳሌ፣ ዘመን በጥንታዊ ፋርስ[6] *ዝማን* ነው

5 ለዝርዝር እና ለተጨማሪ መረጃ ሌስላውን (1991:638-639) ይመልከቱ።

6 ጥንታዊ ፋርስ ‘ኦልድ ፐርሺያን’ (Old Persian) ለማለት ነው።

(ሌስላው 1991፡639)። ሰዓት፣ ደቂቃ፣ ወቅት፣ እና ዘመን እንደቅደምተከተላቸው በተርኪሽ *ሳኣት*፣ *ዳኪካ*፣ *ቫኪት*፣ እና *ዛማን* ናቸው።[7] የመጀመሪያዎቹ ሁለቱ ያላቸው ትርጉም ከአማርኛው ጋር አንድ ነው—*ሳኣት* ሰዓት፣ *ዳኪካም* ደቂቃ ነው። በወቅትና በዘመን ላይ ግን በሁለቱ ቋንቋዎች መሀከል መጠነኛ የአጠቃቀም ልዩነት አለ።[8]

7 አፃፃፋቸው እንደቅደምተከተላቸው የሚከተለው ነው፤ saat፣ dakika፣ vakit፣ እና zaman (www.turkishlanguage.co.uk። Accessed 9-20-2015)።

8 ለተርኪሹ አጠቃቀም ከመደበኛ መዝገበቃላት በተጨማሪ ከላይ በግርጌ ማስታወሻ የሰጠነውን ድረገፅ ይመልከቱ።

አባሪ

አባሪ ሀ. ሙዳየቃላትና አህፅሮተቃላት

ልዕለ-ቃል = proto-word (በታሪካዊ ስነልሳን 'historical linguistics' እንዳለው አጠቃቀም)

መሰረታዊቃላት = basic/core vocabulary (በታሪካዊ ስነልሳን እንዳለው አጠቃቀም)

ማ. = ማለት (Latin id est = abbreviated in English as i.e. —that is')

ማመ. = ማመሳከርያ (Latin *confer* = 'compare, contrast'; sometimes also used to mean 'see'; abbreviated in English as cf.).

ስር = root (በስነልሳን እንዳለው አጠቃቀም)

ስነድምፃዊ ሂደት/ለውጥ = phonological process/change

ስነድምፃዊ ቃላት = prosodic words (በአጠቃላይ ስነልሳን 'general linguistics' እንዳለው አጠቃቀም)

ስነፈለክ = astronomy

ቀገ = (እና) ቀጣይ ገፆች (comparable to the use of English ff. = and the following (pages, paragraphs etc.))

ቅሱም[1] = Index

ባህላዊ (ዘመን) አቆጣጠር = traditional calendar

ባህላዊ ቃላት = cultural vocbulary/terms (በታሪካዊ ስነልሳን እንዳለው አጠቃቀም)

ብ-ማለስለስ = b-weakening (በስነድምፅ ያለውን አጠቃቀም ይመለከታል)

ትሮፒካል (ዘመን) አቆጣጠር = tropical calendar

ኮከብ (ዘመን) አቆጣጠር፣ የ- = Sidereal calendar

ዘዬ = dialect (በስነልሳን እንዳለው አጠቃቀም)

ዝርያቃል = cognate (በታሪካዊ ስነልሳን እንዳለው አጠቃቀም)

ጥምር ቃል = compound word

ጨረቃ (ዘመን) አቆጣጠር፣ የ- = lunar calendar

ጨረቃ-ፀሀይ (ዘመን) አቆጣጠር፣ የ- = lunisolar calendar

ፀሀይ (ዘመን) አቆጣጠር፣ የ- = Solar calendar

ፅንሰሀሳብ = concept

---

1 ይህ ቃል የተወሰደው በፕሮፌሰር ባህሩ ካሳሁን ከተደረሰው የሂሳብ ማስተማሪያ መጽሀፍ ላይ ነው። (2004። *ለፊዚክስ ሂሳባዊ ዝግጅት*። አዲስ አበባ፤ አዲስ አበባ ዩኒቨርሲቲ ፕረስ።)

አባሪ ለ. የኢትዮ-ሴማዊ ቋንቋዎች ምደባ

የኢትዮ-ሴማዊ የቋንቋ ቤተሰብ በኢትዮጵያና በኤርትራ ይገኛል። ይህ የቋንቋ ቤተሰብ ደቡብ ኢትዮ-ሴማዊና ሰሜን ኢትዮ-ሴማዊ በሚል በሁለት ክፍል ይመደባል፡፡ ይህ አመዳደብ መልከአ ምድራዊ ብቻ ሳይሆን ስነ-ልሳናዊ መሠረት አለው፡፡ የአመዳደቡ ጥንስስ ወደኋላ ሉዶልፍ (1698) ጋር ቢደርስም ጥልቀት ያለው ትንታኔ በማድርግ እስካሁን ድረስ በስፋት እየተገለገልንበት ያለውን ምደባ ያከናወነው ሄትዝሮን (1972) ነው። የሄትዝሮን (ዝኒከማሁ) ምደባ በዋነኛነት የቋንቋዎቹን ስነምዕላድ መሰረት ያደረገ ነው።

ሰሜን ኢትዮ-ሴማዊ የቋንቋ ቤተሰብ ግዕዝን፣ ትግረንና ትግሪኛን አካቶ ይይዛል። ደቡብ ኢትዮ-ሴማዊ የቋንቋ ወገን ደግሞ አማርኛን፣ የተለያዩ የጉራጌ ቋንቋዎችን፣ አርጎብኛን፣ ሀረሪን፣ ጋፋትን ወዘተ. ይዞ የሚገኝ ነው። በዚህ ስራ የተጠቀምንባቸው የቡድን ስሞች ከታች በሠንጠረዥ የቀረበውን አከፋፈል መሰረት ያደረጉ ናቸው። የቋንቋዎቹ አከፋፈል ሄትዝሮንን (1972) መሰረት ያድርግ እንጂ ከሄትዝሮን መጠነኛ ልዩነት አለበት። ግርማ (2001)ን ይመልከቱ።

ሀ. ሰሜን ኢትዮ-ሴማዊ

- ትግረ[1]
- ግዕዝ
- ትግርኛ

ለ. ደቡብ ኢትዮ-ሴማዊ

1. ተሻጋሪ

1.1 ማዕከላዊ

- አማርኛ
- አርጎብኛ

- ደቡብ አርጎብኛ

- ሰሜን አርጎብኛ

1.2 ደቡብ

- ሀረሪ
- ዛይ
- ስልጢ፣ ወለኔ

2. ውጫዊ

2.1 ሰሜናዊ

2.1.1 ጋፋት

2.1.2 ሰሜን ጉራጌ

2.1.2.1 መስቃን

2.1.2.2 ዋና ግስ አመልካች ቋንቋዎች

- ሶዶ ክስታንኛ)
- ዶቢ (ጎጎት)

2.2 ምዕራብ ጉራጌ

2.2.1 ማዕከላዊ

2.2.1.1 ባለሁለት ግዜ ስርዓት

- ሙኸር

1 ያለው መረጃ አጥጋቢ ባይሆንም፣ ትግረ በውስጡ ሁለት እራሳቸውን የቻሉ ቋንቋዎች ሳይዝ አይቀርም።

2.2.1.2 ባለ ሶስት ግዜ ስርዓት

-እጕ፣ እነሞር፣ ቸሀ፣ ወዘተ.

2.2.2 ዳራዊ

-እንደጋኝ፣ እነር፣ ወዘተ.

አባሪ ሐ. የቀናት ስም ዝርዝር

በመግቢያችን እንደገለፅነው፣ በዚህ ስራ የተጠቀመንባቸውን የቀናት ስሞች በዋናነት የሰበሰብነው ከሀድሰን (1989)፣ ሌስላው (1961)፣ ሮኒ ማየር (2005)፣ ሮኒ ማየር (2006)፣ ሽመልስና ግርማ (2008)፣ አስመሮም (1973)፣ አፐልያርድ (2006)፣ እና "ዘ ዴይስ ኦፍ ዘ ዊክ ኢን ቫሪየስ ላንጉጅስ"[1] በሚል ከቀረበው የቀናት ስም ዝርዝር ነው። ይህ ዝርዝር ከሚከተለው ድረገፅ ላይ ይገኛል፤ http://www.geonames.de/days.html Accessed 11/18/2014። እንዲሁም ተጨማሪ መረጃዎችን በመግቢያችን ላይ ከገለፅናቸው የተለያዩ ቋንቋ ተናጋሪ ወዳጆቻችን ሰብስበናል። እነዚህ ወዳጆቻችን የመረጃዎችን ትክክለኝነት በማጣራትም ረድተውናል።

የቀናት ስሞቹን በሠንጠረዦች አቅርበናል። ስያሜዎቹን በአለማቀፋዊ የስነድምፅ አፃፃፍ ብናቀርብም፣ የአንዳንድ ድምፆች ውክልና ላይ መጠነኛ ለውጥ አድርገናል። በአፃፃፋችን /c/ "ቸ"ን፣ /c'/ "ጨ"ን ፣ እና /ä/

1 The days of the week in various languages.

የመህል አናባቢ "ኧ"ን ይወከላሉ።[2] በተጨማሪም የአረብኛና የእብራይስጡን ከምንጫቸው እንዳለ ነው ያቀረብናቸው። እነዚህን የወሰድነው ከላይ ከጠቀስነው ድረገፅ ነው።

ሠንጠረዥ 19: የቀናት ስም በሰሜን ኢትዮ-ሴማዊ ቋንቋዎች

ቀን	ቋንቋ		
	ግዕዝ	ትግርኛ	ትግረ
ሰኞ	sänuy	sänuy	säno
ማክሰኞ	śälus	sälus	talašäno
እሮብ	räbuʕ	räbuʕ	ʔarärbaʕa
ሀሙስ	xamus	ħamus	kämis, kämiš
አርብ	ʕarb, sädus	ʕarbi	ğɨmʔat
ቅዳሜ	sänbät, sänbätä ayhūd; k'ädamit sänbät	k'ädam	sänbät nɨʔiš
እሁድ	ʔɨħud, sänbätä krɨstiyan	sänbät	sänbät ʕabbay

ሠንጠረዥ 20: የቀናት ስም በማዕከላዊ ደቡብ ኢትዮ-ሴማዊ ቋንቋዎች

ቀን	ቋንቋ		
	አማርኛ	ደቡብ አርጎብኛ	ሰሜን አርጎብኛ
ሰኞ	säñño	hargad	edo
ማክሰኞ	maksäñño	kaw	nurħusen
እሮብ	räbuʔ, ʔɨrob	ʔarbiʔani	ʔabdoye
ሀሙስ	hamus	kämis	xämis
አርብ	ʔarb	ğumʔa	ğumʕa
ቅዳሜ	k'ɨdame	säbt	xädir
እሁድ	ʔɨhud	sänbäd	sänbät

---

2 ኸን በትምህርተ ጥቅስ ያደረግነው የጉሮሮ ተነባቢውን /ʔ/ን (ከእነአናባቢው) ወክሎ ሊገኝም ስለሚችል ነው። ይህ ሁሉንም የአ-ዘሮች የሚመለከት ነው። ስለዚህም፣ የእነዚህ ፊደሎች ውክልና እንደሚከተለው ነው፤ ኧ (ʔ)ä፣ ኡ (ʔ)u፣ ኢ (ʔ)i፣ አ እና ኣ (ʔ)a፣ ኤ (ʔ)e፣ እ (ʔ)ɨ፣ እና ኦ (ʔ)o።

ሠንጠረዥ 21: የቀናት ስም በደቡብ ተሸጋጋሪ ኢትዮ-ሴማዊ ቋንቋዎች

ቀን	ቋንቋ			
	ዛይ[3]	ወለኔ[4]	ስልጢ	ሀረሪ
ሰኞ	wɨt'ät	wɨt'ät, wut'ät	wɨt'ät	isnin
ማክሰኞ	hubut'ät	hiwt'ät	mägär gäbäya	säläsa
እሮብ	ɨröb, uroob	arbeʔä, arbeeyee	arbe, arpe	arbaʔa
ሀሙስ	kämüs, hamuus	käms	käms	xamiis
አርብ	ğimät	ğimat, ğimaat	ğimat	ğumʔa
ቅዳሜ	anä sänbät, yaanäs sämbät	an sänbät	an sänbät	säbti
እሁድ	yägädär sänbät, yägädär sämbät	gidir sänbät, gɨddɨr sämbät	gidir sänbät	alħad

ሠንጠረዥ 22: የቀናት ስም በሰሜን ጉራጌ ቋንቋዎችና ጋፋት

ቀን	ቋንቋ			
	ክስታንኛ/ሶዶ	ዶቢ/ጎጎት	መስቃን	ጋፋት
ሰኞ	wɨt'ät	wɨt'ät	wɨt'ät	säñä
ማክሰኞ	wɨt'ät männag	wɨt'ät männag	wɨt'ät männaga	mäksäñä
እሮብ	ärob	ärob	ärob	ribä
ሀሙስ	amus	amus	amus	amusä
አርብ	addarä	addarä	addarä	arbä
ቅዳሜ	k'ɨdam sänbät	k'ɨdan sänbät	k'ɨdam sänbät	k'ɨdamä
እሁድ	wur sänbät	wur sänbät	ur sänbät	wur sänbät

---

3 በ ኮማ (,) የተለዩት ቃላት የመጀመሪያዎቹ ከወልፍ ሌስላው (1961:69) ሁለተኞቹ ደግሞ ከሮኒ ማየር (2005:262-263) ናቸው።

4 በኮማ (,) የተለዩት ቃላት ልክ በዛይ እንደቀረቡበት ቅደምተከተል፣ የመጀመሪያዎቹ ከወልፍ ሌስላው (1961:69) ሁለተኞቹ ደግሞ ከሮኒ ማየር (2006:162) ናቸው።

ሠንጠረዥ 23: የቀናት ስም በምዕራብ ጉራጌ ቋንቋዎች -ሀ

ቀን	ቋንቋ		
	ሙኸር	ቸሀ	እዣ
ሰኞ	wɨt'ät	wɨt'ät	wɨt'ät
ማክሰኞ	wɨt'ät männag	wɨt'ät märäga	wɨt'ät märäga
እሮብ	ärob	äro	aräw
ሀሙስ	amus	amus, käms	amus, käms
አርብ	addarä	addarä, ğimʔat	addarä, ğimat
ቅዳሜ	k'ɨdam sänbät	k'ätam sänbät, k'äta sänbät	k'ätam sänbät
እሁድ	ur sänbät	wur sänbät	wur sänbät

ሠንጠረዥ 24: የቀናት ስም በምዕራብ ጉራጌ ቋንቋዎች –ለ

ቀን	ቋንቋ		
	እንደጋኝ	እነሞር	ጌይታ[5]
ሰኞ	wɨt'ät	wɨt'ät	wɨt'ät
ማክሰኞ	wɨt'ät märäga	wɨt'ät märäga, mägär gäbäya	märäga
እሮብ	äro	äro	ʔɨro
ሀሙስ	amus, käms	amus, käms	ʔamus
አርብ	addarä, ğimʔat	addarä, ğimʔat	ʔadära, ğɨmat
ቅዳሜ	sänbät, ɨnnär gäʔä	k'ätam sänbät	k'ädän sänbät
እሁድ	abbä	wür sänbät	wɨr sänbät

5 የጌይታ መረጃን የወሰድነው ከምህረቱ (2015) ነው።

ሠንጠረዥ 25: የቀናት ስም በማዕከላዊ ኩሽቲክ/ አገው ቋንቋዎች–ሀ

ቀን	ቋንቋ		
	ቅማንትነይ	አውንጊ[6]	አውንጊ[7]
ሰኞ	sän	màcí	mačí
ማክሰኞ	sälzi	sàfìtí, wùfcí	wufčí
እሮብ	läbu	yìmí	yimí
ሀሙስ	amɨz	ǧànày	ǧanay
አርብ	arbɨ	áräb	árb
ቅዳሜ	sänabtɨ	kìdàmí	k'ɨdami
እሁድ	ad	àdg^{w}í	adgwi

ሠንጠረዥ 26: የቀናት ስም በማዕከላዊ ኩሽቲክ/ አገው ቋንቋዎች–ለ

ቀን	ቋንቋ		
	ቢለን	ኻምጣንጋ[8]	ኻምጣንጋ[9]
ሰኞ	sänu	sinu	sinu
ማክሰኞ	sälliŋ	silɨz, silɨzya	silz
እሮብ	läbwa, lägwa	irɨb	ärβ
ሀሙስ	ʔämɨd	kilɨzya	kɨlzɨyä
አርብ	ʔarb	arb	arβ
ቅዳሜ	sänbär šɨgwaxw	k'ɨdamšur	k'ɨdan sɨnbɨt
እሁድ	sänbär k'ɨddaxw	xäyäw sɨnbɨt	χɨyäsɨnbɨt

6 ከያረጋል አለነ (ግል ግንኙነት)።
7 ከአፕልያርድ (2006)።
8 ከአፕልያርድ (2006)።
9 ከተሾመ በላይ (2015)።

ሠንጠረዥ 27: የቀናት ስም በደጋማው ምስራቅ ኩሽቲክ ቋንቋዎች

ቀን	ቋንቋ				
	ከምባትኛ	ሲዳምኛ	ሀዲይኛ[10]	ጌዲኦኛ	ቡርጂ
ሰኞ	sanna, sanná, sanno	sařřo	sanna	sanno, sařřo, dureti, duräti	señño
ማክሰኞ	maksänna, maksänná maksännay	massařřo	maksanna	maasanno, maasařřo, ğimata	maakseňňo
እሮብ	orooba, oroobá, rooba	roowi	rooba	robe, gidada	roobé
ሀሙስ	hamusa, hamusá, amusa, hamus	hamuse	hamusa, kansa	hamuse, argağima	hamusé
አርብ	harba, harbá, arba, harb	arbe	arba	bitaʔa	
ቅዳሜ	hoffät, hoffäta, hoffata	k'idaame, sambata	hoffaʔa	k'idaame, edi sanbata	k'idaame, gaani gad'asa
እሁድ	abbät, abbäta, abbata	sambata	abbaʔa	sambata, sanbata	sambatá

10 ከተለያዩ ምንጮች ማረጋገጥ ስላልቻልን በዝርዝር ትንተናችን ውስጥ ያላካተትናቸው የሚከተሉት የሀዲይኛ ቀናት ስሞችም አግጥመውናል፤ *ሳኖኦ* 'ሰኞ'፣ *ማክሰኞኦ (ቢጫ)* 'ማክሰኞ'፣ *ሃርጴሌ* 'እሮብ'፣ *ከምሳ* 'ሀሙስ'፣ *ጁመኢታ* 'አርብ'፣ *ቅዳሜኤ (ወፋ)* 'ቅዳሜ'፣ *ሰንበት (አበበላ)* 'እሁድ'። ምናልባት፣ የዘዬ ልዩነት ሳይሆን አይቀርም።

ሠንጠረዥ 28: የቀናት ስም በቆላማው ኩሽቲክ ቋንቋዎች

ቀን	ቋንቋ		
	ሱማልኛ	ኦሮምኛ[11]	ኦሮምኛ[12]
ሰኞ	isniin	dafinoo, wiit'ata, hoǧǧaa-duraa/ hoǧǧa-duree, isniina	Wiit'ata
ማክሰኞ	talaado	facc'aasaa , k'ibt'ata/ k'iip't'ata, lammaffo, hoǧǧaa-lammaffoo	Kibit'ata
እሮብ	arbaʔo	roobii, harbaa	Roobii
ሀሙስ	xamiis	kamiisa	Kamisa
አርብ	ǧimʔo	arbii, ǧimaata, ǧimmata	ǧimaata
ቅዳሜ	sabti	sanbata, sambata dura, sambata t'iqa	Sanbata
እሁድ	axad	sambata/sanbata guddaa, dilbata, gidir-sanbata, alada	Dilabata

11 የኦሮምኛው ላይ ትንታኔና ተጨማሪ መረጃዎችን በመስጠት የተባበረን ሙሀመድ ጀማል ስርጫታቸው የሚከተለውን እንደሆነ ገልፆልናል፤ wiiyt'ata (commonly used), dafinoo & facaasaa (West Oromiya), hoǧǧaa-duraa/hoǧǧa-duree (East & Central), isniina (Harar); 2. K'iip't'ata (common), lammaffo, hoǧǧaa-lammaffoo (East & Central area); 3. roobii (common), harbaa; 4. kamisa/kamsaa; 5. ǧimmata; 6. sanbata (common), sanbata-t'ik'a; 7. dilbata (common), Sanbata-Guddaa (Central Oromiya), gidir-sanbata; (typical to Bale), alada (Harar).

12 እነዚህ በመደበኛው የኦሮምኛ ዘዬ የሚገኙት ስያሜዎች ናቸው። የኦሮምኛ ቋንቋን መደበኛ ለማድረግ የተቋቋመው ኮሚቴ እነዚህን የቀናት ስያሜዎች የመደበኛው ዘዬ አካል ያደረጋቸው ከተለያዩ ዘዬዎች በማውጣጣት ነው (መኮንን 2002:33)። መኮንን የእነዚህን ስያሜዎች የዘዬ ምንጭ የሚከተለው መሆኑን አመልክቷል፤ *ዊጣታ* 'ሰኞ' (አርሲ-ባሌ)፣ *ቂብጣታ* 'ማክሰኞ' (አርሲ-ባሌ)፣ *ሮቢ* 'እሮብ' (ጉጂ፣ ወሎ፣ ቱለማ)፣ *ከሚሳ* 'ሀሙስ' (ጉጂ፣ አርሲ-ባሌ)፣ *ጂማታ* (ወሎ፣ ቱለማ፣ ሜጫ)፣ *ሰንበታ* 'ቅዳሜ' (ጉጂ፣ አርሲ-ባሌ፣ ሀረር፣ ወሎ፣ ራያ፣ ቱለማ፣ ሜጫ)፣ እና *ዲልባታ* 'እሁድ' (ሜጫ)።

ሠንጠረዥ 29: የቀናት ስም ዝርዝር በአረብኛና እብራይስጥ

ቀናት	ቋንቋ	
	አረብኛ[13]	እብራይስጥ
ሰኞ	al-iṯnayn	yōm šenī
ማክሰኞ	aṯ-ṯalāṯā᾽, aṯ-ṯulāṯā᾽	yōm šəlīšī
እሮብ	al-arba῾ā᾽, al-arbi῾ā᾽	yōm rəṿī῾ī
ሀሙስ	al-ḫamīs	yōm ḥamīšī
አርብ	al-ğum῾â	yōm šišī; yōm šīšī; ῾ereṿ-šabat
ቅዳሜ	as-sabt	šabat; yōm šabat; yōm šəṿī῾ī
እሁድ	al-aḥad	yōm ri᾽šōn

13 አረብኛ ልክ እንደእብራይስጡ *ያውም* ‘ቀን’ የሚል ቃል በእያንዳናዱ የቀናት ስያሜ፣ ለምሳሌ *(ያውም) አልኢስኔን፤ (ያውም) አልጁምዓ* ወዘተ.፣ ላይ ሊጨምር ይችላል። ይህ ግን ግድ አይደለም።

አባሪ መ. የወራት ስም ዝርዝር

በዚህ ስር የዘረዘርናቸው የወራት ስሞችን የወሰድነው ከተወሰኑት በስተቀር ከፅሁፍ ከሰፈሩ ምንጮች ነው። በጣም ጥቂቱ ደግሞ ለዚህ ስራ በሩቅ እርቀት ጥየቃ በፅሁፍ ከተናጋሪዎች የሰበሰብናቸው ናቸው። እንደምንጮቹ አይነት መረጃዎቹ የቀረቡት አንዳንዶቹ በአለምአቀፋዊ ስነድምፃዊ አፃፃፍ፣ አንዳንዶቹ በእንግሊዝኛው አፃፃፍ፣ አንዳንዶቹ ደግሞ በአማርኛው አፃፃፍ ናቸው። መቅረፀ ድምፅ ይዘን የያንዳንዱን ንበት አልቀረፅንምና ወጥ በሆነ አፃፃፍ ሁሉንም ማቅረብ አልቻልንም። እርግጠኛ በሆንባቸው ላይ ብቻ አፃፃፋቸውን ከጎን በአለማቀፋዊው ስነድምፅ ፊደል አቅርበናል። በተወሰኑት ላይ ደግሞ የምልክት/ፊደል ቅየራ አድርገናል። ከእነዚህ መጠነኛ ለውጦች ውጭ፣ እዚህ ያቀረብናቸው መረጃዎቹ በተገኙበት ምንጭ እንዳለ ነው። ለመረጃ ስልጠት ስንል፣ በፅሁፉ አካል እንዳለ በሰንጠረዥ መልክ የተሰጡትንም በመጨምር፣ እዚህ ያቀረብናቸው በዚህ መፅሀፍ አካል ውስጥ የዳሰስናቸውን የወራት ስሞች ሁሉንም ነው።

ሠንጠረዥ 30፡ የወራት ስም በሰሜን ኢትዮ-ሴማዊ ቋንቋዎች

ግዕዝ	ትግርኛ	ትግረ
መስከረም	መስከረም	መስከረም
ጥቅምት	ጥቅምቲ	ጥቅምት

ኅዳር	ኅዳር	ኅዳር
ታኅሳስ	ታኅሳስ	ተኅሳስ
ጥር	ጥሪ	ጥር
የካቲት	ለካቲት	የካቲት
መጋቢት	መጋቢት	መጋቢት
ሚያዝያ	ሚያዝያ	ሚያዝያ
ግንቦት	ግንቦት	ግንቦት
ሠኔ/ሥኔ/ሰኔ	ሰኔ	ሰኔ
ሐምሌ	ሐምሌ	ሐምሌ
ነሐሴ	ነሐሴ	ነሐሴ
ጳጉሜ	ጳጉሜ	ጳጉሜን ፤ ቃቅሜን፣ ቀበላ

ሠንጠረዥ 31፡ የወራት ስም በማእከላዊ ደቡብ ኢትዮ-ሴማዊ ቋንቋዎ

አማርኛ	ሰሜን አርጎብኛ	ደቡብ አርጎብኛ
መስከረም	መስከረም	መስከረም
ጥቅምት	ጥቅምት	ጥቅምት
ህዳር	ህዳር	ህዳር
ታህሳስ	ታህሳስ	ታህሳስ
ጥር	ጥር	ጥር
የካቲት	የካቲት	የካቲት
መጋቢት	መጋቢት	መጋቢት
ሚያዝያ	ሚያዝያ	ሚያዝያ
ግንቦት	ግንቦት	ግንቦት
ሰኔ	ሰኔ	ሰኔ
ሀምሌ	ኸረምት	ሀምሌ
ነሀሴ	በደጂ ኸረምት	ነሀሴ
ጳጉሜ	አያመነሲእ	ጳጉሜ

1 የሰሜን አርጎብኛ መረጃ የተወሰደው ከግርማ (2013:508-9) ነው።

ሠንጠረዥ 32፡ የወራት ስም በምዕራብ ጉራጌ ቋንቋዎች

ወር	ቋንቋ	
	ቸሀ[2]	ጌይታ[3]
መስከረም	መስኸሮ /mäsxäro/	መስኸሮ /mäsɨxäro/
ጥቅምት	ጥርቅምት /t'ɨrqɨmt/፣ ጥርቀምት /t'ɨrqämt/	ጥቅምት /t'ɨk'ɨmt/
ህዳር	ይዳር /yɨdár/	ኢዳር /ʔiɨdar/
ታህሳስ	መሸ /mäšä/፣ መሽ /mäš/	እንተሳስ /ʔɨntäsas/
ጥር	ጥርር /t'ɨrɨr/	መሻ /mäʃä/፣ መንገሻ /mängäʃa/
የካቲት	መንገስ/ /mängäs/	የበደረዘር /yäbädäräzär/
መጋቢት	ወቶ /wäto/፣ ዋቶ /wato/	ይጭወር /yɨtʃ'ɨwär/
ሚያዝያ	ማ(ን)ዚያ /ma(n)ziya/	ማዚያ /maziya/
ግንቦት	ግርመውት /gɨrmʷät/፣ ጉርመት /gurmät/	ግርመውት /gɨrmʷät/
ሰኔ	ሰርያ /särɨya/	ሰርያ /särɨyä/
ሀምሌ	አምሬ /amre/	አምሬ /ʔamɨre/
ነሀሴ	ናሴ /nase/	ናሴ /nase/
ጳጉሜ	ቋጒሜ /qʷagʷɨm/	ቋግሜ /k'ʷagɨme/

2 የቸሀ መረጃ የተወሰደው ከሀድሰን (2008፡153) ነው።

3 የጌይታ መረጃ የተሠሰደው ከምህረቱ (2015) ነው።

ሠንጠረዥ 33፡ የወራት ስም በሰሜን ጉራጌ ቋንቋዎች[4]

ወር	ቋንቋ		
	ዶቢ/ጎጎት	ክስታንኛ	ሙኸር
መስከረም	መስከሮብ /mäskärob/	መስከሮብ /mäskärob/	መስኸሮብ /mäsxärob/
ጥቅምት	ጥቅምት /t'ɨqɨmt/	ጥቅምት /t'ɨqɨmt/	ጥቅምት /t'ɨqɨmt/
ህዳር	ኧዳር /ädar/	ኧዳር /ädar/	ይዳር /yɨdár/
ታህሳስ	ተሳስ /täsas/	ተሳስ /täsas/	የበደረዘር /yäbäddäräzär/
ጥር	የበደረዘር /yäbäddäräzär/	የበደረዘር /yäbäddäräzär/	የራዘር /yärrazär/
የካቲት	የራዘር /yärrazzär/	የራዘር/yärrazzär	መንገስ /mängäs/
መጋቢት	እጬወር /ɨcc'uwär/	ኢጮር /icc'or/፣ እጮር /ɨcc'or/	ይጬወር /yɨcc'uwär/
ሚያዝያ	ማዚያ /maziya/	ማዚያ /maziya/	ማዚያ/maziya
ግንቦት	ግልመውት /gɨlmʷät/	ግንቦት /gɨnbot/	ግልመውት /gɨlmʷät/
ሰኔ	ሰንየ /sänɨyä/	ሰኔ /säne/	ሰንየ /sänɨyä/
ሀምሌ	አምሌ /amle/	አምሌ /amle/	አምሌ /amle/
ነሀሴ	ናሴ /nase/	ናሴ /nase/	ናሴ /nase/
ጳጉሜ	ቋግሜ /qʷagme/	ቋግሜ /qʷagme/	ጳጉሜ /p'agume/፣ ቋጕሜ /qʷagʷme/

4 የዶቢ/ጎጎት መረጃ ከሌስላው (1979) ነው። የክስታንኛና የሙኸር ደግሞ ከሀድሰን (2008) ነው።

ሠንጠረዥ 34፡ የወራት ስም በደቡብ ተሸጋጋሪ ኢትዮ-ሴማዊ ቋንቋዎች

ወር	ቋንቋ	
	ወለኔ[5]	ስልጢ[6]
መስከረም	መስከሮብ /mäskäroob/	መሰሮ /mäsäro/
ጥቅምት	ጥእምት /t'iʔimt/	ጥቅምት /t'iqimt/
ህዳር	እዳር /ʔidaar/	ኢዳር /idaar/
ታህሳስ	ትሳስ /tisaas/	መሼ /mäše/
ጥር	እራዘር /ʔirraazär/	አስሬ /asre/
የካቲት	የበደራዘር /yäbäddäraazär/	መንገስ /mängäs/
መጋቢት	እጮር /ʔicc'oor/	ወቶ /wäto/
ሚያዝያ	ማዚየ /maaziyä/	ማእዜ /maaʔze/
ግንቦት	ግምቦት /gimboot/	እንታገት /intaggät/፣ እንቶጎት /intoggot/
ሰኔ	ሰኘ /säññä/	ሰኜ /säñe/
ሀምሌ	አምሌ /ʔamle/	አምሌ /amle/
ነሀሴ	ናሴ /naasee/	ናሴ /nase/
ጳጉሜ	ቋግሜ /kʷagmee/	ቃጉሜ /qaagme/

ሠንጠረዥ 35: በደጋማው ምስራቅ ኩሽቲክ የወራት ስም–ሀ

ወር	ቋንቋ		
	ከምባትኛ	ቀቤና	ጠምባሮ
መስከረም[7]	mosorooma	mäskarooma	
ጥቅምት[8]	t'iqimta	t'iqimta	
ህዳር[9]		xidaara	xidaara
ታህሳስ[10]			taasaasa

5 የወለኔ መረጃ ከሮኒ ማየር (2006:163) ነው። በአፃፃፍ ላይ የተወሰነ ለውጥ ግን አድርገናል። ለውጡ የፊደል ቅየራን ብቻ የሚመለከት ነው።

6 የስልጢ መረጃ ከሀድሰን (2008:153) ነው።

7 ከሌስላው (1991:364)።

8 ከሌስላው (1991:596)።

9 ከሌስላው (1991:259)።

10 ከሌስላው (1991:573)።

ጥር[11]	t’irra		t’irra
የካቲት			
መጋቢት[12]	magaabitaa		
ሚያዝያ			
ግንቦት[13]	gimboota	gɨmboota	gɨmboota
ሰኔ[14]	sanaa		sanaa
ሀምሌ			
ነሀሴ[15]		näseʔe	nahaasa
ጳጉሜ			

ሠንጠረዥ 36: በደጋማው ምስራቅ ኩሽቲክ የወራት ስም–ለ

ወር	ቋንቋ		
	ሲዳምኛ	ጌዲኦኛ	ሀዲይኛ
መስከረም	ዋጫዋሮ /woc’awaaro/	ቢራአ /birraʔa/	ሞሶሮአ
ጥቅምት	ቢራ /birra/	አንኮሌሳ /onkoleessa/	ጥቅምቴ፣ ፊቴ
ህዳር	በጫሳ /boc’aasa/	ሰዳሳ /sadaasa/	ህዳራ፣ ሰሙሮ፣ ኢዳራ /idaara/[16]
ታህሳስ	ሰዳሳ /sadaasa/	አርፋሳ /arfaasa/	ተሳሳ፣ ካሎአ፣ /tisaasa/[17]
ጥር	አርፋሳ /arfaasa/	በዴሳ /baɗeessa/	ጥርሬ/t’ɨrɨre/፣ ጢሪሬ /t’irire/[18]
የካቲት	አማጂ /ammağğe/	ቢቷዶቴሳ	ሰኮቲቴ

11 ከሌስላው (1991:596)።
12 ከሌስላው (1991:331)።
13 ከሌስላው (1991:196)።
14 የዚህ ወር ስያሜ የከምባትኛውና የጠምባሮው ከሌስላው (1991:331) ነው።
15 የዚህ ወር ስያሜ የቀቤና እና የጠምባሮው ከሌስላው (1991:395) ነው።
16 /idaara/ ከሌስላው (1991:259) ነው።
17 /tisaasa/ ከሌስላው (1991:573) ነው።
18 /maggaawiite/ ከሌስላው (1991:331) ነው።

		/bitidotteessa /	
መጋቢት	በዴሳ /baďeessa/	ጫንሳ /c’aansa/	መገዊዴ፣ ዎቶአ፣ /maggaawiite/[19]
ሚያዝያ	ዶቴሳ /dotteessa/	ወጨባጀ /woc’ibaaǧǧe/	መጄኤ (ሻሸጋ)
ግንቦት	አንኮሌሳ /onkoleessa/፣ ጫንሳ /c’aansa/	ኤላ /ella/	ጉኖዳ
ሰኔ	ኤላ /ella/	አዶሌሳ /adooleessa /	ሰኔኢ
ሀምሌ	ማጃ /maǧǧa/፣ አዶሌሳ /adooleessa/	ሀጌያ /hageya/	ሐምሌኤ
ነሀሴ	ዋጫዋጀ /woc’awaaǧǧe/	አሪቶ /ʔorito/	ናሴኤ
ጳጉሜ	ፎቃ /fook’a/	ቆዴንሻ /k’odenša/[20]	ቃቁሙኤ

ሠንጠረዥ 37፡ የወራት ስም በኦሮምኛ ዘዬዎች

ወር	ዘዬ	
	መደበኛ[21]	ቦረና[22]
መስከረም	ፉልባና /fuulbana/	ቢራ (Birra)
ጥቅምት	አንኮሌሳ /onkololeessa/	ቺካዋ (Cikawa)
ህዳር	ሰደሳ /sadaasa/	ሳዳሳ (Sadasa)

19 /t’irire/ ከሌስላው (1991:596) ነው።

20 እንደ መረጃ ሰጪያችን ከሆነ ቆዴንሻ ማለት ማካፈል ነው።

21 መረጃዎቹ የተወሰዱት ከሚከተለው ድረገፅ ነው፤ http://geonames.de/months.html#ara። መኮንንንም (2002:340) ይመልከቱ።

22 በዚህ ስር የቀረቡት የቦረና ወራት ስሞች ከአስመሮም ለገሰ (1973:177) የተወሰዱ ናቸው። ወራቱ በጨረቃ ዓመት ላይ የተደራጁ ስለሆኑ ከአማርኛው ፍቺ ጋር ማገናኘት አይገባም። የአማርኛው ፍቺ የሚዛመደው ከመደበኛው ኦሮምኛ ወራት ስሞች ጋር ነው። በቦረና ኦሮምኛ ስር በላቲን አፃፃፍ የቀረቡትን በቅንፍ ያደረግናቸው አለምአቀፋዊ ስነድምፅ አፃፃፍን ተከትለው የቀረቡ ስላልሆኑ ነው። ለዝርዝሩ በመግቢያው ምዕራፍ በዚህ ስራ ስለተከተልነው የስርዓተ ነጥብ አጠቃቀም ይመልከቱ። እዚህ የቀረቡት በአስመሮም ለገሰ ስራ በቀረቡበት መልኩ ነው።

ዘመን አቆጣጠር፣ የቀናትና የወራት ስያሜ

ታህሳስ	ሙዴ /muddee/	አብራሳ (Abrasa)
ጥር	አማጂ /amağği/	አማጂ (Ammaji)
የካቲት	ጉራንዳላ /guraanďala/	ጉራንዳላ (Gurrandhala)
መጋቢት	ቢቶቴሳ /bitooteessa/	ቢቶቴሳ (Biottottessa)
ሚያዝያ	ኤልባ /elba/	ጫማሳ (Ch’amsa)
ግንቦት	ጫምሳ /c’aamsa/	ቡፋ (Bufa)
ሰኔ	ዋጣባጂ /wat’abağğii/	ዋጫባጂ (Wach’abajji)
ሀምሌ	አዶሌሳ /adooleessa/	ኦቦራ ጉዳ (Obora Gudda)
ነሀሴ	ሀጋያ /hagayya/	ኦቦሮ ዲቃ (Obora Diqqa)
ጳጉሜ		

ዋቢስራዎች[1]

ሀድሰን = Hudson, Grover. 1989. The Highland East Cushitic Family Vine. *Sprache und Geschichte in Afrika.* 3: 97-124.

ሀድሰን = Hudson, Grover. 1989. *Highland East Cushitic Dictionary.* Hamburg: Helmut Buske.

ሀድሰን = Hudson, Grover. 2008. Month Names in Ethiopian Semitic, *Semito-hamitische Festschrift for A. B. Dolgopolsky und H. Jungraithmayr,* Gábor Takács, ed., 150-154. Berlin: Dietrich Reimer Verlag.

ሂለል = Hillel, Daniel J. 2006. *The Natural History of the Bible: An Environmental Exploration of the Hebrew Scriptures.* New York: Columbia University Press.

ሄትዝሮን = Hetzron, Robert. 1972. *Ethiopian Semitic Studies in Classification.* Cambridge: Manchester University Press.

ሄትዝሮን = Hetzron, Robert. 1980. The Limits of Cushitic. *Sprache und Geschichte in Afrika.* 2: 7-126.

1 የድረገፅ ሙሉ መረጃዎችን በግርጌ ማስታወሻ ስር ስለሰጠን እዚህ ከተወሰኑት በስተቀር አልደገምናቸውም።

ሆልፈርድ-ስትሬቨንስ = Holford-Strevens, Leofranc. 2005. *The History of Time: A very Short Introduction.* Oxford: Oxford University Press.

ሊማን = Leeman, Bernard. 2009. The Sabaean Inscriptions at Adi Kaweh – Evidence Supporting the Narrative of the *Sheba-Menelik Cycle* of the *Kebra Nagast.* A paper presented at the African Studies Association of Australasia and Pacific Conference, University of Queensland, St Lucia, Brisbane, Australia.

ሊትማን = Littmann, Enno. 1908. Sternensagen und Astrologisches aus Nordabessinien. In *Archiv fur Religionswisenschaft.* 298-319.

ሊትማን እና ሆፍነር = Littmann, E. and M. Höfner. 1962. *Worterbuch der Tigre-Sprache. Tigre-Deutsch-Englisch.* Wiesbaden: Franz Stener.

ላንዳው = David Landau. 2010. The Jubilees Calendar in Practice. *Namenkundliche Informationen.* 98: 157-167.

ላውሬ = Lourié, Basil. 2010. Between Babylonia and Ethiopia: Some Thoughts about a Recent Book on the Qumranic Calendars. *Patrologia Pacifica Secunda.* VI: 413-432.

ሌስላው = Leslau, Wolf. 1961. The Names of the Weekdays in Ethiopic. *Journal of Semitic Studies.* 6: 62-70.

ሌስላው = Leslau, Wolf. 1963. *Etymological Dictionary of Harari.* Berkeley: University of California Press.

ሌስላው = Leslau, Wolf. 1961. The Names of the Weekdays in Ethiopic. *Journal of Semitic Studies.* 6: 62-70. Also republished in Wolf Leslau. 1992. *Gurage Studies: Collected Articles.* Pp. 686-694. Wiesbaden: Otto Harrassowitz.

ሌስላው = Leslau, Wolf. 1979. *Etymological Dictionary of Gurage.* Vol. II. Wiesbaden: Otto Harrassowitz.

ሌስላው = Leslau, Wolf. 1987/1991. *Comparative Dictionary of Ge'ez (Classical Ethiopic).* Wiesbaden: Harrassowitz.

ሌስላው = Leslau, Wolf. 1995. *Reference Grammar of Amharic.* Wiesbaden: Harrassowitz Verlag.

ሎሬንስ = Laurence, Richard. 1838. *Book of Enoch the Prophet: An Apocryphal Production, Supposed for Ages to Have Been Lost; But Discovered at the Close of the Last Century in Abyssinia; now First Translated from an Ethiopic* Ms. in the Boldeian Library. Third Edition, Revised and Enlarged. Oxford: S. Collingwood.

መንግሥቱ አምበርብር = Amberber, Mengistu. 2002. *Verb Classes and Transitivity in Amharic.* Munchen: LINCOM EUROPA.

መኢኡስ እና ሳቮይ = Meeus, Jean and Savoie, Denis (1992). The History of the Tropical Year'. *Journal of the British Astronomical Association.* 102: 40–42.

መኮንን = Mekonnin Hundie. 2002. Lexical Standardization in Oromo. MA Thesis, Addis Ababa: Addis Ababa University.

ሙኑሮ-ሀይ = Munro-Hay, Stuart. 1991. *Aksum: An African Civilization of Late Antiquity.* Edinburgh: Edinburgh University Press.

ማኬንዚ = Mackenzie, Donald A. 1915. *Myths of Babylonia and Assyria.* London: Gresham.

ማክኦውን = McOwen, John. 2005. Biblical Timeline of History. www.ebiblefellowship.com. Accessed 10/09/2015.

ማየር = Meyer, Ronny. 2005. *Das Zay: Deskriptive Grammatik einer Ostguragesprache (Äthiosemitisch).* Köln: Rüdiger Köppe Verlag.

ማየር = Meyer, Ronny. 2006. *Wolane: Descriptive Grammar of an East Gurage Language (Ethiosemitc).* Köln: Rüdiger Köppe Verlag.

ማየር = Maier, Paul L. 1989. The Date of the Nativity and Chronology of Jesus' Life. In Vardaman, Jerry and Edwin M. Yamauchi (eds.) *Chronos, Kairos, Christos: Nativity and Chronological Studies Presebted to Jack Finegan.* pp. 113–129. Winona Lake: Eisenbrauns.

ምህረቱ = Meheretu Adnew. 2015. A Grammar of Gyeta. Addis Ababa: PhD Dissertation, Addis Ababa University.

ሞስሻመር = Mosshammer, Alden A. 2008. *The Easter Computus and the Origins of the Christian Era.* Oxford: Oxford University Press.

ሪቻርዴስ = Richards, E. G. *Mapping Time: The Calendar and Its History.* 1998. Oxford: Oxford University Press.

ሮክስ = Roux, Georges. 1980. *Ancient Iraq*, Second Edition. Great Britian: Penguin Books.

ሰመረ ኃብተማርያም (2017) = Semere Habtemariam. (forthcoming) *Understanding the Abyssinian Orthodox Church: A Historical Analysis.* Trenton: The Red Sea Press.

ሳቻው = Sachau, C. Edward (Trans. & Ed.). 1879. *The Chronology of Ancient Nations. An English Version of the Arabic Text of the Athar-Ul-Bakiya of Albiruni [Wriiten 1000 Ad].* London: William H. Allen and Co.

ሳይድልማን = Seidelmann, P. K. (ed.) 1992. *Explanatory Supplement to the Astronomical Almanac.* Sausalito, CA: University Science Books.

ሳጋን = Sagan, Carl. 1985. *Cosmos.* New York: Ballantine Books.

ሰርግው = Sergew Hable Sellassie. 1972. *Ancient and Medieval Ethiopian History to 1270*. Addis Ababa: Haile Sellassie I University.

ስተርን = Stern, Sacha. 2001. *Calendar and Community: A History of the Jewish Calendar, Second Century BCE–Tenth Century CE*. Oxford: Oxford University Press.

ስቲል =Steel, Duncan. 2000. *Marking Time: The Epic Quest to Invent the Perfect Calendar.* John Wiley & Sons.

ሻው = Shaw, Matthew. 2011. *Time and the French Revolution: The Republican Calendar, 1789-Year XIV*. New York: The Boydell Press.

ሽመልስ ግዛው እና ግርማ አውግቸው። 2002። *ሲዳምኛ ለጀማሪዎች*። አዲስ አበባ፤ መርዋ ሶ. አሳታሚዎች።

ባህረይ እና ሌሎች = Bahrey, Almeida, Huntingford and Beckingham. Levin, Donald N. Intro. 1993. *History of the Oromo of Ethiopia with Ethnology and History of South West Ethiopia.* Oakland: African Sun Publishing.

ቤልሞንቴ = Belmonte, J. A. 2009. The Egyptian Calendar: Keeping Ma'at on Earth. In Belmonte, J. A. and M. Shaltout (eds.). *Search of Cosmic Order: Selected Essays on Egyptian Archaeoastronomy.* PP. 75-129. Cairo: Supreme Council of Antiquities Press.

ቤስተን = Beeston, A. F. L. 1956. *Epigraphic South Arabian Calendars and Dating.* London: Luzac & Co.

ብራውን = Brown, Raymond E. 1977. *The Birth of the Messiah: A Commentary on the Infancy Narratives in Matthew and Luke.* London: G. Chapman.

ብራውን = Brown, Raymond E. 1988. *An Adult Christ at Christmas: Essays on the Three Biblical Christmas Stories.* Liturgical Press.

ቴሬሲ = Teresi, Dick. *Lost Discoveries: The Ancient Roots of Modern Science—from the* Babylonians to the Maya. New York: Simon & Schuster.

ቶስኮ = Tosco, Mauro. 2000. Cushitic Overview. *Journal of Ethiopian Studies*. 33:2; 87-121.

ቶስኮ = Tosco, Mauro. 2003. Cushitic and Omotic Overview. In M. Lionel Bender, David Appleyard, and Gabor Takacs (eds.). *Afrasian: Selected Comparative-Historical Linguistic Studies in Memory of Igor M. Dlakonoff*. Pp. 87-92. Miinchen: Lincom Europa.

ቻርለስ = Charles, R. H. 1902. *The Book of Jubilees or the Little Genesis*. London: Adam and Charles nlack, 1902

ቻርለስ = Charles, R. H. 1906. *The Ethiopic Version of the Book of Enoch, Edited from Twenty-Three Mss Together with the Fragmentary Greek and Latin Versions*. Oxford: The Calarendon Press.

ኃይሉ = Hailu Habtu. 2006. Ancient Egypt and Ethiopia: Some Shared Cultural Features and Lexical Items. Ms. Addis Ababa University.

ነውኮምብ = Newcomb, Simon. 1895. *The Elements of the four Planets and the Fundamental Constants of Astronomy*. Washington: Government Printing Office.

ነውጌባወር = Neugebauer, Otto. 1938. Die Bedeutungslosigkeit der 'Sothisperiode' für die älteste ägyptische Chronologie. *Acta Orientalia*. XVII: 169–195.

ነውጌባወር = Neugebauer, Otto. 1942. The Origin of the Egyptian Calendar. *Journal of Near Eastern Studies*. 1; 397–403.

ነውጌባወር = Neugebauer, Otto. 1964. Notes on Ethiopic Astronomy. *Orientalia*. 33; 49-71.

ኒውጌባወር = Neugebauer, Otto. 1979. *Ethiopic Astronomy and Computus*. Wien: Verlag der Österreichischen Akademie der Wissenschaften.

ኒውጌባወር = Neugebauer, Otto. 1981. *The 'Astronomical' Chapters of the Ethiopic Book of Enoch (72 to 82): Translation and Commentary*. Det Kongelige Danske Videnskabernes Selskab Matematisk-fysiske Meddelelser 40:10. Kobenhavn: Printed by Bianco Lunos Bogtrykkeri.

ኒውጌባወር = Neugebauer, Otto. 1988. *Abhu Shaker's 'Chronography': A Treatise of the 13th Century on Chronological, Calendrical, and Astronomical Matters Written by a Christian Arab, Preserved in Ethiopic*. Wien: Verlag der Osterreichischen Akademie der Wissenschaften.

ኒውጌባወር = Neugebauer, Otto. 1989. *Chronography in Ethiopic Sources*. Wien: Verlag der Osterreichischen Akademie der Wissenschaften.

ኖታፍት = Nothaft, C. Phillip E. 2012. *Dating the Passion: The Life of Jesus and the Emergence of Scentific Chronology (200-1600)*. Leiden: Koninklijke Brill NV.

አስመሮም = Asmarom Legesse. 1973. *Gada: Three Approaches to the Study of African Society*. New York: Free Press, Macmillan.

አዕምሮ ጌታሁን። 2000። *የኢትዮጵያ ፊደል ታሪክና ከፍለዘመን*። አዲስ አበባ።

አድለር እና ቱፊን = Adler, William and Paul Tuffin (trans.). 2002. *The Chronography of George Synkellos: A Byzantine Chronicle of Universal History from the Creation*. Oxford: Oxford University Press.

አፕልያርድ = Appleyard, David. 2006. *A Comparative Dictionary of the Agaw Languages*. Köln: Rüdiger Köppe.

ኡሊሽ = Uhlig, Siegbert. 2003. Chronography. In Uhlig, Siegbert (ed.). *Encyclopaedia Aethtopica.* Volume 1. PP. 733-737. Wiesbaden: Harrassowitz Verlag.

ኤፍሬም ይስሐቅ = Isaac, Ephraim. 1983. New Light upon the Book of Enoch from Newly-Found Ethiopic Mss. In *Journal of the American Oriental Society.* 103: 2; 399-411.

ኤፍሬም ይስሐቅ = Isaac, Ephraim. 2012. *The Ethiopian Orthodox Täwahïdo Church.* Trenton: The Red Sea Press.

አልምስቴድ = Olmstead, A. T. 1948. *History of the Persian Empire.* Chicago. The University of Chicago Press.

ኪንግ = King, Leonard W. 1902. *Enuma Elish: The Seven Tablets of Creation.* London.

ኪዳነወልድ ክፍሌ። 1948። *መፅሐፈ ሰዋስው ወግስ ወመዝገበ ቃላት ሐዲስ.* Dire Dawa/ Addis Ababa: Artistic Printing Press.

ካፕላን =Kaplan, Steven. Betä Ǝsra'el Calendar. In Uhlig, Siegbert (ed.). *Encyclopaedia Aethtopica.* Volume 1. PP. 672-673. Wiesbaden: Harrassowitz Verlag.

ክሬቨሪ = Craveri, Marcello. 1967. *The Life of Jesus.* New York. Grove Press.

ክራውፎርድ = Crawford, Tarleton Perry. 1877. *The Patriarchal Dynasties from Adam to Abraham: Shown to Cover 10,500 Years, and the Highest Human Life Only 187.* Richmond: Josiah Ryland & Co.

ኮንቲ ሮሲኒ = Conti Rossini, Carlo. 1925. Aethiopica II. *Rivisita Degli Studi Orientali.* 10;481-520.

ኮኸን = Cohen, Marcel. 1931. *Etudes, d'éithiopien méridional* (Société asiatque. Collection d'ouvrages orientaux). Paris: Paul Geuthner.

ዊልሰን = Wilson, J.A. *The Culture of Ancient Egypt.* Chicago: University of Chicago Press.

ዊስተን = Whiston, William M. A. (trans.) 1829. *The Works of Flavius Josephus, the Learned and Authentic Jewish*

Historian, and Celebrated Warrior (Containing twenty books of the Jewish Antiquities, Seven books of the Jewish War, and the Life of Josephus). Philadelphia: G. Grigg.

ዊንሎክ = Winlock, H. E. 1940. The Origin of the Ancient Egyptian Calendar. *Proceedings of the American Philosophical Society*. Vol. 83: No. 3; pp. 447 – 464.

ዌብስተር = Webster, Hutton. 1916. *Rest Days: A Study in Early Law and Morality*. New York: The MacMillan Company.

ዘሩባቬል = Zerubavel, Eviatar. 1985. *The Seven Day Circle: The History and Meaning of the Week*. New York: The Free Press.

ዛቦርስኪ = Zaborski, Andrzej. 1984. Remarks on the Genetic Classification and the Relative Chronology of the Cushitic Languages. In James Bynon (Ed.). *Current Progress in Afro-Asiatic Linguistics: Papers of the Third International Hamito-Semitic Congress*. Pp. 127-138. Amsterdam/Philadelphia: John Benjamins Publishing Company.

ያሬድ ፈንታ ወልደ ዮሐንስ (አለቃ)። 2005። *ባሕረ ሐሳብ፤ የቀመርና የሥነ ፈለክ ምሥጢር*። አዲስ አበባ፤ ፋር ኢስት ትሬዲንግ ኃላ. የተ. የግ. ማህበር።

ደስታ ተክለወልድ። 1970። *የአማርኛ መዝገበ ቃላት*. Addis Ababa: Artistic Printing Press.

ዱን = Dunn, James D. G. 2003. *Jesus Remembered: Christianity in the Making, Volume I*. Grand Rapids and Cambridge: William B. Eerdmans Publishing Company.

ዱድለይ = Dudley, Dean. 1880. *History of the First Council of Nice: A World's Christian Convention A.D. 325 with a Life of Constantine*. Boston: C. W. Calkins & Company, Publishers.

ዲልማን = Dillmann, August. 1899. Carl Bezold (ed.), Jams A. Crichton (trans.) 1907 (translated edition). *Ethiopic Grammar.* London, Amsterdam: Philo Press.

ዲልማን = Dillmann, August. 1865. *Lexicox Linguae Aethiopicae.* Lipsiae: T.O Weigel.

ዲአባዲ = d'Abbadie, Antoine. 1865. Extrait du Vocabulaire de la langue Tigre parlée à Muçaww'a. In Dillmann, A. *Lexicon Linguae Aethiopicae.* Lipsiae: T. O. Weigel.

ዲዮዶሩስ = Booth, G. (trans.) 1814. *The Historical Library of Diodorus the Sicilian in Fifteen Books.* Vol. 1. London.

ጃኮብሰን = Jacobsen, Thorkild. 1939. *The Sumerian King List.* Chicago: The University of Chicago Press.

ጆርጀን = Georgeon, François. 2011. Changes of Time: An Aspect of Ottoman Modernization. *New Perspectives on Turkey.* No. 44: 181-195.

ጆን ኸርሺል = Herschel, John F. W. 1849. *Outlines of Astronomy,* Second Edition. London: Longman, Brown.

ገብረየሱስ = Gebreyesus Hailemariam. 1991. *The Gurage and Their Culture.* New York: Vantage Press.

ጋፍኒይ = Gaffney, Patrick D. 2002. Friday Prayer. In McAuliffe, Jane Dammen (ed.). *Encyclopaedia of the Qur'ān.* Vol. 2. PP. 271-272. Leiden, Boston: Brill.

ጌታቸው ኃይሌ። 2006። *ባሕረ ሐሳብ፤ የዘመን ቈጠራ ቅርሳችን ከታሪክ ማስታወሻ ጋራ።* 2ኛ ዕትም። አዲስ አበባ፤ ግራፊክ አታሚዎች።

ግርማ = Girma A. Demeke. 2013. *The Origin of Amharic (Second Edition).* Trenton: Red Sea Press.

ግርማ = Girma A. Demeke. 2014. *Grammatical Changes in Semitic: A Diachronic Grammar of Amharic.* Princeton: Institute of Semitic Studies.

ግርማ = Girma A. Demeke. 2015. *Argobba Speech Varieties.* Trenton: Red Sea Press.

ግርማ አውግቸው እና አህመድ ዘካሪያ። 2014 እኢአ። የሀበሻ ማንነትና ምንነት። *International Journal of Ethiopian Studies*. VIII:113 – 131.

ግርያዜል = Gryazel, Solomon. 1968. *History of the Jews: From the Destruction of Judah in 586 BC to the preset Arab Israeli Conflict, New Revised Edition.* New York: Signet.

ፉት = Foot, E. C. A 1913. [Oromo]-English, English-[Oromo] Dictionary. Cambridge: Cambridge University Press.

ፋኑስ = Fanous, Andrew. 2003. Coptic Calendar. http://www.christian-egypt.com/CopticCalendar.htm. Accessed 8/12/2015.

ፓርከር = Parker, Richard A. 1950. *The Calendars of Ancient Egypt* (Studies in Ancient Oriental Civilization 26, Oriental Institute, University of Chicago). Chicago: University of Chicago Press.

ፕራቴሪየስ = Praetorius, Franz. 1879. *Die amharische Sprache.* Halle.

ቫንደርካም = 1989. Vanderkam, James C. *The Book of Jubilees.* Lovanii: In Aedibus E. Peeters.

ቅሩም

ሀ

ሁ

ሄ

ህ

ሊ

ሞ

ረ

ሩ

ሪ

ራ

ሬ

ሮ

ሰ

ሱ

ሲ

ሳ

ስ

ሶ

ሽ

ቀ

ቅ

በ

ቡ

ቢ

ባ

ነ

ኒ

ን

አ

ኢ

ኤ

እ

ኦ

ከ

ኩ

ኪ

ካ

ክ

ኮ

ኻ

ወ

ዊ

ዑ

ዓ

ዛ

ዝ

የ

ያ

ደ

ጀ

ገ

ጉ

ጋ

ጌ

ግ

ጠ

ጣ

ጥ

ጬ

ጳ

ፀ

ፈ

ፋ

ፍ

ፒ

ፓ

ፐ